NHIỀU TÁC GIẢ

Tuyển Tập

TÌNH THƠ MÙA XUÂN

(Một Số Thơ
Từ Thập Niên 1960
Đến Hiện Tại)

NHÂN ẢNH
2022

Tuyển Tập
TÌNH THƠ MÙA XUÂN
Nhiều Tác Giả

Thực hiện: Luân Hoán, Lê Hân, Uyên Nguyên
Bìa: Uyên Nguyên Trần Triết
Tranh bìa: "Nàng" của Họa sĩ Phạm Hoàng
Dàn trang: Lê Hân
Đọc bản thảo: Trần Thị Nguyệt Mai
Nhân Ảnh xuất bản 2022
ISBN: 9781087950686
Copyright©NhanAnh2022

MỤC LỤC

Mươi Dòng Đầu Sách | 9
An Nhiên | 10
Bích Nhãn Hồ | 14
Biển Cát | 16
Cao My Nhân | 18
Cao Nguyên | 19
Cao Thoại Châu | 22
Cao Thu Cúc | 26
Chu Trầm Nguyên Minh | 28
Dan Hoàng | 31
Dung Thị Vân | 40
Dư Mỹ | 42
Dương Kiền | 44
Dzạ Lữ Kiều | 46
Đạm Thạch | 48
Đan Thanh | 49
Đào Minh Tuấn | 55
Đặng Châu Long | 57
Đặng Hiền | 60
Đặng Tường Vy | 65
Đỗ Duy Ngọc | 67
Đoàn Văn Nghĩa | 77
Đức Phổ | 78
Hà Đình Nguyên | 84
Hà Nguyên Du | 87
Hà Nguyên Dũng | 94
Hà Nguyên Thạch | 99
Hạ Đình Thao | 101
Hạnh Đàm | 103
Hoa Nguyên | 105
Hoa Thi | 115
Hoàng Anh 79 | 119
Hoàng Anh Tâm | 122
Hoàng Kim Oanh | 124
Hoàng Lộc | 128
Hoàng Song Quỳnh | 133

Hoàng Xuân Sơn | 135
Hồ Chí Bửu | 143
Hồ Đình Nghiêm | 149
Hồ Tịnh Văn | 151
Hồ Trung Chính | 154
Hồ Xoa | 156
Hư Vô | 158
Hùng Nguyễn | 162
Huy Uyên | 165
Huy Văn | 173
Huỳnh Duy Lộc | 175
Huỳnh Liễu Ngạn | 181
Khắc Minh | 188
La Trung | 191
Lâm Băng Phương | 195
Lâm Hảo Khôi | 197
Lê Anh | 198
Lê Hân | 204
Lệ Khánh | 210
Lê Kim Thượng | 213
Lê Thanh Hùng | 218
Lê Thị Ngọc Nữ | 221
Lê Văn Hiếu | 226
Lê Vĩnh Thọ | 233
Loan Nguyễn | 235
Luân Hoán | 238
Lữ Quỳnh | 247
Lưu Phương | 249
MH Hoài Linh Phương | 252
Mộng Hoa Võ Thị | 261
Mỹ Trinh | 265
Ngàn Thương | 269
Ngô Nguyên Dũng | 274
Nguyễn An Bình | 278
Nguyễn Cường | 285
Nguyễn Dương Quang | 289
Nguyễn Đông Giang | 291
Nguyễn Đức Nam | 295

Nguyễn Hải Thảo | 297
Nguyễn Hàn Chung | 300
Nguyễn Minh Phúc | 306
Nguyễn Ngọc Hạnh | 312
Nguyễn Nho Sa Mạc | 320
Nguyễn Sông Trẹm | 322
Nguyễn Tam Phù Sa | 329
Nguyễn Thái Dương | 331
Nguyễn Thanh Châu | 338
Nguyễn Thành | 343
Nguyễn Thiếu Dũng | 347
Nguyễn Thùy Song Thanh | 349
Nguyễn Văn Điều | 353
Nguyễn Văn Gia | 355
Nguyễn Văn Nhân | 359
Nguyễn Vũ Sinh | 361
Ngữ An | 366
Nhật Thụy Vi | 369
Như Không | 376
Ninh Trần | 378
NP Phan | 384
Phạm Cao Hoàng | 391
Phạm Hải Âu | 394
Phan Huyền Thư | 396
Phan Minh Ta | 405
Phan Ngọc Hải | 410
Phan Ni Tấn | 413
Phan Văn Thạnh | 420
Phan Việt Thủy | 422
Phong Cầm | 424
Phương Tấn | 426
Quan Dương | 429
Quảng Thiện | 435
Song Vinh | 437
Sỹ Liêm | 440
Thanh Thanh | 442
Thạch Thảo | 453
Thái Tú Hạp | 456

Thiên Hà | 459
Thiếu Khanh | 463
Thục Hiền | 466
Thụy Sơn | 468
Thy An | 471
Tiểu Lục Thần Phong | 476
Trần Cẩm Hằng | 483
Trần Đức Phổ | 488
Trần Dzạ Lữ | 496
Trần Hạ Vi | 500
Trần Hoan Trinh | 503
Trần Hoàng Vy | 505
Trần Huy Sao | 511
Trần Thị Cổ Tích | 519
Trần Thị Nguyệt Mai | 525
Trần Thiện Hiệp | 529
Trần Thoại Nguyên | 533
Trần Trung Sáng | 541
Trần Vạn Giã | 546
Trần Vấn Lệ | 547
Trần Yên Hòa | 553
Triều Hoa Đại | 557
Trúc Lan | 563
Trúc Thanh Tâm | 567
Trương Thị Thanh Tâm | 570
Trương Xuân Mẫn | 572
Tương Giang | 573
Tuyền Linh | 576
Uyên Nguyên | 578
Võ Công Liêm | 580
Võ Phú | 584
Võ Thị Như Mai | 589
Vũ Hữu Định | 591
Vũ Khắc Tĩnh | 596
Vũ Trầm Tư | 599
Vũ Trọng Tâm | 602
Xuân Thao | 604
Xuyên Trà | 609

MƯƠI DÒNG ĐẦU SÁCH

TÌNH THƠ MÙA XUÂN vẫn được gọi là một tuyển tập, theo thói quen, nhưng đây đúng là một Thi phẩm với nhiều tác giả, đứng chung với nhau trong cùng một chủ đề. Chúng tôi không chọn lựa những bài hay nhất trong kho Thi ca Việt Nam, cũng không sưu tập những sáng tác của nhiều nhà thơ khác, không hứng thú chơi chung. Nhưng một số ít người thân quen đã khuất mặt, chúng tôi vẫn muốn được giới thiệu lại những sáng tác có liên quan đến mùa xuân của họ. Những tác giả trong sách, gần như có thời điểm khởi hành sinh hoạt văn học từ thập niên 60 đến hiện nay, dĩ nhiên không thiếu những người đã thành danh. Cuộc vui chỉ có gặp mặt, không góp tay in ấn như thông thường hiện nay. Nhà xuất bản Nhân Ảnh được vinh dự in, nhưng quà đến tay tác giả phải do sự vui vẻ của mỗi người, trong điều kiện cước phí không cho phép, đây là điều không đáng thưa, nhưng cũng nên trình trước.

Chủ đề trong thi phẩm là Mùa Xuân. Mùa đầu tiên của một năm, mùa mở ra những hy vọng trong nhiều mặt của cuộc sống. Cảm nhận từ vạn vật, từ tình cảm của con người nẩy sinh giữa thiên nhiên, mỗi tác giả có nhiều bày tỏ khác nhau. Cách ghi chép lại cuộc sống cũng linh hoạt tùy nghi.

Một khuyết điểm dễ thấy, đó là chủ đề nhiều khi hơi lỏng lẻo, một số ít bài thuần túy là thơ tình yêu, hoặc nghiêng về suy tư nhân sinh. Chính vì vậy số lượng bài của những tác giả không được đồng đều nhau. Tuyển tập thơ về mùa Xuân, thật không nên ca ngợi mùa Thu hoặc vẽ lại những cuộc vui của mùa hè.

Ngoài ra sẽ không thiếu những sơ sót khác trong một quy tụ khá rộng rãi. Chúng tôi mong bạn đọc, bạn văn có thể đọc và lưu được trong tủ sách gia đình. Đa tạ.

Luân Hoán
Tháng 3-2022

AN NHIÊN

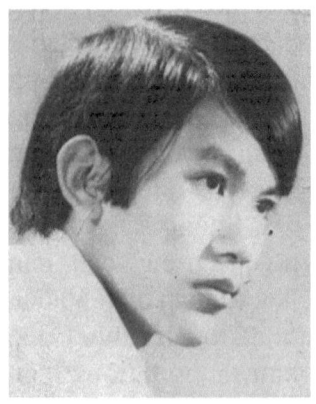

Chào Xuân

dương âm đầu khởi từ
mồng một
Tết Tây
và Tết Ta
Tết nào đàn ông?
Tết nào đàn bà?
cả hai đều là mùa xuân cả.

vạn vật cả thế giới
bắt đầu bằng mùa nở hoa
chim theo cỏ cây cùng hót
bướm ong theo hoa nhụy tung tăng
mùa xuân
mùa của ái tình của đa số
trừ con người bốn mùa mê hoang

người làm thơ
rất ít ai không vẽ đôi nét về xuân
nhưng những tác phẩm luôn có sự không đồng đều

xuân tự nó rất ít riêng rẽ
với chỉ khí hậu
với chỉ nhan sắc cỏ hoa trời nước
với sự dịu dàng thiên nhiên

xuân luôn mở lòng sống với muôn loài
xuân có thơ
xuân có nhạc
xuân có văn
xuân có họa, có điêu khắc, nhiếp ảnh
mọi bộ môn nghệ thuật
không bỏ quên xuân
xuân chan lòng lên tất cả tác phẩm

xin long trọng
chào đón mùa xuân
mùa của mọi sự bắt đầu
vốn khởi đi bằng hạnh phúc

chia vui cùng mọi người anh em bè bạn

ĐÓN TẾT

Sau Giáng Sinh ít bữa
đã thấy tết nhất rồi
một năm mới lao động
để canh tân cuộc đời
và một năm mới khác
để cúng giỗ nhiều người

lễ tết đầu giản dị
thường nghỉ ngơi một ngày
lễ tết kế trịnh trọng
thường kéo dài ba ngày

trước đây là như vậy
bây chừ khác nhiều rồi
thời gian thư giãn sống
tùy vào giai cấp người

giai cấp người cũng khác
tùy vào lực kim tiền
không tri thức có học
miễn là có uy quyền

quan hưởng dân không hưởng
quan có phần lẻ loi
thôi nới thêm ít bữa
ngỡ nước mạnh cũng oai

đón tết nhiều ngày quá
cũng không thiếu khóc ròng
dân ngu khu đen mãi
ngồi ngó đâu dám nằm

ĐƯỜNG XUÂN

mưa phùn ẩm ướt đường đi
cây bình yên nở bông tùy nghi bông
có loại thắm tươi hồng
có loại đỏ rực máu nồng trong tim

tôi đi vơ vẩn, không tìm
một màu hoa nào khác màu niềm nỗi tôi
một chút buồn thật xa xôi
một chút nhớ đang bùi ngùi thoảng qua

một màu tro xám hay là
màu trời mây chuẩn bị sa mưa đầy
màu vàng da lưng bàn tay
hay màu tạp sắc người loay hoay cùng

mùa xuân mùa của số chung
hạnh phúc hy vọng nhớ nhung hẹn hò
tôi mới làm thơ tập tò
dám được khép nép hoan hô cuộc đời

cảm thấy mùa xuân đỡ tôi
bay chào hỏi cảm ơn người yêu thương
mỗi dòng thơ như con đường
mong người không ngại bốn phương giao tình ∎

BÍCH NHÃN HỒ

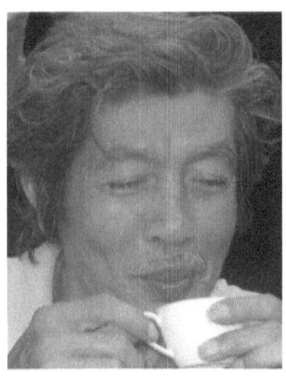

Chùm Thơ Xuân

1
Ô hay trời đất dậy thì
Muôn chim quay cánh thiên di về ngàn
Hoa xôn xao bướm rộn ràng
Bến đời lộc biếc căng tràn nhựa xuân

2
Xuân từ vô thỉ bước ra
Sáng nay nhã hứng ghé qua cõi người
Xuân trịnh trọng và rạng ngời
Phóng tay mở hội gọi mời thế nhân

3
Xuân cảnh đến đi tự đất trời
Xuân tình phơi phới cũng qua thôi
Xuân tâm luôn ở cùng ta mãi
Xuân tứ trào dâng suốt cuộc chơi

4
Xuân đến muôn hoa lên ngôi
Xuân đi muôn hoa thành rác
Xuân cảnh muôn đời chẳng khác
Xuân tâm hoa nở muôn đời

5
Cứ tưởng tết qua rồi xuân hết
Hoa thôi khoe sắc bướm thôi vờn
Nào hay xuân vẫn hằng còn
Đêm nay bất chợt trăng tròn: Nguyên tiêu!

6
Bắt chước người xưa viết mấy câu
Tiễn năm Mậu Tuất lắm gian lao
Đón năm Kỷ Hợi mưa bàn thắng
Tài lộc penalty sút mạnh V...À...O!!! ■

BIỂN CÁT

Đọng Những Hắt Hiu

Vàng mai lay lắt hiên ngoài
Vàng nghiêng bóng nắng đổ dài trên sông
Người về tóc rối mênh mông
Chùn chân đứng lặng bâng khuâng bên thềm.

Nhìn nhau hiu hắt nỗi niềm
Vai áo nhớ sợi tóc mềm vấn vương
Bàn tay còn ấm yêu thương
Mà đời đầy những vô thường xót xa

Cười rưng rưng, mắt nhạt nhòa
Nụ tầm xuân đã phôi pha mấy mùa.

CUỐI NĂM

Chơ vơ như tờ lịch cuối cùng còn sót lại
Một bóng ta về
Nắng vắt qua vai
Chợt thấy mình như trẻ thơ
Bồi hồi muốn khóc
Bâng khuâng ngước nhìn trời
Khóe mắt vương cay.

Chiều cuối năm
Thoáng hương trầm bảng lảng
Cội mai vàng rưng rức nở ngoài sân
Sao không dưng ta đứng tần ngần
Buông nỗi nhớ rớt xuống chân ngày man mác.

Từ biệt xứ ta trở về ngơ ngác
Thềm rêu buồn quạnh vắng bước chân ai
Lòng ta như con nước chảy dài
Những dòng xoáy cuộn sóng tràn hiu hắt.

Chiều ba mươi còn mình ta lặng ngắt
Tiếng thở dài quanh quẩn đến xót xa
Mái ngói cong trở trăn nỗi buồn rất lạ
Gió cuộn chiều tàn vào đêm tối mênh mang.

Đêm trừ tịch ta thắp cho mình ngọn nến
Chén rượu rót đầy
Nghiêng hắt xuống cội hoa
Tháng tận năm cùng
Nhớ quên gì rồi cũng sẽ phôi pha
Ngoảnh nhìn lại
Bỗng dưng thấy đời mình rất ngắn. ∎

CAO MỴ NHÂN

MÙA XUÂN MỚI SANG

Bướm trắng đậu trên áo tăng
Tưởng đâu hoa lài vương cánh
Khép mi chờ sương lấp lánh
Giọt lệ thầm rơi tan theo

Trưa rằm chùa vẫn quạnh hiu
Áo tăng vàng như áo Phật
Bướm vàng bỗng bay đi mất
Hồ Điệp hay là Trang Sinh

Giọng tăng lẫn với lời kinh
Nam mô, yết đế, yết đế
Ma ha, bóng ai tái thế
Thưa không, Kim điệp đăng quang

Trầm hương ngào ngạt mênh mang
Hoang liêu bước chân hành giả
Bướm hồng lượn quanh vô ngã
Bạch thầy, mùa xuân mới sang ■

19/1/2016

CAO NGUYÊN

Xuân Đến?

Có phải tại tuyết tan
Đá sỏi reo rộn rã,
Hay vì bước chân em
Rộn ràng trên sỏi nhỏ?
Vì nắng ấm mây thưa
Nên chim bay đến mỏi,
Hay tại chiếc cành nhỏ
Mà chim ấy dừng bay?

Tết Đến Rồi

Thượng giới là đây chẳng xa xôi
Nếu mùa xuân ấy tựa vai tôi
Nói nói cười cười dưa hạt trắng
Rượu hồng say khướt bởi đôi môi
Thoảng như nàng hỏi một đôi lời
Tưng bừng pháo nổ rộn trong tôi
Bao điều muốn nói... Sao khó nói!
Chỉ bảo nàng ơi, Tết đến rồi!

Haiku

Xuân đến... Chiếc cành nhỏ
ra hoa đỏ... Con chim nhỏ không
nhận ra chiếc cành nhỏ

Nhớ Xuân

Thoáng như vạt áo mông mênh
Bấp bênh nhớ cặp mắt mềm đã trao
Nhớ thêm cành lộc đêm Giao
Vòng tay mấy đốt ngọt ngào hơn Xuân

Ở Đây Tết Chẳng Bao Giờ Đợi Xuân

Đã rồi tuyết phủ đầy chân
Hai tay cũng trắng, tuyết không một đời
Giá băng cũng bệnh của trời
Ở đây Tết chẳng bao giờ đợi Xuân!

Mùa Xuân Của Mẹ

Con buồn
Mẹ buồn

Con giận
Mẹ giận

Con vui
Mẹ vui
"Con là trái tim của mẹ
Con là mùa xuân của mẹ!"
.

Rồi con vào mùa hạ
Với mùa hạ của riêng con
Với những mùa xuân của riêng con

.

Hạ rồi sang thu
Con vui buồn với những mùa xuân hạ của riêng con

.

Mẹ đã mùa đông

Mẹ lạnh
Con không hay

Mẹ yếu
Con không hay

Mẹ đau
Con mới hay

Rồi con lo
Mẹ lo

Rồi con buồn
Mẹ buồn

"Con mãi là trái tim của mẹ
Con mãi là mùa xuân của mẹ!" ∎

CAO THOẠI CHÂU

Chiều Cuối Năm
Nhớ Ruộng Nhớ Đồng

Nghe hơi tết lòng nôn nao nhớ ruộng
Tôm cá theo về chắc đủ cuộc đông vui
Bơi suốt năm giờ con nào cũng mập
Hoa bí hoa bầu son phấn thêm tươi

Đồng mùa này thấy toàn thôn nữ
Dáng xinh đi mặt trời vội theo cùng
Cá bơi từng bầy theo trẩy hội
Có cô là có cả một thanh xuân

Thôn nữ vọc nước kinh rửa mặt
Ta giật mình tưởng tiếc mùi bùn non
Ôi hương đất một thời lỡ dại
Bỏ mà đi ra chốn thị thành

Và cô hát câu gì, thưa thôn nữ
Rất thanh tân mà không biết câu gì
Ôi, lời chân thật gió reo bờ ruộng
Rơi rớt bên đường từ thuở bỏ quê đi

Thấy ở đồng ai cũng là thôn nữ
Gánh lúa về, đâu gánh mẹ gánh con
Gánh nào cũng chứa đầy chân chất
Thơm gió đồng phơi phới chân đê

Tết, mang thơ về nhập bầy tôm cá
Cô vui lòng chịu lưới ta nghe
Hạnh phúc được nằm trong lưới ấy
Quên đau thương phiền muộn tự bao giờ!
Tân An, 23-12-2018

NGƯỜI Ở ĐÂU CUỐI NĂM NÀY

Tôi nhớ người vào lúc cuối năm
Gây gây một chút lạnh âm thầm
Những vỉa hè thốt nhiên cùng dậy muộn
Sau giấc ngủ dài như rộng thêm hơn
Tôi vẫn đi qua khá nhiều thảng thốt
Như đi qua vết lủng trên đường
Là lúc ấy biết bao dằn xóc
Cả bên ngoài, dằn xóc cả bên trong
Nhớ nhung ơi, cũng cần địa chỉ
Bao lâu tôi vẫn bặt tin người
Giữa sóng gió cánh buồm như bị rách
Biển thế nào tôi vẫn ra khơi
Và sáng nay gió nhiều hơn mọi bữa
Cuối năm rồi tôi lại thấy cô đơn
Thấy lác đác dăm căn nhà đóng cửa
Giữa dòng cuồn cuộn của thời gian
Người ở đâu, hoa đã về rồi

Khắp phố xá bừng lên rực rỡ
Những hương ấy và người ơi sắc ấy
Làm lẻ một người, lẻ một người thôi!
Thêm một Tết, lại thêm tờ lịch
Đêm giao thừa điện thoại vẫn không reo
Hồn tôi hóa vô tri vô giác
Im lìm tan tác biết bao nhiêu
Cuối năm rồi, ở tận nơi đâu
Giọng nói ấy vẫn trong như nước lọc
Tự hỏi cuối năm trời và đất
Sao cứ đành biền biệt cách xa nhau

NHỚ BẠN CHIỀU CUỐI NĂM

Năm hết rồi, hết tri âm ơi
Bao nhiêu tờ lịch bấy nhiêu ngày
Giấy mực vô tri mà nhạy cảm
Hiểu lòng ta khốn quẩn khôn nguôi

Nửa ta buồn một nửa ta vui
Đời vẫn thế buồn vui lẫn lộn
Trong cõi vô biên gửi nhớ cho người
Đời tan tác ta gom từng mảnh vụn

Tri âm ơi người rất thông minh
Đôi mắt ấy giấu ta điều chi thế
Dành sẵn cho ta vài bông huệ
Ngày ta về với nghĩa trang xanh

Tri âm ơi trong cõi yên bình
Người khuấy động hồn ta một thuở
Lùa vào tim ta cơn rét dữ
Tê cả lòng giữa buổi tàn đông

Tri âm ơi còn chiếc ly không
Ta một thân không người đối ẩm
Bắt chước giang hồ nghiêng bình mà uống
Dốc cạn hồn ta chiều cuối năm

Năm hết rồi ta lại nhớ tri âm
Mấy ai hiểu lòng ta quặn thắt
Chiều nhiệt đới tìm đâu ra gió bấc
Đủ đương đầu với cái lạnh bên trong? ∎

CAO THU CÚC

ÂM VANG MÙA XUÂN

Tiếng ai gọi đâu đây
Vu vơ bên đồi cỏ
Vu vơ trên rừng hoang
Bâng quơ ngàn suối nhỏ.

Tiếng ai gọi xa xa
Lang thang ngàn lời gọi
Từ đồng quê nội cỏ
Bên suối rừng ươm hoa

Có ai gọi tôi không?
Sao lòng thấy bồn chồn
Muôn hoa đang xao động
Sông nước cũng chảy dồn.

Gọi tôi từ xa vắng
Gọi tôi từ mênh mông
Gọi tôi…chừng đâu đó…
Rừng đào chớm đầy bông.

Ai gọi tôi âm vang?
Hương xuân dâng ngập tràn
Xôn xao mai vàng nở
Mùa xuân! Mùa xuân sang! ∎

Đà Lạt, 1980

CHU TRẦM NGUYÊN MINH

NĂM MỚI

Tặng Nguyễn Tùng Vân

Hãy thắp giùm anh ngọn đèn
Cho anh nhìn rõ mặt ngày vừa đến
Cho anh thấy chỗ chúng ta đang nằm
Cho anh nhớ căn nhà chúng ta đang sống
Cho anh ngậm cuộc tình chưa tan
Hỡi em, cuộc cưu mang chưa đến lúc cùng
Nên hãy mừng năm mới
Hãy thắp giùm anh nén hương
Gọi hồn những người đã khuất
Những người đã bỏ anh lại một mình
Với đời mồ côi lệ đắng
Với nỗi chua cay nát lòng
Hỡi em, kẻ đã thề nguyện tân tòng
Chung một đời nghèo khó
Hãy cắm giùm anh cánh hoa
Nơi cánh cửa mở ra cõi ngoài

Nơi linh hồn anh bao lần ứa máu
Nơi có những chuyến xe đi về
Mang theo những điều mộng ảo
Nơi anh ôm em và chúng ta sẽ khóc
Lần cuối cùng cho mãi mãi ngàn sau
Hãy hát giùm anh lời ca xưa cũ
Chỉ lại con đường tuổi trẻ anh đi
Chỉ lại nhớ nhung, chỉ lại giận hờn
Chỉ cho anh nơi ngày xưa hò hẹn
Chỉ cho anh ánh nắng mai hồng
Đã chói chang một thời lãng mạn
Chỉ cho anh, hỡi em
Ngoài tuổi già vừa đến
Hãy nói giùm anh một lời trìu mến
Yêu anh, yêu anh, yêu anh
Dù đôi mắt này giờ đây đã dại
Dù mái tóc này giờ đây hết xanh
Hỡi em, hãy mở vòng tay ngoan
Ôm hết những úa tàn sót lại
Hãy nhặt giùm anh xác pháo
Rơi trên bãi tình người
Hãy ủ giùm anh cánh hoa
Úa bên bờ cuộc sống
Hãy chỉ giùm anh chỗ nào
Ngồi chờ cơn phúc đến
Hãy đốt giùm anh ngọn đèn
Thắp giữa căn nhà bao năm tăm tối
Thắp giữa cõi lòng đã hết hoài mong
Hỡi em, kẻ chung lòng khứng chịu
Bắt bóng đời nên mãi mãi tay không
Hãy gắng cười giùm anh thật vui
Đón năm mới như người hạnh phúc
Hãy gắng nuốt giùm anh giọt lệ
Nhìn mặt nhau tình đã sáng ngời
Và trái tim anh xin em cầm lấy
Chút quà riêng xin giữ cho đời

Trong Căn Nhà Mùa Xuân

Bây giờ Sài Gòn đồng thanh reo hò
Mùa Xuân đậu trên lầu cao và đường phố
Em còn gì để tặng anh
Ngoài cuộc đời mồ côi bỏ lại
Cậu còn gì để tặng các cháu
Ngoài tiếng súng làm pháo đì đùng
Và anh còn gì cho em
Ngoài niềm đau hiện diện vô cùng

Trong Mùa Xuân Lửa Đỏ

Mùa xuân đến rồi đó
Em tóc xõa soi gương
Thấy ngày vỡ tan hoang
Thấy đêm đầy nước mắt
Mùa xuân đến rồi đó
Trên vai tình giá băng
Súng đã đưa tay chào
Bom đã gầm hạnh phúc
Đạn đã xé hình hài
Thôi cùng đường hy vọng
Thôi cùng đường tương lai ∎

DAN HOÀNG

Nụ Hôn Xuân

Nghiêng xuống một cánh hoa,
Thấy trời đất hiền hòa.
Hương thơm nhè nhẹ thoảng,
Lâng lâng cả hồn ta.

Đỏ thắm nét môi cười,
Rực rỡ sắc hoa tươi.
Lim dim đôi con mắt,
Thẹn thùng dáng lả lơi.

Chơi vơi hạt nắng vàng,
Rớt xuống đời thênh thang.
Mơ màng hàng liễu rũ,
Suối tóc nàng mênh mang.

Ngỡ ngàng chạm hoang sơ,
Nỗi khát khao bất ngờ.

Ào ạt như thác đổ,
Ta với nàng ngu ngơ.

Ngẩn ngơ cánh hoa Xuân,
Phơi phới đẹp vô ngần.
Lung linh chào năm mới,
Hạnh phúc đến dương trần.
Phố biển, 11/16/2021

NỤ HÔN ĐÊM GIAO THỪA

O nớ ơi! Đi mô chẳng quay lại,
Để cái đuôi dài lẽo đẽo theo sau?
Trời đêm nay ba mươi tối đen màu,
O đừng sợ đằng sau ai theo nhỏ?

Trời đông lạnh áo O không kín cổ,
Tóc thề chẳng buông cho gió tung bay?
Tội tình chi mà xoắn chiếc khăn tay,
Cho bối rối lòng anh O có biết?

Đi chầm chậm để cho anh theo kịp,
Kẻo con tim nhịp đập chẳng khít khao!
Đừng vô tình đôi mắt ngó trên cao,
Mà vấp ngã làm đau lòng xác pháo!

Đêm Giao Thừa O có vào cầu đạo,
Nhớ cho anh được dạo bước đi chung?
Anh sẽ chắp tay ngoan ngoãn vô cùng,
Đứng bên O đồng một lòng khấn nguyện!

Lúc O cười lúm đồng tiền chúm chím,
Trông thương thương duyên dáng đẹp làm sao!
Hoa Mai vàng rực rỡ đang đón chào,
Mùa Xuân đến ngọt ngào chao quá đỗi!

Kể chuyện của O trong mùa Xuân mới,
Là ôn lại chuyện hai đứa ngày xưa.
O nhớ không năm trước đi lễ chùa,
Đón Giao Thừa pháo nổ giòn hạnh phúc!

Mấy mươi năm đêm nay lại thao thức,
Vẫn hai đứa mình rạo rực mừng Xuân!
Liếc mắt đi rồi còn thấy nếp nhăn,
Của cuộc đời nồng nàn nụ hôn mới!
Phố biển, 02/01/2019

HƯƠNG XUÂN

Hôm nay trở lại chốn này,
Tìm người em gái giờ đây nơi nào?
Quán xưa trống vắng xiêu xao,
Mùa Xuân vừa đến vẫy chào thế gian!
Dường như hương cũ chưa tàn,
Mùi trà men rượu còn nồng nàn môi.
Tôi ngồi lặng lẽ mình tôi,
Bên trời một bóng mây trôi mất rồi.
Phố biển, 02/06/2021

XUÂN

Xuân mới vừa sang lúc nãy thôi,
Đì đùng tiếng pháo rộn khắp nơi!
Có lắm con người đôi mắt lệ,
Cạnh bên bao kẻ giòn tiếng cười?

Xuân của đất trời vẫn như xưa,
Mai khoe sắc thắm, Đào đong đưa?
Vạn lời chúc Tết đẹp như ý,
Pha lẫn hương vị xót xa đưa?

Xuân đến hy vọng ở tương lai,
Cuộc đời khốn khó bớt u hoài?
Lặng tiếng thở dài trong đêm tối,
Chớ để mơ ước vội tàn phai?

Xuân về rộn rã khắp quê hương,
Núi biếc đồng xanh đẹp lạ thường!
Đất nước Rồng Tiên dường tan tác
Đổi thay cho người hết tang thương?

Xuân đến Xuân đi đã bao lần,
Hạnh phúc con người vẫn mong manh?
Hoa Xuân rơi rụng bao lần nữa,
Được đón mùa Xuân trong thanh bình?
Phố biển, Mồng Một Tết Kỷ Hợi
02/05/2019

Xuân Tha Hương

Đón giao thừa lòng không vui mong Tết,
Dẫu thời gian đã cạn hết chén ngày.
Nhớ năm xưa rạo rực từng phút giây,
Chờ Xuân đến lòng ngất ngây hạnh phúc.

Tết quê người cũng Mai vàng, hoa Cúc...
Bánh Chưng xanh vạn lời chúc An Khang.
Mà tâm hồn sao sầu héo mênh mang,
Trong bình an của ngày đầu Xuân đến?

Xuân tha hương rợp trời muôn cánh én,
Nỗi nhớ nhà len lén ngập tâm tư.
Nhớ Mẹ già thấp thỏm đứng trông chờ,
Đón con về lạy bàn thờ Tiên Tổ.

Thương đàn em đón mừng Xuân hớn hở,

Rộn rã cười cùng pháo nổ đầu năm.
Chốn tha hương trong đôi mắt xa xăm,
Dáng quê Mẹ vẫn hằn trong ký ức.

Tết tha phương nâng chén rượu kính chúc,
Đến mọi người luôn hạnh phúc bình an.
Cầu xin quê hương thanh bình ấm êm,
Con sẽ về sum họp kề bên Mẹ.
Phố biển, 02/11/2021

MÙA XUÂN TÂN SỬU

Đâu có lạ gì những cái Tết,
Vắng nhà, thiếu bạn, cả người thân.
Áo phong trần không che đủ rét,
Đón Xuân sang lòng cứ tần ngần.

Vậy mà sau bao lần nghèo ngặt,
Chẳng Xuân nào nhạt hơn Xuân này?
Nhà nhà hiu quạnh cửa khép chặt,
Đàn trẻ cũng vắng mặt họp bầy.

Ngày Xuân sang sao buồn thế nhỉ,
Phố chợ chẳng rộn rã người đi?
Hoa Đào phơi phới đứng lặng lẽ,
Thiếu khách lãng du đón đưa về.

Nhâm Tý sắp qua Tân Sửu đến,
Thế giới buồn tênh vắng bóng người.
Dịch bệnh khiến bao người lỡ hẹn,
Dù chỉ một lời tạm biệt thôi.

Tết đến làm chi thời vận mạt
Ma quỷ lên ngôi hạnh phúc tàn.
Còn đâu những mùa Xuân tươi sắc

Tiếng pháo đì đùng lúc Xuân sang?
Phố biển, 02/02/2021

Giá Chi mà Đừng Có Tết!

Giá chi mà đừng có Tết,
Mình đã chẳng phải vấn vương?
Lòng sẽ bớt nhớ quê hương,
Bên kia đại dương vời vợi.

Bao năm sống đời rong ruổi,
Nơi nào cũng là quê nhà?
Ở đâu cũng có hương hoa,
Nơi nào đoạn trường cũng khó.

Bỗng dưng trời đổi cơn gió,
Chạnh lòng vó ngựa thời gian.
Giật mình mới biết năm tàn,
Bàng hoàng hết năm lại Tết.

Tết đến báo một năm hết.
Xuân sang kẹo, mứt, bánh Chưng...
Quê nhà thì vẫn vẫy vùng,
Năm cùng ngày tận vẫn thế?

Bốn mươi sáu năm máu lệ,
Bao nhiêu vật đổi sao dời?
Bao nhiêu nước mắt đã rơi?
Bao nhiêu con người phiêu bạc?

Bao nhiêu niềm tin đã mất,
Oán hờn chất ngất trời cao?
Ước chi sông núi sôi trào,
Anh hào chí cao quật khởi.

Xuân sang mang niềm yêu mới,
Tết đến hy vọng đẹp tươi.
Giá mà đừng có chia phôi,
Mình đã vui cười đón Tết.
Phố biển, 11/19/2021

Hẹn Một Mùa Xuân

Tôi bỗng ghét mùa Xuân về trước ngõ,
Ngắm Mai vàng hé nụ ở bên hiên.
Bởi Tết này thật là lắm ưu phiền,
Đi không tới mà người về lỡ hẹn.

Giá mà tháng Chạp đừng có vội đến,
Giá rét đừng lui, chim én không về.
Bánh đừng gói và mứt chớ bày ra,
Thì ai biết là Xuân sang chứ nhỉ?

Bỗng tự nhiên thấy hồn như tươi trẻ,
Chút bâng khuâng nhè nhẹ đến trong tim.
Hoa Vạn Thọ khoe sắc ở bên thềm,
Những mùa Xuân trước êm đềm quay lại.

Tôi bỗng mơ một mùa Xuân nhân ái,
Khi loài người hết sợ hãi đau thương.
Xã hội không còn thảm cảnh nhiễu nhương,
Nhà tù trở thành vũ trường vui nhộn.

Nguyện xin bình an đến thay nguy khốn,
Đại dịch khắp chốn qua cơn khổ đau.
Xuân ơi đừng đến xin hẹn Xuân sau,
Cho nụ cười được thắm màu hạnh phúc.
Phố biển, 02/08/2021

MÙA XUÂN KHÔNG ĐẾN

Có lẽ năm này không đón Tết,
Vì năm hết vẫn dửng dưng lòng.
Mai nở sớm tả tơi bên song,
Nhà trống trải cũng không Đào, Tắc.

Chẳng đỏ xanh bánh mứt khoe sắc,
Cỗ đầy nhà trông thật buồn tênh?
Chỉ có em và anh loanh quanh,
Dĩa dưa hành, ly rượu cũng đủ?

Ngọn đèn sáng bàn thờ Tiên tổ,
Mâm ngũ quả thế cũng vừa xài.
Mười hai tháng trôi mãi miệt mài,
Chỉ ước vọng còn hoài hạnh phúc!

Các con ở xa gọi điện chúc,
Cũng đủ tình hạnh phúc đầu năm.
Nhớ xưa cách Cha Mẹ xa xăm,
Mình vắng mặt người nào có trách?

Bốn sáu năm trời vẫn xa cách,
Chẳng Tết nào họp mặt đoàn viên.
Nếu lại thêm một cái Tất Niên,
Trong chờ đợi cũng yên em nhỉ?

Tết lại đến giàu thêm ý chí,
Chẳng mong đời hoàn mỹ nữa đâu.
Chỉ cầu sao mình mãi bên nhau,
Nâng ly chúc MÙA XUÂN TƯƠI THẮM!
Phố biển, 01/26/2021

XUÂN NÀY XUÂN XƯA

Những ngày gần Tết nghe eo óc,
Nhớ tiếng gà trưa gáy trong vườn.
Lòng sao thương quá màu nắng ngọc,
Chao nghiêng trên đôi cánh Chuồn Chuồn.

Giậu Phướn lung lay làn gió mới,
Mơn man thổi tới mấy hôm rày.
Xóm làng rộn lên câu chào hỏi,
Đầy nong nếp, đậu, thịt... giã, xay...

Đời bình yên những mùa Xuân ấy,
Áo mới trinh nguyên nét khôi ngô!
Bông Bưởi, hoa Cau... thơm nhiều vậy,
Mà sao cuộc tình mãi bơ vơ!

Xuân này lại nhớ Tết năm cũ,
Niềm vui cứ rộn rã trong lòng.
Đã mấy mươi năm đời biệt xứ,
Xuân đến bao lần ngỡ như không?

Hoa Cúc vàng tươi nhà mấy chậu,
Còn thương Vạn Thọ góc vườn xưa.
Cuối năm nghe sao lòng nhớ Bậu,
Mai về Đồng Nai tắm sông trưa. ∎
Phố biển, 01/15/2019

DUNG THỊ VÂN

Tưởng Mẹ Thấy Mùa Xuân

Ngày mai mồng một rồi thưa mẹ
Không phải ba mươi
Con cứ nhầm lẫn vì đêm nay là hai mươi chín
Quy luật đã rồi sao con cứ vẩn vơ

Mẹ ạ ngày mai là Tết đấy
Hai mùa mai nở đào ra hoa
Hai mùa gió nghẹn trong lồng ngực
Thương ảnh mẹ hiền năm tháng ngược đường trôi

Bây giờ trả hết miền thiên mệnh
Con dõi một bờ đội cả nắng mưa
Bên ấy hội hoa mẹ áo the quay mặt
Con dại bến bờ tát nắng cả mùa xuân

RƯỢU XUÂN

Ta hãy cùng nhau
Vẽ hình hoa rượu
Rồi uống cho say
Cho cạn mắt môi này
Bạn nhé hãy cùng ta nâng chén rượu
Đây ly rượu đỏ rượu tình huyên
Cùng nhau chuốc nhé mừng xuân đến
Ngắm cánh mai vàng lay trước hiên
Ta hãy cùng xuân hòa rượu cạn
Một niên ngoảnh lại áo cơm dày
Vá lại tháng năm đong tình bạn
Mừng xuân ly rượu cứ vơi đầy
- Mừng xuân ly rượu cứ đầy vơi... ∎

DƯ MỸ

XUÂN VỀ LẠI VỌNG CỐ HƯƠNG

Không gian rực sáng ngời hoa tuyết
Ta để hồn mình lạnh với xuân
Xưa đi ai hát câu tiễn biệt
Để nhớ bây giờ hỡi cố nhân.

Con én bỏ mùa xuân biệt xứ
Còn đời ta lạc mất quê hương
Một thời máu thắm tô chiến sử
Bè bạn tan thây giữa chiến trường.

Đêm xuân Bắc Mỹ mơ về phố
Nhìn lại đời mình đã mấy xuân
Cơm áo miệt mài trên đất khách
Quê nhà, lòng chạnh nhớ bâng khuâng.

Bạn hữu mấy thằng chinh chiến cũ
Đông tây nam bắc đã lạc nhau
Cho dẫu qua rồi cơn sinh tử
Mà vẫn ôm hoài một nỗi đau.

Xuân đến rót mời nhau chén rượu
Tao phùng xin hẹn buổi quay về
Trăm nhánh sông đều xuôi ra biển
Ta sao đành bỏ mất tình quê? ∎

DƯƠNG KIỀN

EM VÀ MÙA XUÂN

Mùa Xuân nào em khóc,
Tiếng khóc đẹp chào đời.
Môi ngọt giòng sữa mẹ,
Mẹ khóc hay mẹ cười?

Mùa Xuân nào em hát,
Tiếng hát tuổi mười lăm.
Tóc thề bay với gió,
Gió hôn em thẹn thùng.

Mùa Xuân nào em đi lễ,
Dắt con lên điện thờ.
Mẹ con quỳ lễ Phật,
Nam Mô A Di Đà.

Mùa Xuân nào bỏ nước,
Lấm tuyết bàn chân buồn.
Đi trong trời xứ lạ.
Vẫn nhớ mùi nhang thơm.

Năm nay Giao Thừa điểm,
Điểm sáng kiếp phù sinh.
Lòng bỗng như gió thoảng,
Và thơ thơm mùi kinh. ∎

Xuân Bính Tý, Bergen, 19-02-1996

DZẠ LỮ KIỀU

MỖI ĐỘ XUÂN VỀ

Tết Nguyên Đán chưa về
Gió bấc lạnh tái tê
Mưa xuân đậu trên tóc
Mậu Thân mãi hẹn thề

Khỉ đỏ Trường sơn về
Gieo tang tóc hồn quê
Hai sáu ngày xứ Huế
Đau thương quá ê chề!

Mỗi năm hướng Tết quê
Ngút đau thương tràn về
Xóm làng đều cùng giỗ
Chia sẻ những não nề

Hơn nửa đời lạc quê
Chưa xóa được lời thề
Nỗi lòng ai thấu hiểu
Lưu sử sách cận kề...

Đời còn những bùa mê
Dấu ấn khi xuân về

Ngàn năm lưu sử tích
Trên mảnh đất Hương quê!

Cao nguyên, 05-01-2021

NHỚ TẾT XƯA

Mỗi năm cứ Tết về
Xứ Huế buồn lê thê
Bao nhiêu niềm đau đớn
Chưa gội rửa lời thề

Ngày giặc tràn vào đây
Tan tác phố đêm ngày
Dân lành thêm ly loạn
Căm hờn lũ tay sai

Năm hai (52) năm qua rồi
Sao tim ta vẫn nhói
Mỗi tết Nguyên đán về
Tình dâng trào nước mắt

Bao gia đình ly tan
Con cái chịu lưu lạc
Phải vào viện mồ côi
Tản mác khắp phương trời!

Cha mẹ xác chôn vùi
Sau bao ngày hết Tết
Hoặc nằm bên khe suối
Thân xác chẳng toàn thây!

Dối trá hiện từng ngày
Mậu Thân ghi sách sử
Thế hệ sau nhớ kỹ
Lời hoa mỹ đừng tin... ∎

Phố núi, 27-01-2021

ĐẠM THẠCH

Cúi Hôn Mùa Xuân

bài thơ vừa chạm mùa xuân
đã nghe gió chướng về thân thiết ngày
đợi em còn kẻ lông mày
rảnh tay thả nọc cấy cày đồng anh
khói chiều ngả ngọn mong manh
hiu hiu cơn gió sao canh cánh lòng
từ anh cuối ngọn con sông
tưởng leo đỉnh núi, tưởng đồng bằng quên
may mà gốc rạ còn quen
may mà chân lấm in lên tháng ngày
may mà mẹ dạy: ngày mai
có yêu ai nhớ đừng thay đổi người
yêu em - giống mẹ một thời
bàn chân nứt nẻ, cuộc đời nắng mưa
như ngày đợi héo cuống dưa
đợi thôi vất vả xuân chưa muộn màng

cúi hôn em nụ hoa vàng
cúi hôn bờ cỏ vạch đàng em qua ■

ĐAN THANH

Nhắn Giùm Em Hoa Vàng Nở Sớm Nay

Bất chợt sớm nay...
hoa hồn nhiên bừng nở
Vàng mong manh và rất đỗi non tơ
Hoa giữ mùa thơm
trong từng cánh ngẩn ngơ
Giữ xuân lại bồi hồi run lá mới
Nhớ thuở xa mình đi về chung lối
Đường hoa vàng mấy độ bước ta qua
Chợt nhớ chợt thương ngày ấy rất xa
Lá bối rối, hoa thẫn thờ trước ngõ
Anh vẫn gọi em nàng thơ bé bỏng
Chừ xa rồi thầm tiếc
nhớ thuở hoa niên
Chút xương hoa ngày ấy nhói niềm riêng

Vẫn bối rối bồi hồi trong trang vở
Xuân của đất trời lại về theo hoa cỏ
Xuân của mắt môi đi biền biệt không về

Ơi chị ơi!
nếu một thoáng tình cờ
Gặp người ấy lại về qua lối nhỏ
Nhắn giùm em hoa vàng xưa đã nở
Nhắn giùm em thương nhớ vẫn đong đầy
Nhắn giùm em hoa vàng nở sớm nay
Hoa lối cũ võ vàng trong màu nắng
Biết người dưng...
có còn qua ngõ vắng
Nói hộ em lòng hoa vẫn ngậm ngùi
Nói hộ em
Biết đến thuở nào nguôi...

NẮNG ĐÀO XA

Nắng quê hương đẫm vàng trên đảo Ngọc
Xuân đã về theo
mây trắng thênh thang
Gió trùng khơi lùa trong tóc miên man
Một sáng mùa Xuân
nước biếc cát vàng
Lời của sóng xôn xao trong tình biển
Thoáng đãng bao dung nước mây thân thiện
Sóng nhuộm xanh câu thơ chợt trở về
thuở hoa niên.
Mùi biển mặn tình quê
Biết ai đó tri âm chừ có nhớ
Vẫn chung trời, vẫn nước mây một thuở thơm xuân thì
Màu hò hẹn vẫn xanh
Phú Quốc sớm nay, hoa cỏ nhớ anh
Vẫn ấm áp dịu dàng
dẫu cách xa thiên lý

Thiệp Xuân

Chồng tôi tặng cánh thiệp xuân
Khéo tay: xóa sửa từ tên của người...
Giả đò không biết: tôi cười
Thiệp in hoa bướm buồng cau nhánh trầu
"Râu tôm nấu với ruột bầu"

Hồn Quê Hương vẫn Gõ Nhịp Hoàng Sa

(Tưởng niệm những người lính trên tàu Nhựt Tảo HQ-10)

Có sớm xuân nào như sớm nay
Gió bấc buồn trên lá me bay
Ai bảo ngày đông sầu em nhỉ
Xuân cũng hao gầy, cũng lắt lay

Chị nhớ mùa xuân xưa rất xa
Tiễn em ngày ấy nắng quê ta
Tàu em vệt nắng buồn trên sóng
Nắng hoa niên và nắng Hoàng Sa

Em chẳng về sao? Em chị ơi!
Chiều nghiêng dưới lá mắt em cười
Áo thư sinh vẫn còn trên giá
Em ở đâu?
Nhòa nắng biển khơi

Em chẳng về ư? Em chị ơi!
Đảo xa máu nhuộm cuối phương trời
Cô hàng xóm nhỏ buồn chăn gối
Răng khểnh không cười
Tóc chẳng vui

Ơi đảo Hoàng Sa sóng Hoàng Sa
Dù bao hải lý vẫn quê ta
Màu cờ Nam Bắc không chung sắc
Nên máu nhuộm buồn biển đảo xa

Em chẳng về ư?
Em đã xa.
Ngậm ngùi chìm trong biển bao la
Tổ Quốc rưng rưng, hồn sông núi
Đảo xa như thế cứ thêm xa

Đã mấy mùa qua, xuân lại qua
Hàng cau... vẫn đợi trước sân nhà
Gió tiễn mây về... Em biền biệt
Nhưng hồn quê vẫn gõ nhịp: HOÀNG SA

CHO DÙ XUÂN ĐÃ QUA

Chẳng dám cầm tay lúc trẻ
Chưa biết ngón thon mượt mà
Tất cả những gì xinh đẹp
Anh chưa một lần biết qua
Bàn tay cuối đời tàn tạ
Hằn sâu từng rãnh phong ba.
Ngón buồn héo gầy vất vả
Thương em tháng ngày cách xa.
Mùa xuân lận đận mưa sa.
Bóng em long đong cuối phố
Để anh chín thương mười nhớ
Xót lòng ở phía không em.
Hai bờ đại dương xa lắc.
Giật mình bấm đốt ngón tay
Biết xuân có về bên ấy
Có xanh con đường cỏ may?

Xuân Giang Hà

Một sớm cuối xuân
ngược lên vùng Tây Bắc
Núi đá xây thành mây trắng trời xa
Sông xanh màu lá rừng
Mã-pí-lèng sung túc cỏ hoa
Dịu dàng chảy giữa vùng đá tai mèo hung hăng nằm mai phục

Ơi Nho Quế bâng khuâng sau ngả khuất
Có hẹn cùng Sông Gâm về với Cao Bằng
Tu Sản - Hà Giang
Núi đá giăng giăng
Dựng cao ngất, mây vờn cây thân thiện

Bến Nà Phòng vẫn dõi theo lưu luyến
Bảo Lâm có còn tam giác mạch vào xuân
Từ Nghiễm Sơn sông vượt thác băng rừng vào Lũng Cú - Đồng Văn...
Sông ngỡ ngàng giữa địa tầng hùng vĩ

Núi tiếp núi mượt mà xanh cây cỏ
Mình có nhớ nhau
Như trăng nhớ lưng đèo
Núi vút cao ngược đường dốc cheo leo
Bàn tay ấm níu tay
(điểm tin cậy bình yên) giữa vùng Pả Vi đá tai mèo rình rập
- Nhớ bước đúng dấu chân anh vào Pải Lùng khi xuống dốc!
Taly âm hun hút sâu taly dương mỏi mắt ngước nhìn

Trên dốc đá chênh vênh hoa phơi phới niềm tin
Xao xuyến khoe sắc hương với mùa xuân Tây Bắc
Xuân ngỡ ngàng giữa trời mây non nước
Xuân bồi hồi trong bối rối nhịp tim

Tiếng rừng xuân reo vui cùng tiếng suối tiếng chim

Hòa với tiếng cười đôi mình giữa gió ngàn thác bạc
Tây Bắc sớm xuân
núi non trùng điệp
Thăm thẳm vực sâu cao ngất đỉnh trời

Vẫn thấy bình yên
thơm thảo nụ cười
Vẫn ấm áp dịu dàng từng ngón tay tương ngộ
Hẹn mùa xuân Hà Giang ta trở lại

(Hò hẹn với Hà Giang - 2019)

XUÂN

Mùa xuân của đất trời
Lại về theo hoa cỏ
Mùa xuân của cuộc đời
Không bao giờ đến nữa

Bước lui, bước lui mãi
Mà chẳng gặp ngày xưa
Đời trầm luân gió mưa
Mùa xuân không về nữa ∎

ĐÀO MINH TUẤN

Chữ Trinh Phi Tần

1.
Ngồi trong tím nhạt Ngô đồng
Nghe văng vẳng tiếng giấc nồng cung phi
Lửa yêu phủ nét xuân thì
Khuôn trăng còn đọng nhu mì thuở xưa

2.
Trễ tràng khuy áo ban trưa
Hé đôi bồng đảo có vừa lòng ai
Ngộ từ giấc mộng thiên thai
Xiêm y cởi bỏ hình hài tận dâng

3.
Mong mơ một phút ân cần
Phút chăn giây chiếu dự phần cuộc yêu
Thịnh suy là chốn Vương triều
Lụy say đời thực là phiêu cõi tình

4.
Ngô đồng tím nhạt phiêu linh
Còn đây hóa đá chữ trinh phi tần...

TỨ QUÝ NGHINH XUÂN

   1. MAI
Xuân đáo hiên nhà, mai hé nụ
Hương trầm ngan ngát, phút chân tu
Tâm yên ngoái vọng, ơn tiên tổ
Thiên hạ bằng an, sống nhân từ...

   2. TRÚC
Trúc xinh đầu ngõ, miên man nắng
Đẹp dáng em xinh, nét vĩnh hằng
Ngoài kia thoang thoảng, mùi gió Tết
Em về phố thị, đón xuân sang...

   3. CÚC
Đường quê rực nắng, cúc khoe dáng
Vàng áo em xinh, nét dịu dàng
Sắc xuân chợt đến, hương trong gió
Em về dáng ngọc, cõi bằng an...

   4. LAN
Nghinh xuân hé nụ, lan một nhánh
Mộng phút đoàn viên, ấy tâm thành
Mãn khai xuân đến, vui an lạc
Rộn ràng thôn xóm, đẹp như tranh... ∎

ĐẶNG CHÂU LONG

Chưa Phải Lúc

chưa tỉnh được
giữa giòng say ngầu đục
trong loạn cuồng
vùi ngập sắc xuân đời
chưa tỉnh được
choáng từng lời u mị
giả hình thay
câu chót lưỡi đầu môi
xuân sắc mới
tràn về như đã hẹn
nghẹn ngào đời
vẫn hàm tiếu muôn hoa
xuân sắc đến
lạnh lùng khua gió nhẹ
rắc hương nồng
nào đâu vị thái hòa
chưa tỉnh được

trời ơi sao vui được
xuân dù nồng
nhưng chỉ dừng bên song
những mái lá
tối tăm bên ngày mới
liêu xiêu đời
thả một kiếp muội mông
xuân khơi gợi
một vết đau miên viễn
tủi đời riêng
nhìn thế thái linh đinh
xuân vẽ vời
phô phang muôn nét sáng
chỉ phù du
không rạng tỏ bình minh
chưa tỉnh được
chỉ mong đời bình dị
đời nhẹ trôi thanh thản
nụ cười tròn
những hôn ám đời
không nơi ngự trị
để mùa vui
về lại với muôn người
xuân cứ đến rồi đi như thiên định
lặng lặng đến đi
đừng rộn lòng đau
chờ gió mới
về sau vài sau nữa
thịnh trị đời
sẽ cùng xuân lao xao

ĐÊM

rồi như bình minh – ánh sáng sẽ lan dần – lan dần –
màu u ám ngày cũ biến tan theo ảo vọng mê cuồng để muôn
loài bình an cõi sống thỏa khát khao bơi lặn với đời thường

rồi như nhánh mai cứng cỏi tuyết sương để chờ ngày mãn
khai hoa nụ – chút mầm non sẽ mướt xanh cùng đời – chút
hoa rực vàng nở an ủi mọi sinh linh đang héo mòn giữa chốn
vô minh | rồi như con gió ngày mới mơn man tình nhẹ – dịu
điệu thường xuân len lỏi khắp cõi miền – gió ơi – gió chẳng
cần làm gì – hãy mơn man giữ giùm hạt từ tâm xua tan nỗi đời
thống hận bi ai
@
ôi – tôi đang nói với ai giữa khuya trừ tịch – tôi mỉm cười
cùng đất trời trong đêm cuối – tưởng tượng ra một hy vọng
chói lòa cho năm mới dần về
đã quá lâu chờ đợi
đã quá mòn niềm mơ
ngày đang tới ơi – hãy mang theo nguồn thiêng lực hồi sinh –
hồi sinh những mảnh đời tơi tả – đang bó gối gục đầu bên hố
thẳm mông lung chực chờ một suy tàn
@
và tôi nghe ra hơi lạnh của giọt sương dần đọng giữa mầm
xuân – đất trời đang hé chút màu son – nhẹ lan tỏa từng giọt
sáng ngọt ngào | và tôi ơi đừng chết nghẹn vì choáng ngợp
niềm vui giữa bình minh ngày mở đầu cho năm tốt lành mới
khởi sinh | vạn vật và con người khai vận hội khương bình

Phương Thẳng Đứng

mùa xuân mầm mọc thẳng
nụ mai nẩy chọc trời
mùa hạ lửa thẳng đứng
nắng hanh đốt cháy đời
mùa thu thôi đứng thẳng
lá theo gió bời bời
đông tàn khô lạnh cứng
giọt sương đọng rã rời
mùa tôi phương thẳng đứng
theo hố thẳm sầu rơi ∎

ĐẶNG HIỀN

NẮNG XUÂN

Nắng xuân đã chan hòa khắp nơi
Thức dậy đi tình, em luôn nghĩ đến
Dù ngày vẫn sáng mờ sương
Vẫn ù lỳ như chú rùa hiền lành em thương

Những cọng rau xanh em nuôi mớm
Nhớ mong vùi vào nhớ mong
Phòng triển lãm tranh chập chờn mộng mị
Mười bốn năm hơn anh dọa vẽ bằng lời

Tình yêu như bức tranh vẽ
Quên mang theo khi dọn nhà
Bỗng một hôm lòng buồn thầm lặng
Thương con đường lạnh mùa xuân qua

Làm sao em tin vào khúc nhạc
Sắc màu cùng những bài thơ
Cả ba trong một nghi ngờ
Thơ viết cho nàng là viết cho em

Dậy nghe anh kể về giấc mơ
Lạ lùng cùng những đắm mê
Môi thơm mùa dâu chín
Con dốc tình nghiêng nét thanh xuân

Nắng xuân đã chan hòa khắp nơi
Thức dậy đi mình thức dậy đi em

MÙA XUÂN

Anh muốn viết cho em bài thơ
Dịu dàng như em
Bài thơ của những năm bốn mươi
Khi con của chúng ta sắp sửa chào đời
Số tử vi nói trai Nhâm nữ Quý
Em hy vọng là nó con trai
Anh thỉnh thoảng vào ra
Chọc em cười bằng cách gọi tên con
Hạnh phúc ngời sáng mắt em
Đẹp như những đóa hoàng mai
Em sẽ sinh con vào mùa xuân

Bao nhiêu năm chung sống cùng nhau
Anh chợt nhớ ra em chẳng bao giờ ca hát
Đôi khi em khóc vì anh
Đôi khi em tiếu lâm liến thoắng
Em bên anh tự nhiên như số trời đã định
Như lấy chồng thi sĩ
Để tự chế em không thèm đọc thơ anh
Mùa xuân con sẽ chào đời
Thu đông con hành em đau lên đau xuống
*

Phải chăng chuyện thơ văn là thuần tưởng tượng
Là của bạn bè và những người chung quanh
Đừng nói ngược những điều đã qua
Khi không thể nào khác đi quá khứ
*
Con của chúng ta sẽ chào đời vào mùa xuân
Sẽ thơ hơn thơ
Như tình yêu em.

NGỌN THÁNG GIÊNG

Tôi trở về tấm lòng tuổi thơ
Tôi trở về tiếng cười bỡ ngỡ
Cổ áo đêm gió buồn lành lạnh
Ngóng ngày dài theo giọt nước trong

Mai thức dậy mong người ở lại
Nến mùa đông thắp chút thơ tình
Mưa cuối năm sao lùi lại mãi
Chợt xa nhau nắng gió ơ thờ

Tình tháng giêng xanh từng phiến lá
Ngày tháng giêng thăm lại quê nhà
Em có gặp ai mà lạ nhỉ
Còn làm thơ ở thế gian này

Tôi vẫn vậy ù lì như nhớ
Thơ không chờ cũng chẳng chờ thơ
Ngọn tháng giêng quên lời xin lỗi
Ngọn tháng giêng tôi nhớ vô cùng

Tôi trở về tấm lòng tuổi thơ
Hồn thanh xuân như sổ thông hành
Thoáng mười năm, mười năm lặp lại
Nhìn bóng mình ngọn tháng giêng trôi.

GƯƠNG SOI

Như tấm gương soi mỗi sáng
Âu yếm từng vết nhăn
Em trách tình quên những thiết tha
Nhớ nhung như sương như khói

Thời gian trôi bằng trái tim thiền sư
Úa tàn mùa hoa trí nhớ
Ước mơ tan theo ngày tháng cũ
Mù mờ màu tuyệt vọng là anh

Anh như chàng trai không tuổi
Ngu ngơ tìm em ngày muộn
Bắt chước người xưa nhìn đáy cốc
Thấp thoáng bóng chiều bay

Hoàng hôn về trên đôi môi không son
Nhuốm dấu muộn phiền
Lý trí là em những câu thơ
Bỏ quên con tim thèm nhớ

Đêm hát lời trăn trở
Giã từ một vòng ôm
Những giấc mơ của đôi ta
Trải giấc chập chờn cùng những cơn đau

Như tấm gương soi mỗi sáng
Bình minh thơm cánh môi em
Anh để dành từng giọt nắng
Lạc nhịp, khi niệm hai tiếng nam mô...

ĐÓ LÀ MÙA XUÂN

Anh muốn viết một bài thơ
Tả cơn gió hôn tóc em bay
Len vào ngực vào áo vào làn mây
Và anh không hề giả dụ

Em hiền như ly nước mát
Đơn giản như nụ cười không son
Là quả trứng buổi sáng, là tô canh rau buổi chiều
Là cơn mưa thì thầm trên thềm khuya

Em là xếp của nhớ thương
Em oai như nữ tướng
Em tính toán rạch ròi
Em rất bao dung

Anh vay tình em mòn mỏi tháng ngày
Em độ lượng bên nỗi buồn co ro trong đêm
Làm sao trả lời em
Khi trời thì mưa và em thì nhớ

Anh bảo ngày của anh bình thường
Em trách sao không có gì để nói với em
Anh viết một bài thơ về ngày xưa
Em bảo yêu em sao anh không chung thủy

Sao trái tim mình còn non
Mặc dầu tình đã già từ lâu lắm
Em hỏi mỗi sáng anh tắm
Có nhớ có xôn xao từng cơn sóng biển

Vẫn là mùi hương của ngày mưa phố cũ
Vẫn là câu hỏi nhẹ như hơi thở em xưa
Anh có còn yêu em nữa không
Anh có còn muốn ở bên em nữa không ∎

ĐẶNG TƯỜNG VY

CÒN BAO NHIÊU NẮNG ĐỂ DÀNH

Ơ hay, Tết đã về rồi
Sương phơi trắng toát lưng trời tha hương
Xứ người không gánh bán bưng
Xứ người mắt phố giăng mùng chờ yêu

Ơ hay, Tết có bao nhiêu
Tách trà xứ lạnh không chiêu đãi người
Nhánh mai non nụ biếng lười
Không khoe sắc thắm không cười đón xuân

Trẻ thơ lời chúc non mầm
Bao lì xì đỏ cũng thầm thì xa
Ơ hay, Tết đến tận nhà
Bạn bè khuất ngõ, con gà ngủ đông

Bên hiên em ước trời hồng
Em mơ vạt nắng sưởi bồng bềnh say
Trăng khuya soi chén rượu đầy
Ta, nàng xuân mới tròn xoay đất lành

Còn bao nhiêu nắng để dành
Còn bao nhiêu tiếng cười thanh với đời
Xuân này mắt nắng ngủ lười
Xuân này em thả tiếng cười trong mơ

Hỏi xuân, xuân lặng im tờ
Hỏi em, em thả hồn thơ chín lòng
Xuân về trời đất say bồng
Xuân về em gói chất chồng nhớ thương. ∎

23/01/2020

ĐỖ DUY NGỌC

Bài Thơ Chiều Cuối Năm

Gió lạnh xôn xao cây rớt lá
Tết đến mà ta chẳng chịu về
Chiều vội dừng xe trên đỉnh dốc
Nhìn mây lòng chạnh nhớ hơi quê

Quê nhà ta chẳng còn ai ngóng
Ba Mạ giờ bóng khói hư vô
Anh em xao xác đi bốn bể
Bạn thân giờ yên ngủ dưới mồ

Thế vẫn vọng về xa lắc ấy
Một thời tuổi nhỏ chạy khắp nơi
Lượm viên pháo lép vùi trong áo
Chờ giao thừa góp tiếng nổ chơi

Nhớ Mạ mứt gừng cay trong gió
Tay Ba gói bánh lá dong xanh
Nhớ mùi nhang khói đầy ngõ nhỏ
Nhớ cây mai hoa nở đầy cành

Tất cả qua rồi không trở lại
Tuổi già hiu hắt giữa phố xa
Cuối năm lòng bỗng như chùng xuống
Nhìn mùa xuân lại nhớ quê nhà.

SAU TẾT

Bao cuộc lang thang vô nghĩa lý
Gần hết đời tiếc nuối bâng quơ
Lương tâm chẳng còn chi giá trị
Chỉ có cười thuê khóc giả vờ

Chiều muộn nhang tàn hoa úa héo
Tết đến xuân đi chẳng được gì
Thương mình luống cuống tìm hơi thở
Khóc bạn nến gầy ly rượu đi

Ừ nhỉ! Thế cũng xong một Tết
Chẳng có gì vui chỉ đượm buồn
Cha mẹ đã vùi thân dưới cỏ
Anh em mừng cũng chén trà suông

Thời thế chỉ toàn đâm với chém
Trẻ con lấy máu kiếm vận hên
Người lớn bôn ba tìm bổng lộc
Ta bàng hoàng giữa đám kên kên

Thần linh hòa lẫn đời ô trọc
Đức Phật từ bi chẳng dám cười
Đồng bạc tanh hôi đầy ra đó
Thánh thần trộn lẫn lũ đười ươi

Còn bao năm nữa trụ trần gian
Thế cuộc tang thương thế cờ tàn
Thoảng nghe trong gió mùi dao nhọn
Rượu rót đầy ly lạc giọng gàn.

Tháng Giêng

Tháng giêng về lạnh buốt hai vai
Nửa đêm run với trận ho dài
Nằm co quắp hai tay bó gối
Thương thân mình xót phận cho ai

Tháng giêng về mắt đâu còn xanh
Đợi chồi non nhú lộc trên cành
Trời buổi sáng sương mờ ướt tóc
Chỉ một mình ta đi loanh quanh

Tháng giêng chờ thêm một nhành mai
Nhớ cánh hoa thêu ở mũi hài
Xưa thong dong bay tà áo lụa
Giờ cô đơn gói giấc mộng dài

Tháng giêng chờ năm tháng đi ngang
Cửa khép vườn hoang đỏ lá bàng
Thềm rêu nằm đợi bàn chân bước
Có mối tình mưa nắng không tan

Tháng giêng buồn cô đơn đôi tay
Thả cuộc đời phó mặc rủi may
Chờ chi nữa bạc dần râu tóc
Cuối chân đồi ngựa đi như say

Tháng giêng buồn Tết sẽ chẳng vui
Thôi nằm yên mong giấc ngủ vùi
Ôm ký ức gối giường trăn trở
Qua ga rồi còn tàu nào lui

Tháng giêng rồi sẽ qua tháng hai
Vẫn còn đây những vở kịch dài
Thêm áo mão vẽ râu mang kiếm
Đứng bơ vơ sân khấu lạc loài

Tháng giêng rồi nhện vẫn giăng tơ
Nhà vắng hoe ta bỗng bơ phờ
Thêm ánh lửa đốt tìm hơi ấm
Người lung linh qua tấm ảnh mờ

Tháng giêng đi thêm một chén trà
Tiếng còi tàu đã về nơi xa
Hoa tơi tả giữa tờ thư cũ
Nghe tiếng chuông ngân giữa mái nhà

Tháng giêng đi còn ai mà trông
Qua thời gian môi đã thôi hồng
Ta lảo đảo đi về cuối phố
Tim héo mòn giống lá mùa đông

Tháng Chạp

Tháng chạp đi qua quá vội vàng
Bồn chồn cơn gió lạ tạt ngang
Vườn ai hoa nở vàng trước ngõ
Sương đọng đìu hiu đợi úa tàn

Ta ngỡ mây về trời rất trong
Dạ cứ nôn nao héo cả lòng
Người ở chân trời ta cuối đất
Sắp hết năm rồi bàn tay không

Tháng chạp lại về với chút mưa
Mưa như hạt bụi nắng chưa vừa
Chân người lướt nhẹ hòn đá nhỏ
Tưởng lời đất kể chuyện năm xưa

Bụi rớt trên vai ngày tháng tận
Râu tóc dài thêm đời lận đận

Còn bao hôm nữa đến giao thừa
Nhà trống nhện giăng Tết đã cận

Tháng chạp loay hoay đào chớm nở
Tìm kiếm hình người khung kính vỡ
Ta buồn nhiều hơn từ tháng giêng
Lúc nhìn lại mình đời lỡ dở

Một hôm đứng ngó cây cầu cũ
Dòng nước không trôi chiều héo rũ
Một mình cô độc trời xô nghiêng
Tuổi già qua mau như sóng lũ

Tháng chạp đêm nằm nghe dế kêu
Ngoài hiên thềm vắng đọng rong rêu
Trăng non rệu rã trời không gió
Bấc lụn đèn lu chẳng muốn khêu

Tháng chạp mắt người như lá cây
Đi ngang phố vắng bóng in gầy
Ta gom ký ức đầy trong túi
Đợi bén lửa tàn phía đồi tây

SẮP ĐẾN GIAO THỪA

Thềm cũ rêu xanh Tết thiếu hoa
Khói nhang lặng lẽ quấn quanh nhà
Nhớ Ba thương Mạ nằm trong đất
Nhớ anh Hai, tiếc vợ mắt nhòa

Chiều ngồi hiu hắt bên cửa mở
Xuân chẳng chịu vào ghế lạnh tanh
Đời vẫn trôi đi không đứng lại
Thềm một nụ xanh chớm giữa cành
Đêm 30 Tết

NGÀY CUỐI MỘT NĂM

Chiều đã cũ rồi chiều rất cũ
Vạt nắng cuối ngày màu phôi pha
Ngồi trong sân lắng nghe tiếng lá
Lá về đâu gió lạc chốn nào?

Tuổi đã mòn trôi giạt cuối sông
Chẳng còn ai để có chờ mong
Chiều cuối năm già không còn mộng
Lọ cô đơn cắm một bông hồng

Suốt một năm giờ còn một ngày
Ta không uống rượu nên chẳng say
Vẫn cảm đất trời đang nghiêng ngửa
Mấy đám mây cuồng vẫn tiếp bay

Chiều đã cũ rồi chiều rất cũ
Nắng băn khoăn một lát lùi đi
Chim lười biếng giấu đầu ủ rũ
Ta buồn tênh chẳng biết làm gì

Đốt cối thuốc thấy mình tồn tại
Lòng hoang mang theo khói lượn lờ
Thôi cứ chọn làm người thất bại
Để đêm nằm nuôi lại cơn mơ

Nhìn thiên hạ xôn xao giữa phố
Tết cận rồi ta vẫn dửng dưng
Không có pháo sao đầy tiếng nổ
Cứ râm ran trong ngực chẳng dừng

Chiều đã cũ rồi chiều quá cũ
Đang trôi dần về phía hoàng hôn
Nắng cũng nhạt, phai trên vành mũ
Tiếng chim kêu nghe bỗng hoảng hồn
Sài Gòn, 29 Tết

Tờ Lịch Cuối Năm

Tôi sẽ không xé tờ lịch cuối cùng
Như giữ lại mối tình của năm sắp cũ
Tôi vẽ thêm màu xanh trên chiếc lá tưởng rằng héo rũ
Chiếc lá cô đơn của một mùa đông
Tôi thêm hương nồng cho cối thuốc cuối hôm
Muốn căn phòng thêm ấm
Tôi dõi theo em trên những chuyến đi ở địa cầu này
Dù không được một vòng tay
Đôi cánh tay muộn phiền nhìn nhau không chỗ trú
Xoa vào nhau hơi lạnh vẫn không rời
Khát khao hơi thở
Gió thổi về thấm đẫm nỗi đơn côi.

Khi quay đi cứ tưởng biển đã lặng rồi
Biển chứa đầy sóng ngầm ào ạt xô tôi
Ngỡ đã cuốn đi tất cả
Vọng âm tình yêu đóng thành khối không thể rã.
Bất chấp thủy triều nghiêng ngả
Trái tim buồn tơi tả
Lại phập phồng hy vọng
Cùng được một lần mở cánh cửa vừa đóng
Nghĩ đã lạc mất nhau

Khi đứng một mình giữa phố
Lúc ngồi trong quán nhỏ
Chiều mưa dưới mái hiên nhà
Miệng nhẩm một lời ca:
"Mang ơn em trao tình một lần,
là kỷ niệm dù không đầm ấm" **
Nỗi nhớ như rêu ẩm
Tôi trượt ngã giữa đời
Tờ lịch cuối cùng sẽ không bị bỏ rơi
Thời gian của tình yêu nằm mãi đó
Mỗi ngày hắt hiu tôi đứng ngó

Ngực đầy ắp một mối tình
Rất khó để quên
Tôi xin giữ chiếc lá cuối cùng
Không thả bay với gió

**Lời trong bài hát "Tưởng niệm"
của nhạc sĩ Trầm Tử Thiêng.

THÁNG MƯỜI HAI

Hôm qua mây tỏa về trời
Một người đứng lại tơi bời ruột gan
Xòe đôi tay gói gian nan
Con trăng lạnh buốt giữa ngàn ngói xiêu

Bên cành lau trắng giữa chiều
Xôn xao đá vỡ với nhiều khói bay
Còn chi đâu giữa bàn tay
Buồn gieo lên hạt phơi bày cơn đau

Ta chôn đời đến ngàn sau
Rừng khô lá mục chín màu trăm năm
Sóng xô trắng xóa chỗ nằm
Gió xao xác gọi mưa bầm thịt xương

Người đâu hình đọng trong gương
Tiệc tan ly vỡ chiếu giường buồn thiu
Ngóng trời cây lá hắt hiu
Phần đời sót lại chắt chiu một mình

Giữa sân chim đứng làm thinh
Bên hiên nắng dọi in hình gãy ngang
Kỷ niệm xưa đứng xếp hàng
Sầu vừa chín héo sẵn sàng máu khô

Hoang mang lạnh những nấm mồ
Thu tàn rụng hết ven hồ heo may
Đông về tờ lịch lại bay
Tháng mười hai đợi cơn say cuối mùa

TẾT VỪA ĐI QUA

Hoa nở rồi hoa tàn
Người trôi như giấc mộng
Ngày với tháng xếp hàng
Tâm tĩnh nên thân động

Bụi phủ cuối chân trời
Tiếng thời gian bước vội
Biết bao chuyện rối bời
Nhục thân này lắm tội

Mùa xuân rồi cũng qua
Cơn mưa rồi cũng tới
Ngóng về phía quê nhà
Nỗi buồn nghe rất mới

Em mặc áo thiên thanh
Khoe giữa vùng mây biếc
Ta chờ tiếng điểm danh
Giữa bụi đời tận diệt

Đêm đọc một phiến kinh
Rơi trên đôi mắt ướt
Chờ đợi phút hiển linh
Chiếu xanh bờ tóc mượt

Khuya có đóa quỳnh nở
Ngát vườn ướt bóng trăng

Ta ngồi vươn vai thở
Ngực thêm những vết hằn

Em cười trong bóng nắng
Ta gượng một lời khen
Soi gương nhìn dấu cắn
Bóng mòn dưới ánh đèn

Tiếng dế buồn dưới lá
Ếch khóc đọng bờ ao
Chữ ta đầy một dạ
Chợt rơi hết hôm nào

Lại mùa xuân đi qua
Có gì đang đứng lại
Rồi cành lại ra hoa
Ta sống hay tồn tại

Lá rụng suốt đường đi
Nến nhang vừa mới tắt
Thời gian như ngựa phi
Cơn mơ nào héo hắt

Lại rời một sân ga
Hành trình hao bớt tội
Gom thao thức dựng nhà
Mong đời không đến nỗi ∎

Mồng 6 Tết Mậu Tuất 2018

ĐOÀN VĂN NGHĨA

MÒN MỎI

Hoa mai vàng rực rỡ
Ngỡ mùa xuân quay về.
Hoa chạm vào nỗi nhớ
Trong lòng người xa quê

Từng cánh hoa mềm mại
E ấp nở bên đường
Lối về quê xa ngái
Nụ hoa vàng rưng rưng.

Bóng chiều rơi thật khẽ
Giọt nắng rớt bên hè
Mẹ ta ngồi lặng lẽ
Mỏi mòn chờ tiếng xe.

Sắp chín nồi bánh tét
Sao chưa thấy con về?
Con chưa về, dù Tết
Đông vẫn dài lê thê! ∎

ĐỨC PHỔ

Nghinh Xuân Dạm Khách

Chân vui bước phố chiều tháng chạp
Chợ cuối phiên mưa bụi chật trời.
Tiết giá sầu rưng. Ngày vội tắt
Nhường mùa như buổi hậu xa ngôi!

Thể như vua Kiệt ngày nước mất
Danh tàn. Thân phận cũng tàn thôi.
Thể như chúa Chổm ngày tết nhứt
Về kinh giải nợ. Thỏa thuê cười!

Càng sống càng cay mùi đen bạc
Ân oán trời chia đã sẵn rồi.
Chẳng hẹn gì Xuân mà giáp mặt
Giữa khuya trừ tịch ghé thăm chơi!

Nghinh xuân ngửa mặt kêu trời đất
Quê quán trùng trùng mấy bể khơi.

Khoảnh khắc bạn, thù. Chỉ gang tấc
Xây chi biên ải. Chẳng xây đời!

Người dưng gặp riết thành thân mật
Hẹn tết khề khà nhắp rượu vui.
Cành mai, chậu trúc... Chẳng có thật
Đành say cùng chén chú chén tôi!...

TÌNH GIỤC NGÀY XUÂN TỚI

Ở đây lều cỏ đùn mây lợp
mái trĩu tầng tầng hoang dã tôi.
Lòng nghe tình giục, ngày xuân tới
đưa đẩy em về dựng bếp vui!

Gió máy xôn xao chừng đây đó
mưa mai vắt vẻo nhánh u trầm.
Vén mộng nhìn. Xanh xao thảo mộc
mới hay tình mọc. Đã lời câm!

Em ở bên trời nghe khuất lấp
dáng mơ mấy thủa níu tay gầy!
Trời đã trồng cầu. Xin kịp gặp
phòng khi gió giật. Sóng tình lay!

Lối tình mở ngõ. Thôi cài giậu
mời em thăm thú buổi sơ đầu.
Mốt mai tơ thắm nhành yêu dấu
trăng dựa hiên ngoài. Ta dựa nhau!

Và sẽ cuối đường yên ả mộng
bóng cau thôn dã ngát hương trầu.
Lều cỏ rộn mùa thơ hiển lộng
chốn trần. Tình nhập cuộc bền lâu!...

ĐẦU XUÂN

Một thoáng hồng thơm nghe thật rõ
đâu hay rằng lá rụng trong hồn.
Rượu mới vẫn tràn trăm cốc cũ
sao tình tràn không để dấu chân!

Và những mầm xanh hiện rõ lên
từ một phía chân trời xa lắm.
Lòng dang rộng mời em hãy đến
thắp ngọn-đời-ta đầu một năm.

Thuyền khơi dòng. Sẽ bến trông theo
ta xa quê. Bao lần ngoái lại.
Sầu như đám lá đông vừa héo
chút lạnh theo về. Gọi giêng hai.

Thả vào đêm ánh mắt trăng soi
hãy lội vào nhau từng bước nhẹ!
dẫu tim nát giữa đường dâu bể
vẫn gượng cười thắp ngọn-đời-vui!

Sẽ phai tàn theo ngọn rét đông
cùng lớp người ra đi biệt xứ.
Nay xuân đến bạn cùng lữ thứ
môi thơm cho một nụ rất nồng...

NGÀY TẾT ĐỌC THƯ NHÀ

Mẹ bảo. bao đêm hồn nhuốm lạnh
chuyển mùa, mưa bão rớt lê thê
tuổi hạc, mây bay chiều tóc úa
thương đàn con lạc bước chân quê!

Chị bảo. mai không nở kịp tết
em không về kịp pháo đơm nêu
tháng giêng vẫn đợi hương trầm cũ
thơ em khai bút chị còn treo!

Em nói. đông xuân làng Phụng úa
nước mặn tràn qua đồng. thiên tai
gạo không tròn hạt. nếp thành lúa
đón tết chạnh buồn nỗi-giêng-hai!

Bạn nhắn. làng ta còn dăm đứa
sống. chỉ như thây đã chết rồi
đón xuân rượu đế không đầy xị
mà vẫn yêu mê chuyện đổi đời!

Làng xóm lạc loài câu mái đẩy
lửng lơ tiếng giã gạo đêm mùa
én về quên lượn. chiều quay quắt
mây chảy không trôi mấy dặm nhà...

RÓT XUÂN MỜI NHÂN GIAN

Em hãy lạnh cho tôi được đắp
mảnh xuân tình ngày cũ đã về qua
dù trước ngõ vui sau vườn buồn bã
có hề chi lời mỏi hẹn thề.

Em hãy tối lòng cho tôi được thắp
ngọn đầu đời tâm khảm đã mòn hao
tháng tiếp tháng ngày nối ngày vội vã
và bốn mùa níu gót nhau vui.

Em hãy dại cho tôi được bảo
dạy nhau tình sau trước một đàng
đời sang cả có chắc gì đẹp mộng

hãy đơn sơ như trời chuyển sang mùa.

(Thay chút nắng làm cơn mưa đủ mát
đủ cho cành khô hạn đơm bông
đủ đêm nồng mật ứa tình đông
với cốc cũ hãy rót đầy xuân mới.)

Em hãy đứng cho tôi được mỏi
giữa muôn chiều hồn sững mấy tiêu tao
dẫu vay mượn người xưa hồn sơn bạc
mượn đêm vàng giọt nguyệt rót nghìn chung.

Em hãy tỉnh mặc tình tôi say khướt
và tôi điên một bữa biết si tình
hãy rót mùa xuân muôn triệu cốc
mời nhân gian ngọt nụ xuân kỳ...

Xuân Muộn

Ơi em
ngày đã qua rằm
ơn trời
cho nụ tơ tằm đơm hoa.

hẹn thề
trải mấy can qua
thương xuân trổ muộn
mùa xa biệt mùa.

Ơn đời
còn tiếng dạ thưa
Ơn em
dành chút tình thua thiệt tình.

mai ngày cưỡi mộng về dinh
mời em cạn chén nhục vinh kiếp người.

anh về
sắm chiếc gương soi
mình chung đôi
với bóng đời xế tan...

Xuân Yểm

Em ra đi trước ngày xuân tới
cội mai đầu ngõ đứng bâng khuâng
ngẫm thân anh. một kẻ lưu lạc
về tới nhà biết mất tình thân.

mở cửa ra. nằm lên phản gỗ
vắng hơi người. mặt gỗ bạc màu
em ra đi. buồn không nói được
chỉ lòng nghe nhức nhối cơn đau.

bên thềm khuya khoắt. chó sủa bóng
anh rợn người khi chẳng thấy ai
cơn mơ cuồng thốc vào tâm não
xây xẩm như từng cơn rượu say.

mùa xuân sắp tới. không tới nữa
em đi rồi. vạn vật buồn thiu
hoa vắng tình xuân không chịu nở
nỗi lòng thiên cổ chạnh đìu hiu.

em ra đi. cài câu thơ lại
yểm lá bùa lên ngực mùa xuân
đành anh sống chung cùng nhân loại
thảm như ngày đất nước tang thương... ∎

HÀ ĐÌNH NGUYÊN

Chiều Xuân Năm Cũ

Chao, nhớ chiều xưa... những chiều xuân
Bến nước cầu ao, bước gập ghềnh
Sóng sánh nước tràn theo nhịp bước
Quần đen ai xắn... trắng bắp chân

Bờ tre lá hát gọi xuân về
Vàng rơi theo gió lạnh se se
Dòng sông lờ lững buồn không chảy
Bến vắng dùng dằng một chiếc ghe

Phất phới sân đình một cây nêu
Lá phướn lật ngang gió trở chiều
Pháo lẻ lâu lâu tì tạch nổ
Lay động không gian vốn tịch liêu

Quê cũ, thôi chừ... đã quá xa
Cội mai trơ trụi trước sân nhà
Có dồn thương nhớ từ xa vắng
Để đến Tết này lại đơm hoa?

TẠ LỖI QUÊ NHÀ

Xa quê vui ít, buồn nhiều
Nhưng buồn da diết là chiều cuối năm
Rót ly rượu trắng sủi tăm
Nghe đời bèo bọt về nằm trong ly
Bỏ làng cất bước ra đi
Giạt trôi biền biệt biết khi mô về?
Bao nhiêu cái tết xa quê
Hồn mơ sóng vỗ chân đê chập chùng
Nâng ly rượu, bỗng sượng sùng
Mồ cha giờ hẳn thành lùm cỏ hoang?
Giao thừa ai đốt nén nhang
Cội mai biết có nở vàng sân xưa?
Chập chờn bóng mẹ phên thưa
Trọn đêm trừ tịch gió lùa hắt hiu
Cuối năm hồn thả phiêu phiêu
Gởi về cố quận trăm điều ngổn ngang
Nâng ly tủi phận đi hoang
Rưng rưng tạ lỗi với làng, làng ơi...!

UỐNG RƯỢU DƯỚI TRĂNG

Ông chẳng ra ông, thằng chẳng thằng
Lại ôm hũ rượu lướt băng băng
Đêm nay ta thử làm du tử
Lên núi bày trò uống với trăng

Vằng vặc đêm nay trăng sáng ngời
Rót tràn tung tóe rượu khắp nơi
Mười phương, tám hướng ta mời bạn...
Nếu hiển linh về, uống rượu chơi

Bạn ta ngày ấy chết trong tù
Mới hai mươi tuổi bỗng... thiên thu

Rượu chưa kịp uống mềm môi trẻ
Di ảnh đã hương khói mịt mù

Ngày ấy, bạn ta chết dưới trăng
Vượt biên ở dưới miệt đồng bằng
Rạch Giá cho nên đành trả giá
Giữa sông, giữa biển chẳng mộ lăng

Bạn ta ngày ấy chết trên rừng
Thị thành không sống, khoái ra bưng
Bom đạn đâu cần phân lý tưởng
Bởi vậy, không tìm thấy thịt xương

Ngày ấy, em tôi tuổi học trò
Một ngày dáng điệu thật buồn xo
Cắp tuổi thơ đi kinh tế mới
Em chết, vì những hạt bo bo...

Ngày ấy, em tôi gái đứng đường
Sóng đời xô giạt kiếp ăn sương
Em chưa kịp "phục hồi nhân phẩm"
Đã hóa ma buồn phấn bán hương...

Ba tôi xuôi ngược chốn thương trường
Ky cóp từng đồng bạc thiện lương
Bỗng dưng "cải tạo công thương nghiệp"
Ông xếp hành trang nhắm tây phương...

Càng uống, nhìn quanh thấy những người
Rất quen, mà đã... chết lâu rồi!
Bỗng nhiên quy tụ về uống rượu
Một hũ, hẳn nhiên... không đủ mời!

Trăng vằng vặc sáng, xin tuôn xuống
Tất cả lòng ai, rượu bởi trời
Xin mời chư vị cùng tôi uống...
Uống hết đêm trăng, mới đã đời! ∎
13.12.2020

HÀ NGUYÊN DU

XUÂN LY

1.
Nhớ mới đó
giờ đăng đẳng
đã chợt mắc lưới bủa
quay lại làm sao con cá vàng?
ta nhớ em lắm đỗi
cả con mèo ốm em cưng!
hiển hiện mãi trong ta!

2.
nhớ mới đó
giờ thăm thẳm
đã gặp suốt gió bão
quay lại làm sao con chim ngàn?
con nhớ Mẹ lắm nỗi
cả lúc Mẹ ôm con khóc trong tù!
hiển hiện mãi trong con!

3.
noel!
ừ nhỉ!
xuân!
à há!
cớ gì trên đầu xanh
đã nổi sớm hoa râm.
4.
nhớ mới đó
giờ xuân ly
nhớ tức tưởi!

NGUYÊN ĐÁN CHÙM GỞI

1.
Lòng rộn theo độ hoa
xót kiếp bạc
suốt mạch nghẽn cần đả thông
buốt buốt mỗi giây khắc
muốn loạn cả nhịp tim
biết chứ em?
cái lạnh đông
rất động
đuổi đi hết bao thứ tĩnh

2.
tâm dấy khi tiết xuân
hận bất khả
nghịch phận điểu ngư
ta áo não melodies
sắc hoa nào cho mát mắt?
em cứ đóng đô mãi
ngỡ ta như thuộc địa
thơ tự làm nên chiếc hộp đen

3.
chí bám riết cánh én
thấu ngọn ngành
lẽ nào chiếc lọ không hoa
ta hú vía với núi
mất hồn với sông
em trên trời rớt xuống
chẳng hiểu chi cớ sự

4.
mộng thở hơi đầu niên
mơ nhịp cứu cánh gia bảo
em gieo cấy gì trên ruộng chung
thứ hạt giống riêng?
nên kể ra đi!
nguyên đán chùm gởi
kể ra đi!
hành tích cuối cùng của khối mực đen
thiên kỷ mới mở toang cửa
mới lĩnh vị

THƠ XUÂN
NHIỀU DẤU CHẤM THAN.!!

Mắt già sâu trũng cơn ly khốn!
nhăn sớm da mồi buổi nhiễu... âm!
xuân đến Mẹ thêm ngàn lao tổn!
vọng bóng chim ngàn thưa tóc râm!

rượu bánh hoa đèn ơi! khiếm nghĩa!
thân lân còn ấm chút ưu tình!
con biết đây rồi con thấm thía!
hận mồ côi, vất vưởng thân chinh!

lưng già lụm khụm trong xiêu tán!

vẫn gánh, bưng chiều hôm gió giông!
mặc kẻ phu phàm gieo rắc oán!
lệ cầu nguyện Mẹ, lạnh non sông!

con biết rồi đây con mất Mẹ!
nửa đời con chắc chết đi theo!
nửa còn lại sẽ như thanh củi!
chụm hết cho lò lửa lãng phiêu!

xuân đến bao lần con vẫn biệt!
thằng con mà Mẹ khổ thăm tù!
xa cách sao mà như cái nghiệp!
lệ chờ Mẹ đổ đến… âm u!

XUÂN VÀ NHỮNG MẢNH CẢM XÚC

1. tranh xuân và tình yêu

khi làng phố rộn ràng bước chân mua sắm tạo thêm nét chấm phá cho bức tranh mùa xuân thì hai tác phẩm vĩ đại và em chính là điểm hội của bức họa làm nổi bật background như vai trò mấy lọ hoa tươi trong ngày tết mang sắc thái hạnh phúc thuần nhã nhưng không thể thiếu trong không khí khởi động cho nguyên đán một không khí khai mở bước dự phóng nhưng rồi sẽ đóng kín đời người vì tính cộng của thời gian vì tính nhân của sự đào thải và vì tính trừ của lòng ích kỷ nhân loại

khác chi bàn tay em cầm bút cứ mark sai vào những ô trả lời bài test hạnh phúc hay vặn lệch tần số gây nhiễu âm rè tiếng làm phát tán làn sóng chính của tình yêu một thứ tình tuyệt vời và mầu nhiệm như một bửu bối mà Thượng đế ban cho con người nhắm kéo dài tồn tại tránh đi sự sớm bật gốc cây trời và sự rụng vỡ trái đất.

2. Thơ Và Em

khi anh không phải làm thơ để ngâm trong các ao hồ tù đọng thiếu dòng luân lưu nhật nguyệt em tỉ như đồi ngực ngôn ngữ thiếu nụ nẩy và căng mọng vì không có đôi tay nắn nót của thi ca vì không mắt môi thơ làm tình làm tự... như anh tuôn cho em chuỗi hạt mưa thánh thót vào chùm rễ non hực lửa khát vọng của bình minh đời người theo các ngón chân còn nóng hổi bám lấy mặt đất trên đường đến địa đàng hay lối đi vào nghĩa trang trong tâm thức thúc giục tiến thối khác với chiếc xe nghệ thuật không bao giờ trang bị kính chiếu hậu chỉ phóng tới và chỉ lao tới một cách quyết liệt mà không sợ hụt nhiên liệu hay không sợ cái thắng đã mòn bao nhiêu phần trăm...

3. Thượng đế

khi em nói Phật ngồi nhìn khi em cười Chúa đưa mắt ngó khi em khóc Thượng đế im lặng một im lặng nghiêm khắc như người lính canh chỉ hành động đáp trả khi có địch một im lặng lạnh lùng mà thản nhiên như người thợ coi máy khi set up đàng hoàng cho máy chạy rồi ngồi thong dong huýt gió và chỉ hành động đáp trả khi máy ngưng hoạt cũng tương tự Thượng đế vẫn an nhiên ngồi huýt gió vì số vũ trụ Ngài cai quản còn đang vận hành tốt dẫu có nhiều thiên tai hay nhân họa kinh hoàng nhưng vẫn tiếp tục sinh sôi chưa thể gọi là ngày tận thiên tận thế nên Thượng đế chỉ hành động đáp trả khi số địa cầu Ngài trông coi bị đứng hẳn như lúc nào đó trái tim chúng ta ngừng đập chắc Ngài sẽ ra tay .

4. xao xuyến mùa xuân

khi các mảnh vụn của sao chổi Tempel-Tuttle bắn vào khí quyển tạo ra một trận mưa sao băng Leonids bầu trời sáng rực lên... làm anh liên tưởng đến đêm tân hôn nhiều bạn bè thân quyến xúm nhau tuôn xuống hai mái đầu xanh một trận mưa bông giấy khi môi mình chạm vào nhau như đôi chim mớm mồi cùng lúc nhiều âm thanh vui rộn lên như tiếng nổ lốp bốp của pháo tiếng leng keng của ly nĩa tiếng bụp xẹt từ gas của rượu whisky hay hennessy phun lên như vòi nước tưới... làm anh liên tưởng đến

honeymoon như còn đang diễn ra anh chẳng khác sao chổi kia cũng bắn vào bầu khí quyển em tạo ra một trận mây mưa làm sáng rực tâm hồn ta đôi tâm hồn không mấy thuở sáng sủa bởi luôn gặp luồng mây đen từ đâu kéo về vây hãm không gian nhỏ bé của mình như một đe dọa khiến cho lo lắng và dự cảm như một căn bệnh hiếm khi tìm được nguồn xao xuyến nào như xôn xao mùa đông khi nhìn từng cặp từng cặp dìu nhau vui tiệc cưới hay hiếm khi nghe lòng xao xuyến mùa xuân khi người người vào ra mua sắm...

ĐÃ HOA MAI MÀ NHƯ CÒN PHƯỢNG ĐỎ

1.
đã đến **xuân** mà như còn với hạ, lòng tôi như bao nhánh chết trên ngàn
đóa một thời rụng rữa đến tiêu tan, chút dư vọng sá chi triều sóng dập
tôi bước đi đường đường chân không vấp, bước đi thơ ngẩng mặt với gian tà
bước đi thơ nở rộ một trời hoa, bước cứu độ nên là tôi tỉnh táo...
nếu không sẽ dễ là tên hung bạo, sống lưu manh nổi loạn đến côn đồ
"ảo tưởng mình trí thức rồi xưng hô, ta trình độ ta là người văn hóa "...

2.
đã hoa mai mà như còn phượng đỏ, mà như còn ra rả giọng ve ngân

mẹ quê nhà còm cõi mắt quầng thâm, em ngóng đợi từng giờ anh trở lại
nào đâu biết anh vương vòng oan trái, sống ăn năn quần quại đến không ngờ!!
mười mấy năm còn hoài vọng mong mơ, chút an ủi với quà cho thỉnh thoảng!!
ơi mẹ ơi! con chẳng còn xứng đáng, con bất tài mạt hạng không nên thân!!
trí dũng đâu sao có một lòng nhân?? con thế đấy làm sao nuôi mẹ được!!

3.

đã đến xuân mà như còn lang bạt, mà như còn tan tác cảnh phai thu
lụa là chi thêm héo hắt canh thâu, tôi bất hạnh tôi cầu chi nhan sắc!
anh bạch tuộc em càng thêm thắt ngặt, anh trơn tru em bó chặt thêm là...
em sắc màu mấy độ với muôn hoa, anh lao lý nhục cùn con bướm mộng
em thẳng cánh với tầng mây bay bổng, anh đậu hoài trên nhánh gãy phong ba
chịu vong tàn theo quốc biến can qua, cam phận ngọc thiếu tay ngà trác ngọc

4.

đã hoa mai mà như còn phượng khóc, mà như còn mai một bởi nhân tai
sang cả chi cho đày đọa thân gầy, tôi ngã ngựa tôi bày chi nắng gió!?
anh thương tích em trành tròn kia nọ, anh bôn ba em xanh đỏ khôn lường
anh nằm gai anh nếm mật yêu đương, em nhật thực em chao thuyền dậy sóng
em lướt gió say trời xanh ước mộng, anh trụ hình trên đài vọng thi ca!!
đêm tụng thơ ngôn ngữ động ta bà ... !! ■

HÀ NGUYÊN DŨNG

Chiều Cuối Năm Ngồi Quán

Cuối năm ngồi quán uống vài chung
Thấy xe chở hoa về phố bán
Hoa trong nụ mà hương lãng đãng
Mắt ta – hai chú bướm lượn theo

Ta bao năm xa quán quê nghèo
Tết! Những Tết ngậm ngùi đất khách
Giũ áo bụi giang hồ đâu sạch
Bụi giang hồ ngấm tận máu tim

Đã bao năm ta làm con chim
Xoải đôi cánh sớm nam tối bắc
Nhớ thủa qua đò – sông Hà Mật
Mẹ tiễn đưa ta lệ sụt sùi

Đâu ngờ đời ta không được vui
Ai ngờ ta đi không trở lại
Mẹ như mất ta từ thơ dại
Ta đành như chim mất tổ rơm

Ngược xuôi hoài vẫn chuyện áo cơm
Lùa ta tới phương trời cát đá
Lòng muốn trở về vui điền dã
Vun vồng tỉa hạt đợi mùa hoa

Quê quán xưa mẹ đã quá già
Lưng còng cõi cong như lá lúa
Đêm nằm nghe gió mùa đập cửa
Tưởng con về chân đất chạy ra

Mẹ ta nghèo! Nghèo đến xót xa
Ta áo vá mười phương đậm nhạt
Lá rách đùm được sao lá nát
Hổ lòng mái tóc đã lên sương

Giấu trong lòng một góc quê hương
Bờ ruộng, bờ ao, đường đất bột
Đất khách đêm nằm nghe đột ngột
Trong hang hồn dế gáy te te

Chiều cuối năm ngồi quán sắt se
Ngón tay gõ thành ly thầm hát
Nhớ thủa qua đò – sông Hà Mật
Ôm mộng vào nam dựng cơ đồ

Phút mỏi lòng dừng bước giang hồ
Ngựa ngoảnh cổ thèm tàu cỏ cũ
Lạc loài mãi không nơi trú ngụ
Dẫu rằng trần thế chốn tạm cư

Quay quắt tìm giòng suối chân như
Để tắm gội sạch lòng bá tánh
Đêm đọc thấy thiên thư đã định
Chín kiếp người chưa dứt long đong

Ta trôi hoài như một nhánh sông
Ấm lạnh đục trong tùy phong thổ

Sừng sững núi cao cùng nội cỏ
Nghẹn giòng sông phải lượn quanh co

Thấp thoáng bờ lau lách bóng cò
Đi lữ thứ như người bại trận
Cùng một lũ áo cơm lận đận
Đời nát chiều mưa dột ướt lòng

Mẹ sinh ta tay bế tay bồng
Đâu có nghĩ: ta thằng bội bạc
Bỏ xứ sở gia đình phiêu giạt
Hăm mấy mùa xuân Tết chẳng về

Mộ cha mối đùn cỏ mọc che
Tấm bia vẹo lem nhem giòng chữ
Nhang khói thắp mịt mùng ngũ tự
Dỗ dành tâm sự kẻ vong thân

Lá mai vàng rụng bốn bốn lần
Ta đã thấy đời vơi sắp cạn
Buồn như ngải ngấm nghe lòng đắng
Thua đời - thua sạch cả đôi tay

Đất khách, ta như kẻ đi đày
Kim ấn thời gian đóng nát trán
Đời sắp cạn vẫn không hết hạn
Sống gửi thân còn thác gửi xương...

Cuối năm ngồi quán vọng cố hương
Thương mái tranh nghèo hun khói bếp
Nhớ chiếc chõng tre hôi mùi rệp
Ta nằm vắt cẳng mộng Kinh Bang...

Rồi dạo qua sông ta lên đàng
Em cầm sào đẩy con đò giạt
Em đã đẩy ta vào lãng bạt
Mộng tàn! Mộng tàn! Ai hay chăng?

Phương Nam
Thoáng Cánh Én Hồi Âm Xuân

Chiều cuối tuần! chiều cuối năm
thêm mùa đông xám làm âm u chiều
xin chào Đà Nẵng thân yêu
bước thêm bước nữa vào phiêu bồng, và

tàu dằng dằng lúc rời ga
hú lên mấy đỗi như là luyến thương
sau tôi cả một quê hương
trước tôi cả một đoạn đường mấp mênh

núi như sóng quặn dập duyềnh
rừng thâm đêm quánh tàu rền rĩ khoan
đèn ga khuya khoắt võ vàng
niềm sum vầy nỗi chia tan vơi đầy

quê nhà bóng khói chân mây
tôi không dám hẹn một ngày hàn huyên
một tôi một lái một thuyền
lòng như buồm dựng rong miền viễn khơi

tàu khoan lủng bóng đêm rồi
phương nam thoáng cánh én hồi âm xuân

Thư Xuân

Tết đến, chao ôi, việc bộn bề
Anh xin khất bé tháng giêng về
Đêm đêm tháng chạp lòng se lạnh
Nhớ tết, nhớ làng, nhớ bé ghê!

Bé của anh thường ngậm ngón tay
Đứng nhìn mây để tóc mây bay
Kìa con én ngậm thư xuân đến
Bé đọc, chu môi nhíu nhíu mày.

Anh sẽ về với bé tháng giêng
Tháng giêng như lòng bé trinh nguyên
Anh về tặng bé chùm... thơ tết
Bé mừng anh mấy lúm đồng tiền.

Bé để phần anh bịch mứt gừng
Dù cay xé lưỡi, nhớ - xin đừng
Giận nhau làm... mẻ tình hàng xóm
Mai tiếc, khóc hoài mí mắt sưng.

Và nhớ nghe, bé cố gắng chừa
Cho anh một nửa túi hạt dưa
Anh về ngồi cắn làm hai nửa
Như sẻ san đều chuyện nắng mưa...

Bé nhớ giùm anh, gắng học hành
Đừng ngồi ngậm bút ngó trời xanh
Bé thi lên cấp ba, anh thưởng
Một chiếc áo dài mới trắng tinh ■

HÀ NGUYÊN THẠCH

Mùa Xuân Nào Đó

Còn những chén rượu sầu lòng chưa uống cạn
nên làm thơ còn có nghĩa chờ say
lúc say khướt sẽ lăn tròn hoài vọng
chạy quanh đời nghe hồn nhẹ như mây
em hãy nhớ hong tình trên ngọn tóc
cho trăm năm lòng rối tận chân mày
anh cũng sẽ trôi hoài theo dòng máu chảy
chờ tim em, ngày đổi nhịp tình phai

Còn những ánh mắt nhìn nhau không nói hết
nên làm thơ là gõ nhẹ lên tim người
một sớm nào ngôn ngữ vỡ trên môi
em có thể giấu trong tim dòng nước mắt
khóc cuộc tình vừa trổ nụ hôm qua
bóng lá sầu bỗng chen giữa cành tươi
nghe ký ức xếp từng ngăn lá rụng
(thuở yêu người gió thổi mãi không nguôi!)

Còn những gót chân người đi qua rất vội
nên làm thơ là khép kín hồn mình
hồn mỏng quá nên em nhìn vẫn thấy
dẫu tình si loang lổ giữa lòng anh
khối vàng tay không giữ nổi áo người xanh
chắc em hiểu vì sao những bờ cỏ úa
mọc hoang vu trong đáy mắt u tình
mọc rất dày trên cõi đẳng thơ anh
em nào biết một mai đời cũng xế
(ngã xuống thơ anh tìm lại dấu môi mình)

Còn những mùa xuân lòng chưa đuổi kịp
nên làm thơ là thách thức với thời gian
dựng đau thương như một cõi thiên đàng
nuôi hạnh phúc bằng những chùm trái cấm
em có đến xin quay lưng cùng ngày tháng
bởi trăm năm cũng giãy chết giữa môi hường
một đời người tay với mãi lầm than
chân giẫm mãi cho bóng trườn khát vọng
(sống là gắng xô ngã thân mình chung với bóng
 mộ thiên thu đã xây sẵn giữa lòng sầu)

Chắc ngậm ngùi mai lỡ có xa nhau
em hãy nhớ còn mùa xuân nào đó ∎

1970
(Chân Cầu Sóng Vỗ - Ngưỡng Cửa)

HẠ ĐÌNH THAO

NỖI NHỚ MÙA XUÂN

Thêm một năm qua trong đời rồi đó
Thêm một tàn phai của tuổi xuân thì
Đốt điếu thuốc để khơi dòng nhung nhớ
Em có buồn trên những bước chân đi?

Uống một chén rượu nồng quên giấc cũ
Ta một mình ngồi nhìn mây trắng bay
Trong lòng ta cuốn trăm dòng thác lũ
Giữa vô cùng phiền muộn của hôm nay!

Và em hỡi cõi lòng ta một thuở
Sẽ còn đâu năm tháng đã mù sương
Như một lần đóa tường vi bỗng nở
Bỗng vô tình rơi rụng đến tang thương!

Thêm một chén để nguôi sầu vạn cổ
Ta âm thầm hòa cùng men rượu cay
Nhưng vô ích uống hoài như nước đổ
Ta say người nên rượu không đủ say

Còn không hỡi con thuyền sông bến đợi
Ta trở về trong một buổi heo may
Đi và đến như vô tình em hỡi
Như vô tình mùa xuân đến không hay. ∎

HẠNH ĐÀM

Lạc Mất Mùa Xuân

1 -
Nắng trải thềm mơ lạc mất rồi
Xuân từ dạo ấy chết trong tôi
theo chiều lẳng lặng hoàng hôn xuống
thả ánh tơ buồn góc nhớ trôi
Gió lả lơi đưa vén nhẹ rèm
Xuân vùi giấc mộng giữa màn đêm
đành chôn hẹn ước chiều thu cuối
nhặt chút hương thề đã lấm lem
Sương lạnh trùng vây khuất nẻo về
Xuân tàn tắt lịm tím hồn quê
hoa cài rụng trắng phơi đầu ngõ
thẫm ánh dương tà dạ tái tê
Mây lượn lờ trôi đến chốn nào...
Xuân tình Xuân ý thẫn thờ trao
Xuân lòng một đóa mùa thơm thảo
khóe mắt đêm Xuân ngấn lệ trào!

2 -
Gió ướp hương xuân cõng nắng vàng
Giao mùa khoảnh khắc ngỡ ngàng sang
Hoa cười chúm chím khoe duyên mới
Lá dạo cung tơ nắn phím đàn

Tỉnh giấc đông tàn thôi ngủ say
Chiều trôi cánh nhạn lạc xa bầy
Đường về cố quận mờ thăm thẳm
Quan tái một trời mắt môi cay

Khơi lại mà chi quặn thắt lòng
Như chim thoát nạn sợ cành cong
Bao năm đất Mẹ xuân lưu lạc
Biết đến khi nào thỏa ước mong...

Nước chảy dòng trôi tiễn biệt bờ
Cảo thơm lần giở chớm tình thơ
Đôi vầng nhật nguyệt hoa tiên giữ
Ý tạc lòng son Mặc khách chờ

Trỗi khúc tiêu tương dạ rối bời
Tiếng lòng vọng lẫn sóng trùng khơi
Mơ hoa một bận thôi đành lỡ
Mộng mị đêm nào dấu ái trôi... ∎

HOA NGUYÊN

GÓC TỐI AI NGỒI

Có ai về đó cho nhắn gửi
Nhớ cùng ta tha thiết miền Trung
Bước chân qua... dấu thời binh lửa
Gấp poncho, tent, xếp mùa xuân

Nắng Trung phần gió mùa Phượng Túy
Khơi chút lửa rơm gợi khói tình
Có dấu em qua đường thôn lũy
Bóng rợp hàng dừa, nước trong xanh

Mùa xuân năm đó đi chiến dịch
Em học đèn khuya rớt trước sân
Ngôi nhà của ngoại nhiều cổ tích
Sương ngoài xuống vội ướt ánh trăng

Ta về thương lại những dấu chân
Có cả cơn mưa ướt áo quần
Ngong ngóng buổi chờ em tan học
Ngọn cỏ đuôi gà mượt quanh sân

Người đi xa thắp lửa chiến chinh
Em về giặt lại áo thư sinh
Thời gian hóa đá đời thiên cổ
Trăm năm thảng thốt như vô tình

Con sông về chia nhánh phân bua
Năm tháng đi qua chuyện gió mưa
Tiếng gà gáy giục sau cơn ngủ
Những cuộc bôn ba suốt bốn mùa

Em về lục lại tờ thư cũ
Những ngọn gió lùa lọn tóc khuya
Đôi bờ mi khép đêm hé nụ
Từ giã nhau rồi, đêm phân chia

Về lại quân trường chiều sau Tết
Đâu kịp thăm nhau kể nỗi lòng
Người đi thời gian kề nỗi chết
Góc tối ai ngồi... chuyện viễn vông...

Ai về đóng nhốt thời gian lại
Để muộn qua sông nước lớn ròng
Chút nắng ngập ngừng chiều hoang dại
Góc tối sương đầy rơi qua song...

BÀI THƠ NHỎ

Khoanh bánh Tết thả trôi dòng ký ức
Có sợi dây đàn căng những giấc mơ
Như trói buộc đam mê từ quá khứ
Cú đổi đời trong vô lượng biển dâu

Mùa mắm ruốc nhớ tết về Phan Thiết
Đi tìm ai mùa xuân cũ rêu phong

Còn ai nữa trong cõi hồn tận tuyệt
Tìm lại gì em như hạt sương trong

Cầm bàn tay thấy đôi ba mộng vỡ
Giữa lưng chừng ly rượu mới chia nhau
Có bọt nước trong âm ba sóng vỗ
Ta giận mình đừng ngoái lại hôm qua

Dĩ đã lỡ những quân cờ xe pháo
Đã đưa ta xa khuất một tầm nhìn
Viên đá cuội lăn theo đời cơm áo
Những tàn khuya về bốn phía im thinh

Có điều ước ta chắc gì sẽ được
Nắng tầm xuân thiếu nữ vừa tròn vai
Có loài chim chỉ quẩn quanh thạch tự
Hót lời trong thuở cô gái chợ Đầm

Có những bóng dừa in trên cỏ non
Người lính đứng chờ ai đầu cuối xóm
Bài thơ nhỏ xếp trong lòng nón sắt
Bài thơ viết trên thùng đạn đại liên
Mùa hoa đó viết trong lòng xa xứ
Giữa thanh xuân miền Trung nắng chói chang

Sáng sớm kia sương bài thơ còn đọng
Nước dưới chân cầu đã chảy về đâu
Chiếc lá rơi! Muôn ngả đời lữ thứ
Trong giấc mơ tình còn ấm dư âm...

MÙA XUÂN LÊN RỪNG

Ừ! Tháng chạp cuộc hẹn não nùng
Có sắc nào như vuốt chim Ưng

Tiếng diều chúi xuống đàn gà nhỏ
Một đóa không trung cũng hãi hùng

Ai đã yêu khoảng không gian ấy
Bầy thanh âm rộn rã chúa xuân
Sẽ thấy như đèn hoa đô hội
Tiếng chim mừng bờ cõi rưng rưng

Rồi tháng giêng giật mình thức dậy
Cái buổi lên rừng cơm gạo sấy
Mùa xuân đâu là phút sum vầy
Gắn lên nón sắt là hoa dại

Nhớ chiến trường đi là dễ chết
Mùa xuân cũng đánh đổi tự do
Có gì thiêng liêng ba ngày Tết
Dăm ngày không tắm vẫn nên thơ

Trời biên giới giữa mùa xuân sắc
Trong thoảng gió đưa chùm lan rừng
Giắt cành hoa dại lên đầu súng
Giữa màu xanh thẫm lá ngụy trang

Vét hết bi đông chia rượu đế
Chút nữa đây cái chết vây quanh
Trong máy gọi cắc cù chỉnh pháo
Mục tiêu nào ta mới giao tranh

Cành hoa nào chưng ngày Tết nhứt
Những nấm mồ trận địa xuân xanh...

Nghe Xuân

Con suối nào cũng in hình suối Dục Mỹ
Đỉnh đồi xa cũng giống đèo Rù Rì

Bức chiến tranh giữa mùa xuân hào lũy
Áo Treillis mừng rừng núi sình lầy

Ta vẳng nghe bài ca buồn em hát
Câu thơ về từ nhánh... phong ba
Con suối kia đang chảy dòng lưu lạc
Ta tận đời phiêu giạt cố hương xa

Như quanh quẩn, cứ xa vời năm tháng
Lạnh nào bằng lạc giữa những mùa đông
Cũng lặng lẽ sắp đến rồi nguyên đán
Người có về như một chuyến qua sông

Rừng hoang vắng tóc râu dài chưa cắt
Thì sá gì không thấy bóng giai nhân
Cơm gạo sấy, ít lương khô cũng Tết
Tập quen dần thế giới của dã nhân

Em gái nhỏ của chồi xuân non nhỏ
Ta một thời rung động với sắc xuân
Những cô đơn gọi thầm trong quạnh quẽ
Làm sao ta sánh chuyện bởi muôn trùng

Cánh én xuân liệng phương trời tất bật
Nhụy hương đưa cho một phút lắng lòng
Không gian chậm con ong rừng hút mật
Nụ mãn khai như thể đã dung nhan

Tôi gọi em con đường về xứ biển
Chiều qua mưa nên ướt chút ưu phiền
Vai lá lạnh tay rung cành hoa biển
Đời vong lưu từ đó tuổi hoa niên

Đêm nhiệm huyễn trời mù xa thuở biển
Với tháng năm lang bạt cõi sông hồ
Dẫu mưa gió cuốn trôi về miên viễn
Vẫn còn đây ray rứt mỗi cơ đồ...

Ta đợi nhau Bình Tân ơi, xóm biển
Vội về mau bỏ lại cửa thiên đường
Em ngồi đó ngọn đèn dầu khêu nhỏ
Đêm miên miên vụt mất một xạ hương

Đêm mười sáu ngôi trăng tròn vành vạnh
Sao ngại ngần cầm cố nốt linh hồn
Dẫu đi hết cuối con đường hiu quạnh
Nợ vẫn còn vương vấn gót son ngoan

Con suối nhỏ in gom điều rung động
Tiếng đầu ngày êm ả của loài chim
Sắp vào xuân se đất trời trở lạnh
Em có còn ngoan ngoãn nụ sương đêm

Dẫu đi hết cuộc chiến đầy chết chóc
Ta vẫn còn phảng phất nhớ nhụy hương
Tháng mười hai chập chờn nghe gió bấc
Ở nơi đây canh cánh chỉ miên trường

Chiều trên cao nhìn xuống đồi thỉnh vọng
Một mặt trời ối đỏ phía sau lưng
Ta gọi em tiếng vượn rừng hú lạnh
Hoàng hôn về đã kín phía không trung

Em có còn, nhớ dấu vết đêm nhung
Rung động đó nhớ muôn lần xóm nhỏ...
Chào năm mới: chúc mọi người vui khỏe
Chúc mọi nhà: Phước Lộc Thọ bình an.

Chút Tình Xuân Cố Hương

Nghe gió xuân phất phơ tờ lịch cuối
Hết một năm mài miệt lăn than

Hơi lạnh làm một chung trà nguội
Rồi chút tình dang dở đã cuối năm

Con đường cũ quen rồi quốc lộ
Vẫn nhớ tên xứ sở nhiều mưa
Hàng dương, lũ, mưa rừng, nắng quái
Chở về tôi ngày tháng xa xưa

Thăm hết thảy con đường gió bụi
Thuở núi rừng tiềm ức xanh sum
Trần Bình Trọng em về mỗi buổi
Nhắc giùm tôi một chút Huấn khu

Đường quốc lộ ngày nào rất nắng
Áo ai bay làm mát tận quân trường
Trần Quý Cáp dập dìu áo trắng
Vòng bùng binh về lại sắc hương

Xe nhà binh nhắc làm em ngại?
Nụ cười trong làm nghiêng nón con đường
Chiếc quân xa chở em về lỡ buổi
Đoàn nữ sinh như bụi phấn sân trường

Trông về núi mây chiều phiêu bạc
Chút vàng phai còn ngỡ hồng hoang
Hỡi danh thắng cũ con đường hai một
Từng nơi đây ngày tháng chắc phong sương

Em có về nhớ thăm lại Ninh Sim
Nhắc tôi con số nhỏ năm đường
Sau nhiều năm cũ lòng người cũ
Chút lòng bụi đỏ vẫn tha phương

Bốn mươi năm chất thành quá khứ
Cho hồn lá rụng đã rêu rong
Và tôi cứ như người xa xứ
Muốn về tìm lại chốn thảo nguyên

Em có về chưa gửi Ninh Sim
Nhắn cô gái Thượng vắt ngang gùi
Có đi cô nhớ ngày chủ nhật
Còn tôi xuống phố mải ham vui

Em có nhìn thấy núi Vọng Phu
Nhìn mây lãng bạt phía xa mù
Nhắc đến Ninh Hòa nhiều kỷ niệm
Cho tôi tìm lại chút lãng du

Xuân đã về, rồi cũng xót xa
Tôi như lữ khách vốn xa nhà
Niên thời đâu nữa mà dâu bể
Cho buổi can qua dấu Ninh Hòa

Xuân đã về rồi hỡi Ninh ơi!
Tôi con phố nhỏ vắt ngang đường
Để lòng bàn tay vừa nắm chặt
Mà hồn loạn lạc đã muôn phương

Chiều nay cũng buổi chiều xa xứ
Cầm ly rượu kính chúc mùa xuân
Ninh Hòa quê hương đang hồi tưởng
Bởi nhiễu nhương nên để lạc dấu người

Tạ lỗi người bởi để lòng khánh kiệt
Đã để mùa khánh tận cả đường xuân
Chúc Ninh Hòa mãi mùa xuân hương Tết
Vẫn có người trông vời rất nhớ Ninh

Nên chút tình gửi xuân về chốn cũ
Mấy mươi năm dù rối mộng xuân xanh
Nuốt vội vào lòng... dĩ vãng...
Ninh Hòa ơi! Mấy thuở thanh tân

Tôi viết bài thơ còn chưa cạn
Tâm tình nào hết với cố hương...

MỪNG NĂM MỚI

Dẫu phân vân sẽ mừng năm mới thôi
Theo thời gian dấu cuồng lưu năm tháng
Bước lên xe tưởng đâu điều đơn giản
Mà lòng tôi dao động lại ngổn ngang

Sợ thâm tình lạ lẫm giữa phố xuân
Đôi mắt xốn dõi phương nào bụi đỏ
Con đường xanh nguyên đôi tà áo nhỏ
Buổi nào xa xao xuyến bước theo sau

Ai chỉ hộ ngã ba nào... tọa độ...
Điểm đứng thập niên... bảy mươi...
Ai mách bảo cứ xuôi về quốc lộ
Con đường qua góc phố với tên người

Cảnh cũ thiếu người rồi cũng quạnh hiu
Chỉ cơn gió thổi ngập ngừng quanh quẩn
Bóng núi cô đơn dáng rừng khuất lẩn
Lối xưa nền cũ phai dấu tên đường

Hạt bụi nào mà cay mắt muôn phương
Đất rêu phong đá núi đồi thiên cổ
Đâu những cố nhân nhớ người năm cũ
Con đường nào dẫn tới quen xưa

Để chốn về còn ngây ngất tiết xuân
Hương gió sớm tĩnh con đường viễn thám
Ngỡ sương rừng giấu mùi hương con gái
Sẽ chở đầy mỗi độ chuyến xe qua

Nguyên sinh nào còn lại giữa bao la
Mà lòng tôi giữ chút tình lãng mạn
Nhớ áo bay giữa buổi nào hoa mộng
Cơn gió nào nhè nhẹ trinh hương
Về nhặt lượm dấu cũ buổi quân trường
Xin lại em với lời hò hẹn

Chiếc ghế ngồi âm nhạc du dương
Xin lại nghe đôi ba bài tiền chiến

Trăng về núi đã bao mùa ẩn hiện
Rừng nguyên xưa có gặp giữa đại ngàn
Chuyện quê hương đã có lần lỗi hẹn
Cắc cớ nào cho hết phép Nha Trang
Về đây còn tiềm ẩn chuyện chia tan
Quanh phố cũ có lạc loài năm tháng
Con phố biển ngó trong chiều tắt nắng
Bãi thùy dương một thuở đã bồi hồi
Nơi khí hùng đã vuột mất đánh rơi
Khói quyện trầm quanh đây Trung Nghĩa Đài
Vũ Đình Trường tiếng gươm nghiêm Đại lễ
Hào khí đã thành... lời thệ mộng trai...
Và mùa xuân vẫn diệu vợi tha phương
Tiếng suối reo hay tiếng thở đêm sương
Nghe như thể thanh âm buông hoài cổ
Tiếng tháp Chàm trầm mặc với cố hương
Về đây ngồi ru tiếng mộng hoa xuân
Tà huy bay chập chờn soi đáy cốc
Hồn Vọng phu cứ muôn đời cô độc
Giữa mây ngàn nghe lệ đã sa mưa
Về đây ngồi nghe âm vọng Diễm xưa
Nơi góc quán chút vui buồn đời lính
Nha Trang ơi! Bốn giờ là khoảnh khắc
Còn chút gì gợi nhớ phút giao mùa
Về đây ngồi hãy đợi đến giao thừa
Chào năm mới lời tình sâu nghĩa nặng
Miếng mứt gừng còn cay lòng muối mặn
Mùa Tân Niên thêm rực rỡ nỗi niềm...
Năm này, năm nữa, bao lâu rồi nhỉ!
Cố hương ơi, mùa xuân trôi tha phương ■

HOA THI

XUÂN NÀY EM MẶC ÁO DÀI

lâu nay chỉ mặc áo dài
để đi quanh quẩn trong bài thơ thôi
vạt tà chưa dịp bén hơi
hương sông hương núi hương người hương hoa

bay khan trong cõi ba hoa
của ngôn ngữ chợt nghe xa xót buồn
dẫu thơ là triệu con đường
dẫn đời qua đủ cặn, nguồn yêu thương...

em chừ, lộng lẫy soi gương
nhìn thân thể ngấm mùi hương lụa vàng
con tằm đội lá dâu sang
thăm em kể chuyện xóm làng núi, sông

em vừa được ghé Hà Đông
em vừa nghe được tiếng lòng Duy Xuyên
ví như cổ được đeo kiềng
tay thơm vòng xuyến em... hiền hẳn ra
sẽ làm cô gái hôm qua

cái thời của mẹ làm cha nhức đầu
xuân này, em quyết định rồi
áo dài em mặc dạo chơi phố người

trải tà áo hứng tuyết rơi
bước ra khỏi vạt thơ người xem sao...

LA ĐÀ CÀNH XUÂN

mười hai tuổi, dậy núm cau
chợt như ghiền bệnh chải đầu soi gương
thèm đi khống khứ ngoài đường
hàng cây, cỏ dại bình thường, lạ ra

một đôi khi hoảng, như là
đụng nhằm phải những bóng ma vô hình
mười lăm tuổi, bước rung rinh
lụa thơm gói trái đào tinh khiết hồng

hai bàn chân bớt lông bông
đẩy cho đầu óc khi không phiêu bồng
giọt mưa chợt rớt trong lòng
ngọn nắng chợt ghé chở hồn đâu đâu

mười bảy "bẻ gãy sừng trâu"
bờ hoa cỏ ướt bên đầu gối mơ
soi mình trong mỗi sợi thơ
đời cho lòng nhận, lòng cho ai chờ?

hạt tình gieo giữa hư vô
nở ra triệu nụ vu vơ nhớ, buồn
hai mươi tuổi, ngát tình hương...
chừ ba mươi, vượt bình thường hơi xa

nhánh xuân óng ánh mượt mà
nguồn thơm vẫn ở chánh tòa phát hương

em không kiểu cách, dị thường
em là người đẹp biết buồn biết vui

xuân xanh lững thững theo đời
tình em ở lại với người yêu thơ

THANH XUÂN LỤC BÁT

1.
áo em cúc lệch, gió tràn
lai quần phơi thoáng hai bàn chân sao?
anh ngồi dại mắt chiêm bao
em đi ngang, chẳng biết chào một câu

mắt em không ngọt dao cau
sợ gì, hơi thở vấp nhau run hoài?
em quay trở lại, cho coi
long lanh mắt ướt đủ bài thơ chưa?

2.
thả xe dọc theo nhánh sông
gió lùa tóc lộ gáy hồng, rủ anh?
xe theo xe lượn khúc quanh
nắng chiều bằng phẳng trải xanh mắt cười

anh qua mặt, vói nhìn lui
gửi gì trong gió tặng người thơ không?
dẫu tôi đầy ứ một lòng
những ba hoa của bướm ong, vẫn chờ

3.
bỗng dưng thèm mặc áo dài
mang guốc cao gót dạo ngoài phố hoa
tay luồn vạt áo mở òa
không gian chín tới hương tà ma thơm

mắt người rễ bén, hoa đơm
và trời đất chợt chập chờn nhớ nhung
bước tôi kiêu hãnh, ngại ngùng
bước tôi đọng mãi những vùng thanh xuân?

MƯA TẾT NĂM XƯA

sân trống vườn thưa cây lá xanh
mưa dai dẳng bỗng ngớt vây quanh
đàn gà háo hức vui chân bới
sợi nắng chiều giăng vàng mong manh

con vện đầu thềm vươn thẳng lưng
co chân gãi háng ngó dửng dưng
ngỏ ra nhẹ tiếng bàn chân bước
gió nhẹ theo em chạy tứ tung

ngày đã trôi qua quá nửa ngày
chiều ba mươi tết lạnh ngây ngây
cùn trơ độc nhất cây vạn thọ
hai đóa hoa còn đang ngủ say

dưới bếp lửa reo tiếng nước sôi
mâm cơm cúng đất sắp xong rồi
không chờ mẹ gọi như mọi bữa
chồm hổm khoanh tay ngồi ngó chơi

con vện reo vang giọng sướng vui
hí hửng vừa chồm vừa vẫy đuôi
cha đi nửa tháng vừa về tới
ngày tết của tôi đã bắt đầu ■

HOÀNG ANH 79

Ru Tình Vào Xuân

Ru em vừa mới vào xuân
Lung linh hạt nắng mây lưng chừng đồi
Mang xuân ướp mọng đôi môi
Thơm ngàn hoa cỏ góc trời bình yên

Ru em sợi tóc đen tuyền
À ơi theo gió từ miền xa đưa
Ru em tình khúc giao thừa
Nhớ quên một thuở, như vừa biết nhau

Ru em ánh mắt đa sầu
Trông theo cánh hạc bên cầu gió trăng
Mênh mông sông núi cách ngăn
Sợ tình lạc giữa sương giăng mịt mù

Ru lời yêu đến thiên thu
Để em thánh thiện vô ưu giữa đời
Phù hoa theo áng mây trôi
Tình em muôn kiếp với trời nhớ thương

Xuân về thêm sắc và hương
Lộc xanh biêng biếc con đường em qua
Ru em say giấc ngọc ngà
Thả mơ vào thực lời à ơi ru!
Ngày 22/1/2016

KHAI BÚT ĐẦU NĂM 2016

Chiều 26 lãnh lương vài xấp bạc
27 chạy ngược xuôi trả nợ cho rồi
28 qua còn hên đủ tiền mua rượu
Đêm giao thừa pha nước mắt nhậu chơi

Sáng mùng 1 trời cao và nắng nhẹ
Quần áo bảnh bao đợi em ghé thăm nhà
Chờ đến tối mùa xuân sao hiu quạnh
Đêm lặng thầm ta nâng cốc mừng ta

Chiều mùng 2 tóc nàng bay qua ngõ
Mang hương xuân phơi phới quyện vào hồn
Có chú chim trên cành cao giọng hót
Nhưng không ngờ em cất bước đi luôn

Ngày mùng 3 ngóng tin vài thằng bạn
Phật trên cao đâu nỡ bỏ chúng sinh
Lợi danh hữu hạn nhưng tình người vô hạn
Giữa đêm xuân ta lại nhậu một mình

Từ trước nay còn mùng là còn tết
Quậy cho đã đời có chết ai đâu
Ta tự dỗ ngọt ta qua mấy lần xuân đến
Tìm đâu ra làm theo năng lực hưởng theo nhu cầu?

Ha ha ha có gì đâu mà giận
Thì không ai ta vẫn bước độc hành
Mùa xuân đến sẽ trôi qua chớp mắt
Tội tình chi mà bám bả hư danh!

HAI GÓC TRỜI XUÂN

Ta với em hai góc trời xuân
Em bên kia biển xa muôn trùng
Ta bên này nắng chiều hiu quạnh
Lê gót chân buồn thương nhớ thương

Xuân đã về đây trên nhánh mai
Đợi em hay đợi nét tàn phai
Của bàn chân lạnh đi lưng gió
Của tóc mây bay sợi vắn dài

Xuân đã về trên phố đợi chờ
Như câu kinh niệm chốn hư vô
Ôm em ôm cả thời yêu dấu
Trên lóng tay gầy khô héo khô

Sông núi mịt mùng em ở đâu
Còn đây trinh tiết nụ hôn đầu
Thơm như thánh nữ đêm trăng tận
Lầm lỡ một đời bao đớn đau

Xuân sẽ phai tàn trên thịt da
Rồi ta đi biệt một phương xa
Giữa mùa giông tố tim thoi thóp
Đâu bến sông quê sợi khói nhà! ∎

Ngày 14/2/2016

HOÀNG ANH TÂM

Đêm Giao Thừa Uống Rượu Một Mình

Ngồi một mình với bóng
Uống rượu đêm giao thừa
Nghe biển đời sóng vỗ
Đã cuộc tình này chưa?

Ta uống suông một chén
Mừng tuổi trèo bảy mươi
Còn thanh xuân phát ngán
Dù bầm dập tả tơi.

Ta uống thêm hai chén
Mặc niệm người yêu xa
Em cho ta tất cả
Dù héo tàn đời hoa

Ta uống thêm ba chén
Cám ơn đất với trời
Cho ta thêm sự sống
Giang hồ một kiếp chơi...

MÙA XUÂN TRÔI MÃI QUA ĐỜI

Bâng khuâng góc phố chiều tà
Ta người lữ khách xa nhà đón xuân
Áo vàng bay giữa bụi trần
Em về một thoáng ngỡ ngàng người xưa.

Bảy mươi bốn tuổi sang mùa
Trút đi gánh nặng lên chùa tịnh tâm
Mưa xuân nằm ngủ bên thềm
Em còn mê muội tật nguyền tuổi hoa.

Cơn đau ngã xuống chiều tàn
Mùa xuân trôi mãi qua ngàn tuổi tôi
Phố gầy guộc bóng trăng côi
Em về gió bụi một đời nhân gian.

NỖI BUỒN MÙA XUÂN

Quay lưng lại, nhìn mùa xuân qua tuổi
Chốn quê xưa ngày ấy qua rồi
Mái đình làng, ngôi miếu thần rêu cỏ
Tiếng chim cu, sao nhớ mãi cả đời.

Nhà còn lại chị hiền hôm sớm
Cùng cháu con nhang khói ông bà
Ngày tết nhớ thằng em nơi viễn xứ
Lâu lắm rồi... vẫn xuôi ngược bôn ba.

Quay lưng lại, nhìn mùa xuân qua tuổi
Bóng mây xa còn đọng mãi trong hồn
Vách núi trắng, phôi pha đời cô lữ
Đếm từng đêm qua chén rượu suông.

Ba mươi tết, chuyến xe chiều về muộn
Chắc chị chờ trong bụi đỏ hoàng hôn
Mắt cay xé lòng người mong đợi
Xe qua rồi, mang theo cả nỗi buồn ■

HOÀNG KIM OANH

THẢ NỔI MÙA XUÂN

Đi trong luân hồi
đâu bờ bến đợi
vật vã vô thường...

ngày
rồi
cũng đã
tà dương
tan cùng nắng quái
vấn vương
năm tàn
em còn thả nổi mùa sang
tay níu
mùa cũ
mênh mang
sợi
buồn.

CÚI

Cúi hôn
ngọn cỏ bốn mùa
Cúi tìm chút bụi
gió đùa
hư vô

Trăm ngàn con sóng nhấp nhô
lòng em
biển động nào xô
chập
chùng

bâng khuâng
cúi trước vô cùng...

Thị Nghè, cuối năm
11.2.2022

BÓNG XUÂN

Nghiêng cành xuân
Gió qua thềm
Đất Trời khép mở chào đêm vô cùng

Say cùng ta
giấc tương phùng
Say cùng ta
mọi bão bùng sẽ tan
đêm nồng ngây ngất sang trang

Lả lơi vàng ngọc mơ màng

đêm trinh nguyên mộng
bóng tràn bóng xuân
khóc cười năm cũ
bâng khuâng
    nâng niu cành biếc mà trân quý đời
        đêm thơm thiên khúc gọi mời

        rót đi tiền kiếp rong chơi
rót đi cạn chén đầy vơi
xuân nồng
    Hôm Qua vừa chạm Hôm Nay
    Ta và Ta
    phút trần ai
    mịt mờ
    Ta và Ta
    Mộng Nam Kha
    Nụ xuân vừa hé
    thiêng liêng
    Giao thừa.

Thị Nghè, 1.1.2022

MẬT NGỮ ĐÊM

em sợ đêm hoang vu
sợ địa cầu thăm thẳm
biển rộng quá. em mong manh bụi cát
anh và em. thất lạc
giữa đường
cõi nhớ. cõi quên
đêm xuân
không có em trong giấc mơ anh
không còn em trong nỗi anh vời vợi

không có em
không còn
em
trong thế giới ngủ quên.

ơi đêm sâu. câu mật ngữ mịt mùng
đừng giải mã những cơn mơ bất chợt
đừng tin đêm.
nhịp thở vỗ về nhau
đêm đong đêm
đau đáu mộng xuân thì
em đâu trách đất trời đừng chuyển động
để đêm tràn sám hối hững hờ yêu

em sợ phút nhìn nhau như kẻ lạ
anh tìm em trong vô thức lãng quên...
em tìm anh trong ảo ảnh muộn màng
sao lạnh cả tinh cầu đêm mộng mị
tóc em bồng. thèm rối ngón tay đan
sao thiên thu không chết giữa đêm hoang
cho nhân gian thôi vọng nẻo thiên đàng

biết tìm đâu. sóng vỗ tuổi xa xưa
phút trần gian. tay chạm cổng vô thường
dẫu có đợi. ba ngàn năm sau nữa
ngoái vạn đường
cát bụi
đã hoàn nguyên... ∎

Thị Nghè

HOÀNG LỘC

Chào Năm Mới

chào em năm mới quê người
chim bay xuống đất và
ngồi trước sân
thấy hồn tôi quá bâng khuâng
kêu lên mấy tiếng
rồi không nói gì

mới còn tháng chạp hôm kia
mà đây đã tháng giêng về hôm mai
chào em năm mới, đêm dài
tôi chong đèn viết đôi bài-đèn-chong

thấy tôi, bóng nhỏ nao lòng
ở ngay trên vách chập chờn với tôi
đây là chỗ rất xa xôi
hỏi em, nghe được trăm lời cố hương

tôi đi khắp xứ cùng đường
tìm không ra cái bình thường thuở xưa

HOÀI HOÀI GIẬN GHÉT

em cứ hoài má phấn môi son
đầu năm mới tha hồ khoe áo mới
nắm tay chồng như nắm được mùa xuân
bước về nhà - đâu cần bước vội

nhánh mai vàng chiều nay đã nở
và tấm lòng tôi lại rất bồi hồi
em vào nhà - đâu hay ngoài cánh cửa
có đóa tình buồn mùi hương đã phai...

tôi từng về với quê nhìn em áo mới
cũng từng ra đi và đi rất lâu
nhiều điều cùng nghe mà không thể nói
em cứ hoa nhường mà không của tôi

tôi không thể ăn và không thể phá
xin một đời em ấm áp gia đình
em đẹp cực kỳ cho tôi được khổ
và được hoài hoài giận ghét chồng em...

MÔI ĐỎ ĐẦU NĂM

mấy ngày trước đây thôi - là cuối năm
hôm nay đã là ngày đầu năm mới
môi em đỏ hạt dưa, cười rất trẻ
nồng nàn hơn nỗi nhớ gửi cho đời

và buồn hơn nỗi nhớ gửi về tôi
khi em biết những gì kia đã cũ

môi em đỏ kim chi, màu ớt đỏ
đủ cay lòng và đủ lãng quên chưa?

tôi đi vào năm mới ở trời xa
nơi vẫn cứ mùa đông tươi gió rét
nơi tôi biết trong tôi còn chưa ngớt
một cơn dông làm bão đến vô cùng

em có ngày áo đẹp đón mùa xuân
môi vẫn đỏ son môi, cười rất mới
xin đừng trách câu tỏ tình vô tội
hơn một lần tôi giấu giữa trang thơ...

Mùa Xuân Anh

1.
em hãy khép thư phòng
đốt chút hương trầm
ngồi đọc thơ anh
và phác thảo chân dung anh (chân dung trượng phu xưa cũ!)
không gã nào được phép đồng hành anh trong em
em không có ai, có gì - quan trọng hơn anh
và tình yêu

2.
em thần phục anh
em phải tiến cống anh
cống phẩm là em - là hết thảy em, hoàn chỉnh
anh lễ phục triều nghi
nhận em, bằng trái tim đại đế

3.
tóc anh đã muối tiêu
mà mùa xuân anh chỉ mới bắt đầu.

TƯỞNG VỌNG XUÂN

biết em đang mặn mòi nhan sắc
khi lòng em vô cùng tình nhân
tôi đứng cuối trời nghe dao cắt
đời y như đau thêm mấy lần

biết trong em ngày xưa rơi rụng
những về nhau chừng cũng mơ hồ
cơn gió phiêu bồng đang gặp lạnh
còn thổi hoài lên những xác xơ...

biết mình không làm gì hơn nổi
cái thân gầy yếu, cái hồn phai
trăm năm bắt vậy, đành ra vậy
để chữ tình coi chẳng giống ai!

không thể nào tôi đây phải chết
và đất trời không thể khốn cùng
bởi ngày đông cần đi xa biệt
thì cõi đời mới được về xuân...

THÁNG CHẠP

anh với gió lang thang chiều tháng chạp
nỗi thương thân vừa bật cánh chim rời
mùa đông bão những tầng mây xuống thấp
đành áo em mờ, giạt - tóc se vai?

ai rõ biết cảnh đời đôi lứa ấy
mãi riêng cây, lại khổ chẳng liền cành
như kiếp trước chưa một lần nhớ thấy
mà hẹn thề trong mắt đã đinh ninh!

qua lối cũ buồn kia chừng sẵn đợi
nghĩ khô vàng ngọn tiểu cúc đầu sân?
em đơn chiếc giữ gìn riêng tiếng gọi
để anh xin lui tới được bao lần?

tình rối chỉ gỡ từng hồi đã mệt
mắt quen cùng sót tiếp giọt chua cay
trời lại tiếc một mùa đông sắp hết
còn bất ngờ lạnh suốt cả chiều nay...

CÂY MAI GIÀ VƯỜN ANH

cây mai già vườn anh năm lần hoa cuối đông
năm năm riêng đời nhau - mà chung lòng
tóc anh lại thêm nhiều sợi bạc
tình anh cũng thêm nhiều long đong

năm năm vườn anh, em từng mắt ướt
quẩn quanh vì thương cây mai già
cây mai cũng thương em, hoài lật đật
tháng chạp vừa, đã trổ đầy hoa

hoa mai vàng như màu áo em
ai bảo màu vàng, màu mau quên?
năm năm em về lòng anh sớm tối
năm năm vườn anh vàng trăng lên

anh, cây mai già ngậm ngùi cuối đông
năm năm thương em dãi dầu nắng gió
năm năm, tháng chạp vừa - đã trổ
hoa biết còn thơm ra giêng không? ∎

HOÀNG SONG QUỲNH

Viết Cho Tháng Giêng

Tôi xếp mùa vào một góc đêm
trên thánh giá treo lời sám hối
vầng trăng xanh
tiếng kinh không tuổi...
Tháng giêng non
và cơn bấc ngược mùa
em đi chưa kịp về thắp lửa
để đêm mòn khuyết một vòng tay!

TRẢ EM MỘT NÉN TRẦM BAY QUA MÙA!

Ai mang tôi trả về chiều
Để nghe nỗi nhớ buồn hiu hắt buồn
Vàng thu trả nợ mưa tuôn
Suối trăm năm chảy trả nguồn yêu thương
Em về trả một chút hương
Bạc lưng áo mỏng bụi đường mềm vai
Tôi về thắp nến đêm nay
Trả em một nén trầm bay qua mùa
Tàn đêm vọng tiếng kinh thưa
Lần tay xâu chuỗi mấy mùa nợ nhau?

GÕ CỬA THÁNG GIÊNG

Tôi về gõ cửa tháng giêng
Hỏi ai giấu tuổi hồn nhiên đâu rồi?
Tháng giêng tôi mở cửa tôi
Tìm mong gặp lại một thời chân quê
Tháng giêng tôi đón tôi về
Áo vàng hoa với đường đê hoa vàng
Nghe hồn quê rộng thênh thang
Nghe tôi về giữa nồng nàn yêu thương! ∎

HOÀNG XUÂN SƠN

Vọng Tưởng Một Mùa Xuân Thơ

Tháng chạp về rồi, mùa ngâu chín
trước ngõ rêu phong mộng hóa vàng
run run ánh lửa chiều đông tái
gọi khẽ trong lòng: xuân nữa sang!

Trời đất dường như gầy hơn trước
mà thoáng hương đi vẫn dịu trầm
qua vườn chợt thấy mắt ai đẹp
giọt nắng xuân cười trên lá răm

Về hỏi sương mù rưng rưng đọng
đắm nhẹ hồn phiêu lạc bước gần
ngắm tuổi xuân hồng mắt gương sáng
mùa lượt là. thơm ngợi áo khăn

Làm sao thở được mùi cây trái
dìu dặt thương thương những phố nhà
tiếng cười vỡ biếc trưa yên tịnh
ngọc nước xanh ngời lên cỏ hoa

Níu áo người về hương thơ cũ
mơ dạng xuân tươi hết lòng đời
đằm đằm ngan ngát không gian hẹp
thức dậy, chan hòa một sớm mơi.

[trích Huế Buồn Chi, Tủ sách Hoàng Xuân 1993)

Hôn Một Nụ Hôn Tầm Xuân

cõng lên trời. nụ hôn
xanh
có con chim yến nhìn oanh
mỉm cười
xuân về
một nụ rất tươi
tùy sao đêm
vẫn biếng lười nhân gian
phải từ khi nắng   vụt
    tàn
cái lạnh sướt mướt
trùm sang cõi người
đông. già khụ
lão. mấy mươi
đã lên ngân khánh
tình ngời lữ phương
à thôi em bấy đoạn trường
dài lâu thì cũng thân thương tìm về
cứ ngọt ngào mơm suối khe
nụ hôn chép lại
bốn bề nghiêng sao

13 dec. 2011

Chiều Xuân Cây Trái

buổi chiều nghiêng một nhánh mây
là khi em thụy xuống đầy vai tôi
nõn vân tơ. dìu êm. lời
phủ dụ của một ngày lơi lả tình
thường khi tôi vuột mất. mình
trong ánh mắt ai. thình lình. vụt bay
chiều đâm xuyến qua hàng cây
đơm tôi thủy mịch dâng ngày nguyên xuân

Cuối Năm. Bay

bóc một tờ lịch ba hoa
rồi cười như thuở chích chòe miệng tươi
tôi rong chơi với cuộc đời
mà đi sao hết khúc đuôi khúc đầu
một khi đã bước qua cầu
thì thương nhớ giữa hai mầu nhớ thương
mầu của sông. in tuồng
xanh như lệ liễu buồn như nắng chiều
tôi bay hoang
một trận
liều

Tết Nhỏ

Em cố gượng, coi chừng em ngủ gật
làm sao thức để kịp đón giao thừa
nồi nước nguội me cời thêm bếp lửa
bánh chưng đầy, câu chuyện kể, ngày xưa ...

đêm tháng chạp trời còn đang cữ rét
nhà đơn sơ mình vẫn ấm quây quần
như có cả linh thiêng người khuất mặt
cả đất trời. cây lá chuyển mầm xuân

tiếng pháo nổ ròn vang đêm trừ tịch
em thức giấc ngơ ngác đến buồn cười
à! năm mới chú mình thêm một tuổi
sẽ lớn nhanh bằng anh cả, chị hai

lòng tĩnh mịch nhang trầm thơm mọi góc
chị cười hiền như nét đẹp trong tranh
me xin lộc đem về còn tươi nhánh
"Tết như vầy, chắc mình hên cả năm."

sáng mồng một ra đường chân rộn rã
em tươi cười rạng rỡ đóa tường vi
giò thủy tiên đêm rồi vừa kịp nở
như chia vui cùng áo mới xuân thì

hôm nay cúng ông bà bên phủ nội
cô, chú về đông chật cả trong, ngoài
biết mắc cỡ, ngượng ngùng nghe thăm hỏi:
"thằng lớn cồ, lấy vợ được rồi bây!"

sắp ngay ngắn những đồng tiền mừng tuổi
mùi giấy thơm như ước nguyện hồn nhiên
sang năm tới có chắc còn thơ dại
còn ngước nhìn mơ mộng tuổi thần tiên?

mồng ba Tết níu áo me về ngoại
nắng trưa rồi qua trễ chuyến đò ngang
những nấm mộ bên đường xông đất mới
vườn nhà ai xanh mượt luống hoa vàng

tình quyến thuộc một ngày xuân rộng mở
đời thanh bình như ngọn cỏ, bờ khe

mừng năm mới nhắp hương trà mộc mạc
lát mứt dày thắm đượm bao tình quê

ôi Tết nhỏ trong lòng xưa hỡi nhỏ
em lớn khôn rồi đời bỗng xa khơi
một ở. một đi. một lần. một thuở
Tết nhỏ mất rồi. Tết nhớ thương ơi!

[trích Tân Văn, số xuân Mậu Thìn]

"TIẾC KHÓM MAI GẦY"

nụ gì
rồi nụ cũng bi
nụ chi cũng nụ
xuân thì trớ trêu
trên vai xương
ngụ cánh chiều
thì luân lạc   hỡi
về theo trùng phùng
tết này
tuyết nụ đơm bông
cho mai thạch nở
cuối lòng sơ giao
cho yêu thương
một vẫy chào
nâng cây thúy diệm
về cao ánh hồng

HỒN NHIÊN MÙA XUÂN

bộ tịch? đừng. không nên
cứ để nguyên hồn nhiên
con mắt nằm sau gáy
thấy hết cả diện tiền

em ạ, ta là quỷ
già đời lĩnh xướng. dâm
đầu trơ xương núi sọ

bí chú. đọc lầm thầm

con nít reo ngoài cươi
à! đồng dao tới nơi
vẫn nghe ta đồng nát
tự thuở cạp đất người

biết nói , (không), chưa đủ
yêu. ở chỗ biết cười
một cành tre bật dậy
trăng trèo lên giếng khơi

bằng hai chân nòng nọc
ồ, không phải, đuôi người
trở về rừng khai hội
khi tình xuân biếng lười.

KHÚC VÀNG XUÂN

Trong cái yên ả ban mai
tiếng chim luých chuých kêu bạn
nài nhau sống hơn một ngày
đời hữu hạn tình vô hạn

Mình biết gì về cuộc sống
chưa. quanh ta nhựa xanh tràn
tiếng rì rào của dương mạch
tiếng gọi mời của hỏi han

Hãy thử nhắm mắt một chốc

rồi mường tượng như đang là
mỉm cười với một ai đó
mặt trời ôm tặng bó hoa

Thức dậy khúc xuân rì rào
mùi cà phê và tiếng hát
người bạn đời như nốt nhạc
bay cao bay cao bay cao

Bạn vừa hoàn thành xâu chuỗi
của mưa và nắng tuyệt vời
hãy phong linh chạm môi gió
mãi là huyền nhiệm đôi mươi

25 avril 2021
[lòng thật bình yên mà sao buồn thế! TCS]

Sao Chẳng Là Xuân

còn nghe trắc trở trên đầu sóng
nhện nước trăng soi đáy hồn buồn
việc. người. tới tấp tràn lửa bỏng
cõi tạm yên bình sấm chớp tuôn

thân nhục đỗ dài trăm trận tuyến
giữ lại em tôi phút tình cờ
là đây. hiện diện trong đời sống
như cỏ mọn hèn. gió phất phơ

nằm dỗ lưng quay tờ mộng mị
mười năm xao xác ngọn mây tần
tay vỗ. không cân đều bỉ thử
mà nên âu yếm cuộc phong trần

là đi bươn chải không bờ bến
húc tới. tràn lấp một địa cầu
tre rừng đốn giữa lòng đô thị
suối nguồn hoan lạc dễ trầm sâu

em nhỉ vóc xưa hồn bạch ngọc
ta còn nâng áo sửa đời nhau
mà nay xương quạt gầy trơ khất
hoa chép trên khăn nhạt mấy mầu

là xuân trở dạ buồn chi thiết
hồ mị tân thanh sương trắng ngần
tàn tích nghe tuổi đời nham vũ
tuyết lãnh vô thường giam kín chân

dằng co huyễn thực nhiều khi cũng
buông kẻ đu dây xuống vực ngờ
là ai. ghé lại trong tiền kiếp
kể chuyện xưa hiền lúc trẻ thơ

mỗi năm một nhóng lời than trách
sao chẳng là xuân trải với đời
ước chi giọt nắng vàng yên thắm
cho mắt môi người rạng nỗi vui ■

(trích Thơ Quỳnh, Văn Học Mới 2018)

HỒ CHÍ BỬU

MÙA XUÂN VÀ TÊN LÍNH RỪNG

Cuộc sống của ta giờ quá đã
Sáng ra chim hót ở trên cao
Tối nghe vượn hú vui chi lạ
Sáng tắm suối nguồn tối tắm ao

Ta sống ở đây mười bốn tháng
Dưới kia thung lũng ắp đầy hoa
Lính ta một lũ đầy ngạo mạn
Gối súng quen rồi quên gối da

Có bữa cơm chiều mưa tầm tã
Khói quyện lên trời bay lãng du
Ngồi nhớ chuyện đời cười ha hả
Bỏ phố lên rừng đâu phải ngu?

Sau buổi mưa chiều hoa kết trái
Ta mất một đàn bướm thật xinh
Nhớ em ta ngắt cành hoa dại
Nhờ gió đưa hương gọi chút tình

Người ở phố phường khua tiếng hát
Rượu uống suốt ngày say lại say
Ta ở phương này mang đánh bạc
Cuộc đời sự nghiệp lẫn tương lai

Người ở phố phường nhiều gái đẹp
Nhà lầu giường nệm thật là sang
Ta ở phương này tay súng thép
Đắc chí chỉ trời ca hát vang

Sáng ra ta hít đầy khí mát
Tội em cát bụi dưới phố hồng
Ở đây ta có ngàn cung nhạc
Tội em dưới thế có bằng không

Ta đứng đây cười bằng kiêu hãnh
Lâu quá thành quen cũng cố lỳ
Râu tóc mọc dài không thợ hớt
Ta giống như là tên hippy

Có bữa hứng vào lên bản Thượng
Dẫn theo vài chú lính chưa già
Nhiều tên còn muốn xin làm rể
Rượu cần dăm hũ uống như pha

Cuộc sống của ta giờ quá đã
Hồn nhiên nên mãi vẫn không già
Thành phố nghe quen mà xa lạ
Tết đến ở rừng chơi... hết ga!

VỀ PHÉP NGÀY XUÂN

Ngủ ở đây - đêm nay ta yêu em bằng kỷ niệm
Ngủ ở đây không có tiếng súng giật mình
Không có hầm cá nhân từng đêm ngồi kích
Không có bastos để lén hút vội vàng

Ta ngang nhiên ngủ giữa lòng phố chợ
Giữa cuộc vui vụn vỡ của san hô
Đã đánh đổi bằng nghìn đêm lo sợ
Đêm nay rồi cũng trả lại kinh đô

Bạn bè ta hằng trăm thằng ngoài đó
Mắt trong đêm vẫn mở lớn trợn trừng
Sương đỉnh núi còn giăng mù đầu gió
Ta nằm đây thoáng nhớ cũng ngượng ngùng

Ngủ đi em - chắc đêm nay không nghe pháo kích
Thiên đường xa nên súng đạn cũng buồn
Tay ta đây vùng thịt da thương tích
Gối đầu lên rồi kể chuyện yêu đương

Ngủ đi em mùa xuân cũng còn buồn lắm
Thôi ngủ đi - ta đi hái trái sầu
Trên non cao hay tận cùng hố thẳm
Đem về trần chằm gắn vết thương đau

Ngủ đi em - ta về vùng lâm chiến
Cũng mơ hồ như một nửa cơn điên
Nghêu ngao hát như một lần xuống núi
Rồi về rừng nghe thương nhớ từng đêm

PHỐ NHỎ MÙA XUÂN

Rất lặng lẽ - một mùa đông sắp hết
Gió giao mùa làm cái lạnh se môi
Cũng lặng lẽ - một mùa xuân sắp đến
Đến hay đi vẫn nhịp chảy dòng đời

Ta xuống phố, nhìn tóc dài, tóc ngắn
Có gì đâu? Khi nhìn chậm một người
Như giọt rơi đầu ngày – cà phê đắng
Bỗng thấy mình trở lại tuổi đôi mươi

Đốt điếu thuốc cho cay sè đôi mắt
Áo hoa vàng khi nắng rớt trên vai
Thời tuổi nhỏ ta lao vào đuổi bắt
Một cái gì không có ở tương lai

Cô hàng nhỏ - ly cà phê uống vội
Em thấy gì trong nắng mới mùa xuân
Ngơ ngác làm chi – cho ta thêm tội
Tóc thề chi? Ta lạc giữa muôn trùng

Khe khẽ nhé, mùa xuân về rất chậm
Bên góc đời ta ngồi nhặt hoa rơi
Cứ nhầm tưởng tim mình như tĩnh vật
Nào hay đâu vẫn rung động tuyệt vời!

Thì Thầm Mùa Xuân

Tóc đang ngắn, nhưng sẽ dài trở lại
Mái tóc thề xưa, ta đã nâng niu
Em vẫn thế - với nét buồn hoang dại
Đã làm ta ngơ ngẩn biết bao chiều
Phố mùa xuân, đang ngập ngừng đếm bước
Khi em qua hoa lá cũng thẹn thùng
Ta cũng thế - ngập ngừng... ai biết được
Nói điều gì... nhưng tim đập run run
Phố mùa xuân - rất nhiều tà áo lạ
Nhưng chỉ áo em đẹp nhất trên đường
Nhiều má hồng – nhưng má em hồng quá
Má em hồng hay tại nắng vương vương?

Ta làm thơ nên cả đời mơ mộng
Những mộng mơ đem chứa cả ga đời
Lòng khinh bạc – nhưng vẫn hoài hy vọng
Nắng bên trời – và nắng sẽ vàng thôi...

Xuất Hành Đầu Năm

Năm mới xuất hành ra ngồi quán cóc
Đâu có em nào. Ta nhậu mình ên
Đâu phải lữ hành sợ gì đơn độc
Cần gì nhà hàng - Ta ngồi quán không tên
Ực cái trót - Chà, đã đời thợ mộc
Khà cái khì. Ly rượu nếp trong veo
Phố vẫn đông. Người ngược xuôi ngang dọc
Ta rung đùi ngồi nhậu tỉnh queo.
Mình dân dã đâu xênh xang áo mũ
Chẳng cân đai. Đỏm dáng. Nực cười
Ta xông đất bà chủ hàng cũng đủ
Ngày xuất hành. Con mắt liếc có đuôi...

Chiều Đầu Năm Ở Biên Giới

Thiên hạ chúc nhau thăng quan tiến chức
Chén tiễn chén đưa rượu uống mềm môi
Ta nằm phương này đếm buồn không dứt
Khó kiếm làm sao dù một nụ cười

Thiên hạ chúc nhau điều hay ý đẹp
Tống cựu nghênh tân may mắn trọn năm
Ta vốn từ lâu chán người dưới phố
Nên vào rừng sâu nghe gió thì thầm

Đôi lúc chợt buồn thấy lòng chán ngán
Định nói yêu em nhưng ngượng đành thôi
Rủi mai đánh rơi nửa đời phiêu lãng
Xin một lần nghe được tiếng em cười

Xuân đến xuân đi buồn vui bất chợt
Ta vẫn là ta nửa gót phiêu hồ
Ngày tháng bây giờ đếm sầu trên lá
Còn lại những gì ngoài mấy vần thơ?

Đưa hết nhau đi - về chôn đất hứa
Rớt lại nơi đây một chút ngậm ngùi
Ta mãi cô đơn không nơi nương tựa
Nên chẳng cần xuân cũng vẫn thấy vui...

Bài Tango Cho Em

Mùa Xuân về - hoa mai
Ta quen nhau một ngày
Nắng về vương lên tóc
Tình yêu đến không hay

Mình yêu nhau mùa Xuân
Xinh - sao má em hồng
Một chút gì xao xuyến
Bên nắng chiều bâng khuâng.

Em ơi em - mùa Xuân
Mình yêu cả tấm lòng
Ly rượu vàng hạnh phúc
Ta tặng người trăm năm

Mùa Xuân - nhiều hoa mai
Đẹp sao bóng trăng gầy
Mùi hoa mai say đắm
Cho lòng ta ngất ngây

Đêm nay nhiều sương giăng
Đẹp thay ánh trăng rằm
Ta nhìn đời say đắm
Tango cho mùa Xuân... ∎

HỒ ĐÌNH NGHIÊM

Co Thân

Nhà thuê phòng nhỏ lá rụng đầy
Sân trước vườn sau mình vô can
Bóng gà không thấy lấy gì đuổi
Xao xác thốn ngực mộng điền viên

Đá trụ góc sân rêu chẳng mọc
Gươm cùn lưỡi cụt trốn phương nao
Rằm đi khuyết nguyệt tóc không bạc
Ngứa đầu thuốc nhuộm màu khó phai

Soi mặt gương mờ chí thấp nhỏ
Cởi áo phanh ngực sợ cảm hàn
Xuân xa mùa cắt da âm độ
Đất lạnh thắp lửa ngọn tình run

Phong thư mòn nếp gấp ngực giấu
Lời hứa vắng hạnh tem khô hồ

Ươm đặt sáng chiều quên lấp nhớ
Nghe dửng dưng về đòi nợ mang.

GIẢ ĐÒ

Trốn chui am tự giả đò
Luyện chữ đúc truyện thăm dò hoang mang
Trắng lòng trang vở chịu tang
Mưa lay lau lách xin van giọt sầu
Bút tích hoen thấm vô cầu
Chạy ngông dầm thủy nhạt màu họ tên
Một kinh hai kệ chìm quên
Lậm thân vướng tội cũng nên trần truồng.

DẶM MÒN

Sông trôi xa vàng mắt dụi ngó
Đầu xanh thất lạc buổi bất ngờ
Mùa ẩm dâng tràn hay xóa vội
Ngày cũ nơi nào mãi bới lên

Khó nhọc qua cầu bảng số mới
Vòng khúc quành lắm biển tạm dừng
Bạn sơ giao địa chỉ xuôi ngược
Cuộc thường trú gió đùa lá reo

Hương, Hàn len giữa phố hẹp
Sông Saint Laurent sóng mãi nhấp nhô
Giấu gì dưới lòng chưa nguôi nghỉ
Di dân soi mặt tâm bình an?

Chiếc lá phong hiền mang biểu tượng
Bốn mùa vẫn đỏ đốm bao che
Ai đến xiêu thân một nương tựa
Xuân đổi màu lý lịch đã thay. ∎

HỒ TỊNH VĂN

Xuân Tình

Xuân sắc cười duyên trên mắt biếc
Tóc mây hong gió xuân mơ màng
Môi thơm xuân đọng như hương rượu
Má hồng ửng đỏ đón xuân sang

Năm nao em chớm vào xuân chín
E ấp trao anh nụ hôn đầu
Rạo rực tình xuân muôn sắc thắm
Đêm về thao thức suốt canh thâu

Hoa xuân thơm mãi ngày xưa ấy
Thơm suốt ngàn năm mộng có nhau
Dẫu khuất bóng người trên bến vắng
Xuân xưa còn đó người nơi đâu?

HỒN YÊU

Một thoáng buồn trên đôi mắt anh
Xa xăm ảo ảnh thoáng vây quanh
em nhìn tự hỏi sao buồn thế
em có được nằm trong mắt xanh

Chớp mắt đưa tình theo nét môi
Trái tim khe khẽ nhịp bồi hồi
Mắt anh hun hút chừng vô tận
Em hiểu ra mình chợt có đôi

Đâu biết cũng từ trong mắt nhau
Anh đi để lại nỗi ưu sầu
Mây luồn trong gió trời hiu hắt
Sâu thẳm ánh nhìn sâu hút sâu

Một mình em về xa thật xa
Con đường vắng lặng ít người qua
Mưa xuân lất phất giăng bờ giậu
Quấn lấy hồn yêu giọt xót xa

TÌM LẠI CHỐN XƯA

Anh sẽ về thăm em lần nữa
Cổng khép hờ ngọn gió thoảng qua
Ngoài kia xuân cũng về gõ cửa
Cùng giọt mưa xuân trải thướt tha

Anh sẽ về thăm em lần nữa
Gõ cửa trái tim... đóng. Im lìm.

Tình anh gõ nhẹ như là gió
Cây lộc vừng thơm cùng hơi em

Anh sẽ về thăm em nơi đó
Mang tình xuân tưới ngọt hồn quê
Rồi có thể anh đi biền biệt
Nhưng tình yêu cài ngọn tóc thề

Tin tưởng nhé người yêu tha thiết
Ấm bàn tay run nỗi ngậm ngùi
Anh đã hẹn một ngày trở lại
Thắp tình vui lên ấm môi cười ∎

HỒ TRUNG CHÍNH

MAI VỀ NƠI CỎ LẠ

Ai có chờ đâu mà vẫn đợi
Ngày về quán tưởng cuộc hoàn nguyên
Sương tuyết che ngang trời quê cũ
Phương người thắp mộng mấy ngàn đêm

Nỗi nhớ thành rêu nồng hương đất
Đất bám lời ru, nỗi đá vàng
Mỗi bước chân đi, lòng thương tích
Dốc đời mỏi gối, cõi nhân gian

Vẫn tháng năm mòn thân viễn xứ
Ngùi trông hương khói nẻo quê xa
Ngậm nỗi đau chung mài thân phận
Đinh đời đóng xuống nỗi riêng ta

Chia tay khôn dứt tình tơ nhện
Giăng kín niềm riêng những vết đau
Cố quên một nửa hồn lem lấm
Gội cạn đời nhau, một thuở nào

Vẫn biết mưa mau cùng nắng vội
Sông còn hối hả một dòng trôi
Mơ mòng chi một thời hoang dịch
Cuộc chia ly màu lửa, quanh đời

Ta gọi ta, sống-với-một-lần
Cơ hồ còn được một tri âm
Nghe trong bụi cát lời ân sủng
Mai về nơi cỏ lá đương xuân. ∎

HỒ XOA

MÙA XUÂN NƠI NÀO

Nhận gì từ gió mà cây đong đưa
Hát cho ai mà hoa tàn lá rụng

Em có gởi gì cho nắng không
Mà ngập ngừng ngõ hoang như lỡ hẹn

Mùa xuân xa trong nắng phai
Người qua đời tôi ngày buồn đến lạ

Tìm gì trong chiều thẳm
Cánh én lạc loài cô đơn

Xuân qua rồi còn mùa thương nhớ cũ
Chiều nghe bụi hồng hoài niệm mắt môi ai

Người không lại con đường xưa rất lạ
Những chiều vơi như rượu cạn không lời

Đôi vai nhỏ bóng chao nghiêng chiều rộng
Bờ ngực đầy để khát một đời thơ

Hát hay khóc tơi bời như lá cỏ
Cho môi khô lời đắng rớt bên bờ

Ta ngồi lại soi lòng im như tượng
Nghe trăm năm nức nở dưới môi cười ■

HƯ VÔ

NẮNG XUÂN

một chút nắng ánh hồng lên quê mẹ
phiến mây hanh phiêu lãng cuối trời xa
lắng tiếng chim reo rung miền dĩ vãng
gió đùa ru tha thướt lá và hoa

có ai ngồi trầm tư trong một xó
nhìn đời trôi qua lấp loáng ngả đường
nâng áo hồng hoa bên hàng cây nhỏ
ngỡ nàng thơ kiều diễm ngõ quê hương

dòng sông cũ thêm một lần biết hát
dáng ngày xuân mềm lộc biếc thân cành
chiều đông ấy đã nhạt nhòa hương tóc
dậy mùa em búp nõn nụ thanh tân

mai tình xuân long lanh mắt biếc
có mưa bay tắm gội mùa màng
bàn tay măng gót hài đi hái lộc
bóng đường quê vui nhã nhạc miên man.

HƯƠNG TẾT

gió vàng reo trên lá
hồng trên má em thơ
là mùa thay nắng mới
đất trời nụ nguyên sơ

nhăn nụ cười tóc bạc
vái đưa Táo về trời
mẹ lâm râm lời khấn
chúa xuân sắp đến rồi.

từ nghìn xưa để lại:
bánh hoàng tử Lang Liêu
này áo hoa pháo đỏ
ông đồ với cây nêu

này củ kiệu dưa hành
kẹo mứt và hạt dưa
bao lì xì mừng tuổi
khắp ngả đường đầy hoa
ta cúi đầu cầu nguyện
xuân dâng khắp sơn hà
những linh hồn quá vãng
kẻ cùng khốn không nhà...

đôi bàn tay khâu vá
vết tích mùa trăng xưa
tâm hồn ai rách rưới
cùng hương xuân thơm vừa.

trao em duyên tình muộn
phôi pha đã mấy mùa
sớm xuân cài trên tóc
Là từng hạt sương mưa.
2017

GIẤC MỘNG TÀN

chén sầu nâng sóng sánh
ngân tiếng đàn đi hoang
tuổi đời cơn gió thoảng
dang tay hương mùa sang

một mùa xuân lóng lánh
lộc biếc còn trinh nguyên
ấp ôm ngàn lá mới
giữa giá rét đông thiên

loài dế giun rả rích
trăn trở giấc đông miên
chờ mùa sang lột xác
hồn bướm thoát đêm đen

lữ khách mơ đường xa
bóng quê nhà vời vợi
chầy canh ly rượu đắng
cong queo giấc mộng tàn

XUÂN TỪ CỔ TÍCH BƯỚC RA

Tinh mơ sương bay man mác
có tia nắng hửng trên cành
mùi hương qua từng kẽ lá
mầm xanh rộ đỏ tím vàng

Nụ hồng tươi khoe sắc thắm
hoa cúc đậm đà hoàng kim
thược dược cổ đồng ngọc bích
thân mai khắc khổ rực vàng

Trẻ thơ tung tăng xúng xính

nụ cười đằm thắm mẹ cha
dáng em áo hồng e ấp
chàng trai khoe vóc anh tài

Mưa xanh trên đồng biêng biếc
lên chùa thắp nén hương thiêng
dâng lên ban thờ tiên tổ
khói bay mấy cõi bồng bềnh

Mây xa khung trời én liệng
bến sông gió lạnh con thuyền
người đi từ trăng cổ độ
về xuôi có nhớ ngọn nguồn

Sáng nay mùa dâng khắp nẻo
xuân từ cổ tích bước ra
tóc tơ hồn nhiên mấy thuở
đào mai gấm vóc thướt tha

Cởi ra bao lời phiền não
mặc vào một bộ an nhiên
nhấc chén vô thường mời bạn
nâng ly tri túc uống tràn.

Vui Tết Buồn Tết

Tôi hứa gì đâu mà Tết đến
Nhà cửa khang trang quần áo bảnh bao
Con cháu đến chào mừng chúc chiết
Mới ngày nào cơm mắm cháo rau

Ai bày ra tứ thời bát tiết
Mười mấy tháng lo, vui được ba ngày
Cái quả địa cầu thật là quá quắt
Vì cái trục nghiêng mà thiên hạ cuồng quay ■

(Việt Nam)

HÙNG NGUYỄN

TA ĐÀNH RU TA

Ta đành ru ta... một ngày
Vườn xuân hoa tuyết đơm dày cành phong
Tuyết như mây vỡ trắng đồng
Tuyết như váng nhện giăng mông quạnh mùa...

Ta đành ru ta... một chiều
Co ro phố lạ dập dìu tuyết bay
Xuân còn đỏng đảnh đó đây
Muộn màng chi để lạnh vày hoàng hôn...

Ta đành ru ta... một bầu
rượu không tên tuổi ngụm đầu đã say
Đành là giọt đắng giọt cay
Rót vào viễn xứ chợt giày vò đau...

Ta đành ru ta... một thời
Mắt người biêng biếc xuân vời vợi xanh
Mùa nào khai lộc công khanh
Để nghiêng biển vá sóng lành lặn nhau...

Ta đành ru ta... một mình
Như con chim khách điêu linh lạc bầy
Tháng Giêng mây nước sum vầy
Sao lời khắc khoải nghẹn đầy trăm năm...

Ta đành ru ta... một đời
Lặng thinh hương lửa bên trời xuân đông
Biết còn sống, về quê không?
Kẻo khàn tiếng vạc bên sông chiêu hồn...

MÙA XUÂN KHÓC KHÔ

Mùa Xuân... dựa cột pháp trường
Bạn tôi đâu thấy quê hương lắc đầu
Đau này chỉ mỗi mẹ đau
Máu này chỉ thắm trên cầu nhục vinh
Dường như viên đạn rùng mình
Khi ghim vào thẳng khối tình nước non
Ngoẻo đầu ngực áo nhuộm son
Đất vương xác pháo rước hồn lìa thân...

Mùa Xuân... bó gối vệ đường
Mẹ tôi tóc rối mười phương gió lùa
Hỏi trời: Mưa đã tạnh chưa?
Để rừng ấm lại một mùa khổ sai
Máu xương mấy nợ tương lai
Mà đem vung vãi trên đài tồn vong
Ván cờ thua thắng chưa xong
Mười con Tốt thí qua sông... chết mười.

Mùa Xuân... ướt nửa chỗ nằm
Em tôi lén lút khóc thầm người xưa
Trăm năm chi tội duyên thừa
Từ khua lóc cóc rượu đưa vó hồng
Từ em cuốn gói lấy chồng
Từ người ngã ngựa bên dòng sử oan
Thì thôi, một trận dở dang
Em lau nước mắt, mở màn... Chào Xuân.

Duyên Dáng Chút Xuân Đời

Rập rờn lay...
Mùa hoa Cải đắng
Em về, đài các gió bên sông
Liệu xuân từ độ ta đi vắng
Có còn đủ nắng thắp em không?

Rộn ràng bay...
Mùa chim Chiền chiện
Em ngồi vườn cũ khóc trinh nguyên
Tiếng hót ngần ngừ, xuân dã chiến
Ta lại giở trò hẹn ra Giêng.

Chờn vờn say...
Mùa hoa Bươm bướm
Em đi, vàng chóe bóng xuân chiều
Thị xã, mười năm, qua như chớp
Đường mòn,
Bước mỏi,
Lạc
Liêu xiêu.

Nồng nàn xoay...
Mùa Nam non gió
Em mặc váy xòe hóa thành... mây
Ta giấu đời tàn nơi Vạn thọ
Em bất thần thơm:
Xuân... ngây ngây. ∎

HUY UYÊN

Mùa Xuân Về
Và Sinh Nhật Tôi Ở Huế

Sinh-nhật ở Huế thật buồn
gởi hương môi hôn em lần cuối
đêm trôi tóc bạc theo những mối tình
thôi còn chi dặm dài mà rong ruổi.

Em lỡ bồi sông Hương của Huế
dữ dội thác ghềnh chia hai ngã ba Tuần
em còn giữ bờ nào
tôi hoài thương nhớ
hay đã trôi đi để nước sầu tuôn.

Mùa xuân về và sinh-nhật ở Huế
tuổi tôi theo mưa Huế bạc tình
da diết khoảng trời mây và gió
ngồi quán bên-thành-Huế lặng im
Phú-văn-lâu bơ vơ lặng nhìn mưa đổ.

Dại lòng Phủ-cam hắt hiu Nguyễn-Trường-Tộ
đoạn kênh chiều ngả màu xanh cỏ rêu
Diễm ơi! xưa lắm rồi mà em còn nhớ
hay đã qua sông xao xuyến bạc đầu.

Đò đưa người bến xưa vội vã đi đâu
lên tận xóm ga trải màu tang chế
nửa đêm ngậm tiếng còi tàu
tiễn ai đi mà sinh-nhật tôi buồn thế.

Thôi chìm sâu rồi bao lần kỷ-niệm
xưa em cầm nón che trăng đầy vườn
về khép cửa không người theo đưa tiễn
nến cháy hồng mà em nhớ tôi không?

Thôi sinh nhật tôi
xin em về thay áo mới
tình ta chao nghiêng ngày tháng mùa xuân
phút đầu mà hình như là phút cuối
thôi tắt rồi những tiếng chuông ngân
ai xuân về bước chậm buồn bên thành Nội.

Mùa xuân em và những nụ cười
sợi tóc mai ngắn dài tưởng tiếc
con đường ngày xưa in bước chân ai
mới đó mà ngàn-trùng-cách-biệt
để sông Hương một mình hoang trôi.

lá xanh trên cao che rừng với nắng
buổi sáng về nghẹn ngào câu biệt ly
em trần truồng dưới mưa đứng tắm
dạ nao lòng không có thương nhớ vơi đầy?

Phố cũ giờ em có ghé thăm
dấu cũ đâu còn mà tội nghiệp
em xưa như chiếc lá lìa cành
mây hắt hiu và bầu trời xám ngắt.

"Lá rơi cho đám cưới về" - em hát nhỏ
thiếu nữ mơ màng em chân sáo chạy quanh
tà áo bay đầy chiều và gió
môi hồng mắt em lúng liếng yêu đương.

Mai sinh-nhật-tôi
em áo hồng khoe đám cưới
em trôi theo hoa đỏ thắm và
em bước tung tăng dưới chân trăng đầy lối
sáng mai lên kịp mặt trời
dậy chưa?

Ngoài kia lá vàng, nắng rất vàng
Rhododendron nở chen hồng lilac
nhà người cửa sổ soi nghiêng
liễu bên hồ rưng lòng khẽ hát.

Sinh nhật một người
hỏi em đã kịp về thay áo chưa
quê cũ bao năm bỏ lại
giọng buồn – Thanh-Thúy phiêu hốt cùng mưa
chiêm bao thôi rồi trả về chốn cũ.

Thôi còn lại một mình em đứng khóc
giữa đêm xuân
ai đi có hẹn được ngày về
mới đó mà tóc người tiêu muối bạc
nên ngẩn ngơ sầu
ngồi lại
một ngày xuân mưa

EM, ĐÊM CUỐI NĂM
& QUÁN CÀ PHÊ THẠCH THẢO

Em ngồi lại nghe bài ca Thạch-thảo
ngồi một mình dỗ với quán-cà-phê cuối năm
Tiamo ngợp tím trời thương nhớ
mắt ướt chiều hoang phế đông.

Giấc mơ trên cao đổ về mơ hồ
trái tim đành đoạn đi không người níu lại
họa mi trong vườn, cúc trắng sắc hoa
tình người đắng cay cho tim héo tái.

Hình như cuối đông
nên đêm đi qua rất chậm
bảng lảng trôi nụ cười rất khẽ bên hoa
hơi thở đâu đây choàng buốt lạnh
giá rét cây-sầu-đông đứng đơn lẻ bên hồ.

Em tựa cửa nhìn mây bay thở dài
Hững hờ bàn tay ai cầm giữ
mùa về chẻ tóc nhớ ai đầy vơi
cô-đơn chạy về òa vỡ.

Vĩnh-biệt đông để phố thêm buồn
đêm dịu ngọt bên ngoài ai chung bước
rồi thôi và chia tay khi đến cuối đường
lệ người thôi thấm hai hàng nước mắt.

Em bỏ lại tim mình đầu phố
vườn người đóng chặt nhánh hoàng-lan
quê người bao đêm mắt đỏ
mộng người vây quanh sông biển khôn-cùng.

Đà-Nẵng cuối năm buốt lạnh hơi đông
quán-cà-phê Thạch-thảo-xưa buồn

ai đứng bên kia đường mà buồn thế
chia hai con tim canh giữ ưu-phiền
em xót xa quên rồi nỗi nhớ.

Em lạnh-lùng đóng cửa
hạnh-phúc xa, đốt cháy một lần
hỏi thuyền còn trôi theo sóng vỗ
mai xa rồi hỏi có buồn không?

Bạc tình chi mà đi hoang cuối năm
em ngồi lại quán xưa cùng tiếng hát
"ta ngắt đi một cụm hoa thạch-thảo" thôi đành
chôn trước mộ người chiều nay vừa mất...

Giêng Hai Người Về

Chiều qua ai lầm lũi bước
xiên khoai bóng người đổ dài
đèn cao trên cây thao thức
em về cầm giữ giêng hai.

Cuối phố con đường buồn tênh
sương tan theo từng đời lá
đôi mắt ai hình như Huyền!
đã lâu rồi ở hoài xứ lạ.

Hỏi em qua thời xuân sắc
tháng năm phơi tuổi về chiều
thôi xưa ai quên mắt biếc
rưng rưng theo nụ hôn yêu.

Cánh cửa hoài khép trước nhà
hiên đời bạc từng góc phố
gương xưa soi bóng xuân qua
hanh hao tóc lùa thương nhớ.

Em mùa vai trần xô ngực
rót xuống cay đắng ngọt ngào
em có hoa vàng
để lòng tôi hoa cúc
tình xưa cuốn ký-ức xưa.

Ai hát trên sông giọng buồn
thôi đằm dịu thời thiếu nữ
trôi nổi tình tôi khói sương
hạnh phúc trao người tất cả.

Đâu đó một thời mắt lệ
che nghiêng bóng cổ tích sầu
đường về cay chua cháy đỏ
dỗ lòng trở lại yêu nhau.

Thôi ta trả lại nợ người
em từng phụ tôi đóng cửa
môi xa lòng xót đầy vơi
(xanh xao bên phố chờ ai)
để tôi ru buồn mây ngủ.

Tháng giêng bên đời mê thiếp
trong tôi lệ đắng quê người
hơi thở xưa trao ai mất
tim xưa siết thắt đời tôi.

(Thơ viết tặng một người em
mùa xuân "nghìn trùng xa cách")

Xuân Qua Cửa Việt

Mưa rả rích buồn qua Cửa Việt
Biển mênh mông cầu nối hai bờ

Lơ thơ quán nghèo hàng đợi Tết
Xác xơ thôi ngày Formosa xưa.

Lay lắt bên đường những chòi nhà
Im lìm nằm đầu đường cuối phố
Quằn quại hai bên cát xám trơ màu
Đường 24, Phước Thị băm thương nhớ.

Những con bò trơ xương cày ruộng
Những bước chân quê theo bám gót cày
Đám chim én, ắt là khấp khểnh
Bướm kéo về chấp chới cánh bay.

Hoa cỏ xanh tím mấy miền quê
Đã quên tiếng chim trong thành lá
Đường làng xưa vắng bóng trơ cây
Đã chết bọt sủi đồng, tăm cá.

Đâu rồi ngày thanh-bình Cửa Việt
Sầm uất xưa nằm ngủ trong vườn
Bờ tre, đám mạ quê gục chết
Đã qua đi rộn rã những ngày xuân.

(2-2018)

CHỢ QUÊ XUÂN

Dặm buồn bước chân qua xóm chợ
Quán cà phê giọt đắng quê nhà
Giọt nghiêng chạy quanh lệ nhỏ
Lều chợ nghèo hàng bày chỏng chơ.

Dịu dàng em về đứng bên sông
Hai mắt quạnh hiu dòng nước chảy

Bao năm đi xa xót tấc lòng
Gói lùa lên đầu dốc thương nhớ.

Ngỡ ngàng giữa chợ quê xa lắc
Hàng vịt, hàng rau mắm muối cà
Bông sao trên cao trời gió bấc
Lạnh ở quanh đây chạy gió giao mùa.

Sông cả một đời chảy dịu êm
Mênh mông trời mênh mông con nước
Ai xa xăm lặng lẽ mắt nhìn
Cớ sao chiều nay em buồn thế?

Làng quê xưa một lần đốt cháy
Hương xưa còn thoang thoảng ngọn cây
Gởi lại người vườn xanh ngọt trái
Nghe nặng lòng cơn mưa chợt bay.

Tạm biệt chợ quê em và sông
Những sao trời nửa đêm lấp lánh
Bềnh bồng trôi về đâu lục bình
Mênh mông nước, chim bay rời đôi cánh.

Em xa bỏ lại chợ quê xuân
Đằm mái lá nửa đêm thức dậy
Mắt xa xăm ai ngước trông nhìn
Đã xa lắm mùa đi từ đó... ∎

HUY VĂN

Hẹn Một Mùa Xuân

Mới hôm nào cùng nhau chờ xuân đến
Thấm thoát đã qua hơn nửa đời người
Bạn trăn trở, tôi như thuyền không bến
Hơn bốn mươi năm chẳng thấy Xuân tươi!

Không muốn lìa quê nhưng đành biệt xứ
Bởi non sông nào khác cảnh ngục tù
Xuân chỉ đến trong tiền thân quá khứ
Nên chỉ còn dư vị lắng thiên thu.

Xưa chinh chiến đón xuân nơi trận tuyến
Mà vẫn vui với cúc dại, mai rừng
Bọn chúng mình từ sau cơn quốc biến
Có khác chi chùm gởi sống tạm dung!

Nơi cố quận bạn mang thân chiến bại
Chốn viễn phương tôi hẹn mãi ngày về
Bạn ẩn nhẫn, nén hờn chờ qua ải
Tôi quặn lòng thắp nến dõi sơn khê!

Ừ! Mai này về mừng Xuân trên phố
Khi quê nhà hăm hở cuộc hồi sinh
Sẽ có ngày trong niềm vui tao ngộ
Bạn và tôi hòa khúc hát ân tình!

BÓNG XUÂN

Ngày tháng dần trôi, đời như giấc mộng
Cho lòng thêm man mác nhớ Xuân xưa
Vòng thời gian ngỡ như đang lắng đọng
Khi không gian chờ đón phút giao mùa.

Đổi cuộc sống an lành nơi viễn xứ
Bằng tháng năm biền biệt chuyến ly hương
Cố ngăn ngọn trào lòng trên dư lệ
Mà vẫn cay khóe mắt giữa canh trường!

Mộng tương phùng gửi vào câu biệt khúc
Chếnh choáng hồn khi cạn kiệt mơ hoa
Xuân vời vợi một nỗi buồn rưng rức
Giấc năm canh mơ thấy bóng quê nhà.

Câu biệt hành hay tiếng Hời ai oán
Khi ngày đêm luôn vò võ trong lòng?!
Hồn sông núi hay hương linh thấp thoáng
Sao ngậm ngùi cả Trời Đất mênh mông!?

Giang đầu đã khói sương từ lâu lắm
Nhạt bến bờ, nhân ảnh cũng mông lung
Con nước đã trôi xa ngoài vạn dặm
Mà Xuân ơi! Ai vẫn mộng tình chung?! ■

HUỲNH DUY LỘC

MÙA XUÂN PHỐ

Đi dài theo ngọn nắng mai
Cần Thơ lộng gió khôn khuây nhớ người
Nhớ sao tiếng gọi đò ơi
Mái chèo khua sóng bồi hồi bến sông
Nhớ mùa thu cũ xanh trong
Em duyên dáng nụ cười hồng ấp e
Nhớ tôi những buổi chiều hè
Bập bềnh con sóng đê mê mạn xuồng
Nửa đời còn ánh trăng suông
Đêm đêm rải bạc suốt nguồn sông tôi
Nửa đời tôi chỉ tôi thôi
Rong chơi lối phố mù khơi đèn vàng
Tôi đi trong sớm sương tan
Mùa hoa hoàng hậu tím lòng bâng khuâng
Tiếc mình vẫn lẻ tiếng chân
Giữa xôn xao bước mùa xuân trở về.

Qua Bắc Cần Thơ

Tháng giêng
Trời bỗng dưng mưa
Mưa rơi hạt nhỏ
Cũng vừa ướt vai
Theo mưa
Suốt khoảng đường dài
Mưa tươi mát
Phủi tháng ngày lo toan
Tháng giêng hứng hạt mưa non
Môi thơm thắm ngọt
Ngút nguồn tuổi thơ
Mưa đan trắng
Những sợi mơ
Mắt trông vời vợi
Quê bờ Hậu Giang
Tháng giêng
Trôi nhẹ mênh mang
Nhớ nôn nao nhớ
Cuộn dòng Mê-kông
Lục bình
Trôi nở tím sông
Con phà khẳm những nỗi lòng cố quê.

Đưa em

Đưa em qua bước giao thừa
    Thầm nghe lũ tuổi bật òa khóc theo
  Em cười. Tôi trán nhăn nheo!
Tóc đen tình cũ cột neo cuộc đời

Đưa em chen giữa dòng người
    Chung tay lễ Phật sáng ngời
             niềm tin

Đưa em trong cõi lặng thinh
Của đêm trừ tịch cây tình trái mơ

Đưa em qua những bến bờ
Mà nghe hạnh phúc đã
          mờ mắt cay.

LẶNG THẦM THÁNG GIÊNG

Tháng giêng
Hái nụ nắng vàng
Rải lên thảm cỏ
Cho nàng bước lên

Tháng giêng
Man mác dịu êm
Lên non nhặt gió
Tóc em bềnh bồng

Tháng giêng
Nắng ngọt qua sông
Lục bình trôi nở
Mấy bông tím ngời

Tháng giêng
Chồi lá non tươi
Là mùa xuân đáp
Trên môi em cười

Tháng giêng
Rạng rỡ ánh trời
Má em ưng ửng
Cho người nhớ thương

Tháng giêng chờ

Tháng giêng trông
Để tôi hoài nhớ
Tháng giêng lặng thầm.

THÁNG GIÊNG TRÔI

Tháng giêng dịu dàng ngọt mát
Ấm chân em ấm cả lòng anh
Áo lụa em mang trời hạnh phúc
Nỗi khát khao biết có riêng dành

Tháng giêng trôi con đường nhạt nắng
Nỗi bâng khuâng tiếc nuối âm thầm
Tháng giêng nhẹ trôi, lòng thì trĩu nặng
Em chưa hề biết có tháng giêng câm!

LẠC BƯỚC MÙA XUÂN

Tết quê người
lạc mất cánh mai vàng
Hai bên cửa
thiếu chậu hoa vạn thọ
Không bàn thờ
bày cúng mâm ngũ quả
Rưng lạnh lòng
thèm ấm khói nhang thơm

Không bánh tét
mặn mà vị dưa món
Thiếu dưa hành
củ kiệu trộn tôm khô
Nghe thèm lắm
canh khổ qua ngọt đắng

Tết hàng năm
em luôn cúng ông bà

Xuân Malta
trong rét ngoài mưa
Bên cốc rượu vang
đợi bước giao thừa
Thiếu hạt dưa rang
"thèo lèo cứt chuột"
Không mứt hạt sen
lẫn ngọt mứt dừa

Nhớ tay em
ủi bộ quần áo mới
Lòng nôn nao
xa vẳng tiếng chuông chùa
Qua giao thừa
vai kề vai đi lễ
Viếng chùa Ông
cùng hái lộc đầu năm

Chắc giờ này
em tựa cửa ngóng trông
Bóng tình xa...
trái tim buồn bật khóc
Nỗi nhớ thương
bào phai màu sợi tóc
Mà anh về
chưa kịp bước xuân sang!...

KỊP BƯỚC XUÂN

Con về vườn cũ mùa luân lạc
Bùi ngùi chân bước ngập ngừng chân

Chòi lá hoang sơ bìm leo khắp
Thầm trách người vui bước tha hương

Vườn thất thế cỏ sâu lộng hí
Vú sữa xoài cam lá ngả màu
Gió khoe thoang thoảng hương ổi đỏ
Chạnh nhớ những ngày xưa biết bao

Chim ăn thải hột cây sinh tồn
Thơm ngát rợp vườn hương ổi thơm
Hình như trong gió rung nhịp võng
Lời mẹ ru hời con ngủ ngon

Mé mương còn đó cây bình bát
Lá mượt xanh trái lủng lẳng vàng
Hương vị ngọt chua thời thơ ấu
Nhai lừa nhả hột mỏi hàm răng

Ao cạn lâu ngày không tay vét
Lục bình chen cỏ, cỏ chen bèo
Thảng thốt cánh chim bay sợ hãi
Chiêm chiếp chim non gọi mẹ về

Vườn bên hương bưởi thơm thoang thoảng
Vọng tiếng cu gù sâu lắng trưa
Con về kịp bước xuân chưa muộn
Tóc mẹ bạc màu lau trắng xưa. ∎

HUỲNH LIỄU NGẠN

Đầu Xuân

đưa em về qua chợ
bến đò đầy khách rồi
bữa hôm trời trở gió
tháng giêng hai đến rồi

mới đó đã đầy năm
mưa đầu xuân buồn quá
anh ngó xuống giữa dòng
giật mình sao già quá

quê mình giờ cũng khác
khóm tre gầy còn đâu
con đường mòn qua chợ
đã dời về nơi đâu

đứng lại bên bờ ao
cầu xưa không còn nữa

anh giấu một nỗi lòng
tìm không ra được nữa

đưa em về qua chợ
đầu xuân mưa phùn bay
tìm đâu tìm đâu nữa
tháng ngày tro tàn bay.

Tân Xuân

cuối năm nhìn đám mây bay
lòng tôi con nước trôi đầy nhớ nhung
thôi em năm tận tháng cùng
mà mùa xuân đã hư không với đời
cuối năm đứng một góc trời
rồi hoài vọng cả tăm hơi thuở nào
quê người có động âm hao
mà sương khói vẫn lao đao với mình
tân xuân gởi mộng biên đình
cho sông nước được nghi tình với xuân.

Bài Mùa Xuân

anh ngồi thầm lặng bên sông
nước trôi về chốn cố cùng của đêm
dạ thưa xuân đã qua thềm
xuân anh ngồi đếm tuổi mềm ngón tay
ra về anh ngó mây bay
rưng rưng se lạnh của ngày tha hương
anh đi cuối phố đầu phường
vẫn không thấy được trầm hương quê nhà
còn không em bưởi đơm hoa
mai vàng nụ thắm tết nhà có đông
hay chừ em quá long đong

quên nhân gian chút đèo bòng của xuân
nhiêu khê em phận má hồng
mà bao nhiêu dặm tang bồng bủa vây.

Thơ Xuân
Gởi Mẹ Ở Quê Nhà

đã bốn mùa xuân đến rồi mẹ
bên nhà tháng này cũng sắp hết mùa lạnh
rồi tết đến rồi ra giêng
những cơn mưa rả rích sau chái
chắc đã làm mẹ se lòng

đã bốn mùa xuân con không có ở nhà
bóng tối rồi cũng phủ đầy
những rong rêu nổi trôi ngoài hàng giậu
mắt mẹ mờ mưa bụi rải chung quanh
con lại nghe như có tiếng hò ơi
thuở thiếu thời vọng lên tức tưởi
nhớ thương tràn đầy nơi bếp lửa đêm khuya
và con nhớ mái lá nhà mình
đã dột mấy mùa qua

tháng này giàn mướp sau hè
chắc đã rũ lá
cây sầu đông trơ nhánh đợi mùa sang
ở đây con khô mòn theo ngọn gió thu đông
mỗi ngày trôi qua
dòng đời đen bạc lắm
thưa mẹ
nhưng dòng sông trôi đi là chia về trăm ngả
con lận đận phương này
nhớ ngọn nguồn sông lạch thuở quê xa
đã bốn mùa trôi qua
con chẳng được tin nhà

chiều nay con nhìn lên khoảng trời mây mù đen phủ
mưa dầm dề buốt lạnh
đất khách quê người tội quá mẹ ơi
và con đếm từng tháng từng ngày
rồi năm này năm khác
tóc mẹ chắc đã rụng nhiều theo với tháng với năm
con vẫn đợi vẫn chờ
vẫn nghe như có ánh sao rơi
xuyên qua hồn con lạnh
như ánh mắt mẹ về
hiển hiện với sao khuya

nơi đây có những buổi chiều con lê thê góc phố
băng qua những con đường hiu quạnh không cây
mặc cho ngọn gió thổi sầu se thắt lại
những ngọn gió buồn muôn thuở
làm bạn đường qua phố xá thênh thang
con bơ vơ nghe được lòng mình
xôn xao mùa xuân năm cũ
như nối lại được mảnh vườn xưa
để nghe mùi đất ẩm bốc lên
buổi trưa hè nắng đổ
con ươm lại giàn hoa giấy trắng
để che nắng che mưa
che nỗi sầu nhân thế
mà mỗi chiều lắng nghe tiếng chim hót ngoài hiên
con hình dung lại được dòng sông trôi êm đềm ngoài cửa
thấy quê hương trong mắt mẹ con nối được ngày về.

Lạc Bước Mùa Xuân

đọng lại một trời xuân nữa
trên màu áo của ngày xưa
hôm nay đã cuối tháng chạp
sao mắt em hoài gió mưa

mưa xuân còn bay ngoài ngõ
anh đưa em qua nhà chờ
mẹ đốt pháo mừng năm mới
cho em tóc thả đường mơ

em dặn anh mặc áo hồng
em thì áo đỏ chấm bông
hai ta nhập cùng một bóng
để về kịp đón xuân nồng

mấy năm xa quê xa quán
xa cả làng xóm ruộng đồng
cầm tay bồi hồi em hỏi
anh à có vui trong lòng

có vui một chiều nắng mỏng
bên hiên tiếng pháo đì đùng
trời xuân vàng ươm ngọn gió
để cho đôi lòng nhớ mong

đi quanh xóm trên xóm dưới
cả một nỗi đời bâng khuâng
hay là anh vừa lạc bước
giữa chốn quê nhà mùa xuân.

17.2.2021

GIÓ ĐƯA MÀU ÁO SANG XUÂN

gió đưa màu áo sang xuân
để cho em ủ bâng khuâng với tình
ngàn cây dỗ lá làm thinh
như run trước bóng đẹp xinh tuyệt vời

gió đưa màu áo xuân tươi
làm cành lay nhẹ làn hơi ngõ hồn
em về chiều vàng cô thôn
bóng chao rụng lá sương dồn dập vây

đầu nguồn hương lượn lờ bay
mây xa còn vọng đôi tay em chờ
anh nằm mộng thuở trăng tơ
sương lan nẻo bắc anh chờ nẻo đông

thì chờ thì đợi hư không
xuân sang lòng cứ ngóng trông nẻo đời
của anh và của mây trôi
của em và của mắt môi kiếp nào

chào nhau giữa cõi chiêm bao
có tan được bóng có hao được lòng
gió đưa màu áo xuân nồng
anh ôm mộng tưởng phiêu bồng đón xuân.

19.11.2020

TẾT CỦA NGÀY XƯA

năm đó mẹ mua hai thúng nếp
gió chiều tháng chạp rét căm căm
còn mấy ngày thôi là đến tết
chạy đôn chạy đáo không kịp nằm

chú vện sủa hoài chưa chịu ngủ
bên thềm gió tạt lạnh hơi xuân
ngoài hiên mưa phùn nghiêng nghiêng mỏng
chỉ vừa cho chị đứng bâng khuâng

nhà ai thơm lừng hương củi mục
trong gió bay theo mùi nhang trầm
ngó như tết đã sắp kề cận
cành mai chờ nở nụ đầu năm

tối ba mươi trời đen như mực
văng vẳng đâu đây tiếng đì đùng
thấy gió xuân tràn bên bếp lửa
của nồi bánh tét cùng bánh chưng

chợt thấy lòng mình xao xuyến quá
khi cả đất trời rộn ràng vui
chú vện vẫy đuôi không sủa nữa
tới nằm bên cạnh đống tro vùi

tết của ngày xưa của ngày xưa
cả nhà đều thức đón giao thừa
năm đó mẹ tươi và trẻ nữa
trẻ như màu nắng mới bên chùa

cứ thích mùa xuân đừng đi vội
để ngồi bên bếp lửa hồng tươi
ngồi bên cạnh mẹ cầm tay mẹ
ấm áp tình thương cũng đủ rồi

năm đó mẹ gánh hai thúng nếp
gánh cả mùa xuân về tận nhà
một đàn chim én bay ngoài ngõ
rung nhẹ hàng cau buổi chiều tà. ∎

3.1.2021

KHẮC MINH

MÙA XUÂN MƠ ƯỚC

Giả dụ như em là mặt trời
Anh sẽ xin làm trái đất
Tự quay quanh mình và quay quanh em
Quay quanh mình
Để mỗi ngày sẽ được nhìn em
Quay quanh em
Để mỗi năm làm thơ yêu mùa xuân mơ ước

Cuộc đời dù xuôi ngược
Anh vẫn đợi chờ
Cho mùa xuân đi tới
Để mùa đông đi qua
Không còn
   mưa bay
      nhạt nhòa
         trong trí nhớ
Khi mùa xuân tới
Tình ta sẽ vời vợi
Thơ sẽ bay – nắng sẽ ấm – chim sẽ ca – hương sẽ thơm
Ngào ngạt trong tim

Và em yêu dấu ơi!
Suốt cuộc đời
Chắc không còn gì đẹp hơn
Bằng những mùa xuân mơ ước

Vậy em hãy làm mặt trời
Để anh được làm trái đất

MÙA XUÂN TRÊN BẢN NHỎ

Tháng giêng mai nở bìa rừng
Nắng chiều sắp tắt triền non ửng vàng
Dưới kia thấp thoáng mùa xuân
Đường về bản nhỏ hoàng hôn tím dần
Tháng giêng trời rét mơ màng
Mây ôm khói đá lang thang đỉnh đèo
Chập chùng núi dựng cheo leo
Váy xòe đỏ thắm em trèo qua truông
Mùa xuân em cõng trên lưng
Vội vàng xuống dốc thả hồn theo ai
Chênh vênh bóng nhỏ đường dài
Hoàng hôn cổng gọi sương cài dấu chân
Nhớ gì? Tôi nhớ mùa xuân
Tay che mắt ngóng em dần khuất xa

HÁI LỘC ĐẦU XUÂN

Đầu xuân, sông núi hiền hòa
Én chao cánh lượn bướm là đà bay
Rộn ràng chim hót trên cây
Gió mơn nhè nhẹ vương đầy lối quen
Đầu xuân hoa cỏ ngọt mềm
Sương bay thấp thoáng đường lên dốc chùa
Nắng vàng điểm sợi mưa thưa
Hình như trời đất cũng vừa gặp nhau

Đầu xuân lộc mới dâng đầy
Mai vàng xòe nụ hương ngây ngất nồng
Trời xanh thắm biếc một vùng
Tiếng chuông chùa đổ, bướm vờn khóm hoa
Đầu xuân trời đất bao la
Em đi trẩy hội khép tà áo bay
Nón che khuất tóc đuôi gà
Miệng cười chúm chím như là làm duyên
Thơ ngây má lúm đồng tiền
Em đi hái lộc cầu hiền đầu năm

Lời Chào Tháng Giêng

Tháng giêng ai trải mây hồng
Líu lo chim hót chập chờn bướm chao
Gió ru lả ngọn trúc đào
Mai vàng nở rộ lối vào vườn xưa

Tháng giêng gió chuyển sang mùa
Long lanh sương sớm đong đưa khói huyền
Tháng giêng én lượn chao nghiêng
Lung linh nắng đổ cuối triền dốc xa

Tháng giêng áo lụa phơi tà
Lượn bay phố nhỏ mây pha sắc hồng
Tháng giêng sương khói bềnh bồng
Mùa xuân thao thức mênh mông đất trời

Tháng giêng em đứng bên đồi
Hái chùm lộc biếc gọi mời ý xuân
Như còn một thoáng bâng khuâng
Thẹn thùng ngỏ ý ngại ngần ướm trao

Tháng giêng xin gởi lời chào
Mùa xuân thiếu nữ ngọt ngào ý thơ ■

LA TRUNG

Chất Xuân

Xuân về cây đơm lộc biếc
Quê hương cũng rộn sắc màu
Gái trai cười đùa quanh xóm
Đường làng rộn bước chân qua

Nụ tình nở sáng môi thơm
Lời thương tràn lên ánh mắt
Nhịp tim tròn cơn khát vọng
Vỗ theo điệu lý tâm hồn...

Bốn mùa gặt được có không
Cũng xin đáp đền công khó
Chim còn thương cây nhớ cội
Người đâu dám bạc với lòng!

Vào mùa xuân theo nàng gió
Chở hương đến khắp mọi nhà

Nhạc lòng ai bên góc phố
Cũng bừng theo nhịp hoan ca

Nhằm gì mấy cơn lỡ vận...
Đói no cũng một chữ tình
Ơn đời bao năm có được
Rách lành cạn chén cùng xuân!

MÙA LÊN

Nắng về theo tiết xuân
Trải hoa đầy mái ngói
Chim về bên tổ cũ
Hót líu lo đầy cành...

Hè phố rực màu hoa
Đường xưa thơm màu áo
Trầm hương bay thoang thoảng
Cụ già bước thong dong...

Đội trẻ thời a còng
Đưa nhau về chợ tết
Nụ tình nở trong mắt
Sáng cả bờ môi thơm!

Ai về bên mái tranh
Đất làng khơi ý thiện
Lòng reo chuông từ nguyện
Niệm lành tôi khởi sinh...

Thì ra sắc với không
Lắng giữa lòng nhân thế
Cười vang bờ cơm áo
Bước vào mùa yêu thương...

XUÂN TRONG Ý MẸ

Xuân vầy quanh ngõ phố
Nhớ những ngày tết quê
Mẹ ngồi khơi bếp lửa...
Bắp rang nổ tư bề

Người kể chuyện chiến tranh
Nước non thời khói lửa
Gót thù luôn giày xéo
Dân lành phải lầm than!

Nghe tiếng gọi núi sông
Ông cha cũng lên đường
Mặc đạn cày bom xới...
Dốc lòng giữ quê hương!

Triệu người dâng máu xương
Bao người đã ngã xuống...
Con ơi ngày khôn lớn
Chớ quên cội quên nguồn!

Lời mẹ dặn bao năm
Vơi đầy bên góc phố
Chút tình con gởi gió
Lòng lành xin hiến dâng...

Quê mình chừ khởi sắc
Xóm thôn rộn tiếng cười
Trẻ con đùa trước ngõ..
Xuân đang về... Mẹ ơi!

Màu Vui

Phố đã rạng ngày xuân
Hoa vào mùa chớm nụ
Tiếng cười vang hẻm nhỏ
Sóng sông Hoài xôn xao...

Từng nét hoa văn xưa
Nở dày trên cột gỗ
Người ơi trong mắt cửa
Sóng thương mãi dâng đầy...

Nắng vỡ ngàn vì sao
Lung linh đầu mái cổ
Cỏ cây ôm bờ gió
Điệp khúc lành vi vu...

Lưng trời vọng tiếng chuông
Lắng theo từng cảnh ngộ
Én xuân về bay lượn
Hương mùa tỏa thong dong...

Phố lấp lánh màu vui
Thầm ơn người biết nghĩ
Ai ơi đừng lập dị
Kẻo tường xưa nhạt màu! ∎

LÂM BĂNG PHƯƠNG

Hương Tháng Giêng

Thoảng nghe hương của tháng Giêng
Vàng thơm sợi nắng bên hiên cợt đùa
Đâu đây mật ngọt đong đưa
Mai đào cúc nở nhụy... vừa đêm qua.

Thoảng nghe gió hát tình ca
Thăng trầm nốt nhạc vang xa ngọt ngào
Bướm ong uốn lượn xôn xao
Muôn hoa đua nở đón chào vườn xuân.

Trong xanh đôi mắt tình nhân
Ai trêu ai ghẹo mi ngoan đợi chờ
Buông dòng lục bát thả thơ
Lời yêu bỡ ngỡ... ngây ngô tỏ tình.

Con sông tim tím lục bình
Mênh mang trời đất... dập dềnh chiều trôi
Bến xưa nhớ nụ hôn môi
Đôi tim hòa điệu bồi hồi xuyến xao.

Tháng Giêng chẳng có hanh hao
Đất trời thay sắc áo màu đẹp hơn
Tháng Giêng nào biết dỗi hờn
Chan hòa thân ái... tỏa hương nồng nàn. ∎

08/11/2021

LÂM HẢO KHÔI

MÙA EM ÁO ĐỎ XUÂN VỀ

Cám ơn một chút tình khuya đợi
Qua hết đêm mưa ấm gối chờ
Nhắc chuyện trăm năm về một bến
Gom lại đời nhau để hẹn hò

Em biết hồn tôi không cửa nẻo
Tháng giêng người tới tháng mười đi
Nắm chặt bàn tay không giữ nổi
Một nửa đời nhau có nghĩa gì

Đâu những đường quen xanh đá tảng
Ngập ngừng tháng chạp mưa bâng khuâng
Mùa em áo đỏ về trêu phố
Cây sắp hàng khoe lá mới xanh

Chiều biết chờ nhau, nên đứng đợi
Mùa xuân về hẹn quán tương phùng
Mắt xanh cười vỡ đêm trừ tịch
Rượu chắc say lòng bớt nhớ nhung ■

LÊ ANH

Bóng Chiều Xuân

Tôi biết xuân này không về được
Hương xưa nhòa nhạt thoáng bên chiều
Lũ chim muông vụt bay về núi
Cánh rừng còn xao động tiếng kêu

Bụi đường qua lem luốc tay chân
Nghe buốt tim khi xuân thật gần
Chỗ đèo cao, chỗ kia lũng thấp
Núi đồi mừng gặp lại đầu năm

Tôi biết xuân này không về được
Chiều rừng quen sương ám hắt hiu
Nơi chốn xa tôi thấy nhớ nhiều
Không biết em có còn như trước

Đời đôi khi thương những ước mơ
Vai ba lô oằn xuống thân cò
Tay trắng tay se từng nắm đất
Tương lai nằm một góc buồn xo

Đời thương thân những lúc sa cơ
Tôi còn em trong cõi hẹn chờ

Đôi mắt nai nặng tình sông núi
Tưởng chừng như nào biết bơ vơ

Xuân này nữa bao lần trở lại
Tôi có em như có xuân rồi
Giờ nhớ nhau mơ về bên phố
Mong mùa xuân đến với muôn nơi.

BÀI THƠ THÁNG CHẠP

Tháng chạp xứ người thường rất lạnh
Một năm, lại sắp hết một năm
Dốc đời còn lại bao dặm nữa
Mà ngỡ như thân sẵn chỗ nằm

Tôi đến đây từ một nơi khác
Nơi đất trời quen với nắng mưa
Trong mỗi lần triều lên con nước
Có cả tình yêu ở cuối mùa

Nhưng mộng đời sau ngày ly biến
Đường đi xao xác lá mơ rơi
Dẫu bóng mây chiều nguyên vạt nắng
Con chim lẻ bạn vắng lâu rồi

Tôi lặng nhìn tôi buồn không nói
Đôi mắt hình như bám theo người
Tháng chạp bên này sương thành tuyết
Bên kia đất bạc trắng phương trời

Tháng chạp tôi thương từng năm đến
Trơ mình đứng ngó thời gian trôi
Cuối năm đáy nước nhòa nhân ảnh
Bên này, bên đó nỗi nhớ người

Tết đến ai mừng tôi không biết
Xứ người xuân khác hồn xuân nơi

Những thương xá có đầy hoa pháo
Hương lòng năm cũ đã xa vời

Tháng chạp, bao lâu còn mong ước
Tất cả không ngoài nghĩa xanh xao
Nhiều năm nghe nặng tình sông núi
Đôi bờ sương xuống lạnh trăng sao

Năm này tháng chạp như năm trước
Buồn riêng theo cũng gượng làm vui
Xứ người tháng chạp nhiều lễ hội
Đêm về một bóng nhỏ ngậm ngùi

Tháng chạp tôi còn đây viễn xứ
Ngày về Tết đến vẫn hắt hiu
Chiêm bao nào ẩn tàng đuôi mắt
Nhiều năm nay đã vắng một người.

ĐÊM GIAO THỪA

Đêm chuyển mình vì ngày mới đến
Năm thật mới từ sau giao thừa
Ai biết được cái gì đã cũ
Dù xanh xao từ thuở chuyển mùa

Tôi ngó mãi đất trời tao ngộ
Đêm đen thương đèn bóng lẻ loi
Thời gian như xuống người lặng lẽ
Buồn vui chưa kịp đuổi theo đời

Nơi đây vẫn có lần nghe nhớ
Đất trời kia lỡ mộng bình thường
Ngày tuổi dại cùng theo nhau lớn
Hồn cỏ hoa đã hóa tiếc thương

Nơi đây đã một lần xa lạ
Cánh chim mơ về núi bơ vơ
Em có thấy ngày đi pha lệ
Bước chân mây ai ngỡ bây giờ

Đêm từ lâu bóng người nhòa nhạt
Bến đời nghe xót những xa xôi
Ân tình cũ bên này, bên đó
Giữa chân trời viễn xứ chia phôi

Đêm giã biệt bụi bờ vương vấn
Nghĩ riêng mình chờ đợi gì hơn
Tôi chưa biết ngày mai có khác?
Nhưng đời qua có những nỗi buồn...

Xin Chào Mùa Xuân

Trời vào xuân lạ quê người
Chào nhau giữa biển cuộc đời có nhau
Xa kia mây trắng bạc màu
Mắt ngang viễn phố đã sầu nắng mưa
Thời gian ngừng ngập giao mùa
Bỏ ngày đêm lại cho xưa ngàn trùng
Chào nhau bãi hẹn bao dung
Mốt mai lá mộng còn chung con đường
Xin chào nhau giữa tai ương
Chào mùa xuân với yêu thương ngậm ngùi.

Xuân Này Nhớ Nhà

Năm tháng trôi qua đầu tóc bạc
Trời cao khó thể trốn vào đâu
Đời người sức kém theo nhiều tuổi
Mộng cũng dần vơi cuối nẻo sầu

Mấy chục năm làm người biệt xứ
Đêm tàn trăng rụng kiếp nhân sinh
Mài gươm, kết bạn tìm tri kỷ
Soi gương chỉ thấy bóng giả hình
Mấy chục năm quanh đi quẩn lại
Chuyện cũ nghe hoài đầy cả tai
Thời gian không đứng yên một chỗ
Cuộc cờ còn lại những ai đây?!

Cuối năm xuân đến âm thầm muộn
Xuân này có khác xuân trước không?
Ngậm ngùi kỷ niệm nằm im tiếng
Mắt nhìn sâu kín một chân không

Mây nước xa vời nơi xứ lạ
Xuân gì tuyết phủ ngập cỏ cây
Quanh đây màu đất, màu đất bạc
Lòng buồn mưa trắng xuống sân đầy

Xuân đến làm chi dậy nỗi chờ
Xuân về nếp trán lạnh hồn thơ
Mấy ai nghe nhớ hôm nào ấy
Người đi, đi mãi có ai ngờ...

Gió lộng từ xa ngàn mơ ước
Đời quen mưa nắng thuở quê nhà
Xứ người tưởng sống nhờ, ở đậu
Thế mà đã mấy chục xuân qua.

XUÂN ĐẾN TỰ SẦU

Tết đến, ngày thơm năm tháng mới
Ta bước vô nhà vắng bóng em
Cái lạnh xứ người thêm cô quạnh
Thấy thèm bếp lửa ấm thâu đêm

Bây giờ ta biết thời gian gọi
Hiu hắt se lòng tiếng nhạc xuân
Đàn gieo không phím buồn man mác
Lạ lẫm từng cung bậc điêu tàn

Nhà trống không màng ngăn gió lại
Tiếng kêu khuya muộn thuở ban đầu
Ra vô một dáng người mệt mỏi
Nhìn thật lâu nhưng không thấy đâu

Ngồi trước Tivi nghe thời sự
Tin tức đó đây đủ khắp nơi
Mặc tình người xướng, người đang nói
Người ngồi nghe đã ngủ mất rồi

Năm này Tết lạ, trời đông lạnh
Nhà ai quen tiếng trẻ reo vui
Tuyết xuống sớm hơn nhiều năm cũ
Mùa xuân cùng với nỗi ngậm ngùi

Tết đến con người còn đây đó
Đời lặn bơi hoài mối duyên theo
Ân tình mấy thuở giờ quanh mộng
Ngày cũng qua mau gió bụi vèo

Ta đã chiều đông nắng xế đèo
Ngàn sương đọng giọt lá cheo leo
Mùa xuân nào đến từ quá khứ
Rụng xuống đời thêm những mốc meo

Tết đến xuân còn đời lữ khách
Tim mềm như khói hóa thành hơi
Một thời xưa nhớ nhiều ly biệt
Làm sao ai biết được sầu rơi! ∎

LÊ HÂN

Mùa Xuân Dậy Thì

mùa xuân về đến đầu làng
nghe qua cây lá rộn ràng bảo nhau
chuẩn bị chải chuốt sắc màu
cành non lá mới nụ đầu thai bông

con đường lầy lội chạnh lòng
lo nắng không kịp khô dòng mùa đông
hàng cỏ dại múa thong dong
bên đường thủy lợi mà không nói gì

hàng tre bình thản vu vi
ngọn cao cành thấp vẫn tì vai nhau
hàng mít nằm lẫn hàng cau
thay da đổi thịt mà đâu thấy tường

mùa xuân rải nhẹ phấn hương
bao trùm vạn vật yêu thương trở mình
em chưa mặc áo quần xinh
đã đậm hương sắc xuân tình nhởn nhơ

không cần ngẫm nghĩ làm thơ
lời tôi nói giỡn tình cờ nở hoa
thơ xuân đích thực đó là
lòng người phơi phới nhẹ ra dần dần

tôi lo không kịp nhanh chân
mùng một Tết đã lâng lâng trong lòng
thêm một tuổi giàu một năm
tôi hình như đã biết mong nhớ gì

rõ ràng tôi đang dậy thì

QUÀ TẾT CHO VỢ

hôn em là chuyện hằng ngày
tết nhất chẳng lẽ chừng này thôi sao
tặng em năm bảy câu thơ
tả trời tả đất bước vào mùa xuân

rót mời em ly trà mừng
trà nóng hơn rượu ấm từng vành môi
uống trà để biết thảnh thơi
thư giãn đúng điệu nghỉ ngơi đàng hoàng

trên bàn thắm nụ hoa lan
cùng em như độ dung nhan hương lòng
trời vàng nắng em má hồng
mùa xuân phơi phới từng dòng thơ ta

tuyệt diệu không một món quà
không phải ai cũng ba hoa dễ dàng
mừng em đang đón xuân sang
ta uống chút rượu thơ nồng nàn hơn

TẾT NGOÀI PHỐ

nét Xuân chưa đậm đà
dáng Tết đã rạng rỡ
Việt Nam chen Trung Hoa
Á đông cùng hớn hở

lâu năm giữ thói quen
vui Tết trước ngày Tết
đi dạo hay đi ăn
cận Tết mới thú vị

San Jose phố vui
bốn mùa thơm ấm nắng
nồng nàn hương tình người
Tết tăng nồng sắc vị

thương buổi tối hăm ba
bếp lửa vắng nhà Táo
ngồi nhâm nhi khói trà
thở khà như quen miệng

thương buổi chiều ba mươi
đưa em đi làm tóc
mở trang báo nghiêng người
chỉ nhìn mà không đọc

Tết ngoài phố lâng lâng
nhớ về quê hương cũ
thoang thoảng tiếng chuông ngân
tình xuân đời phủ dụ

Tết vào nhà từng giây
ta cúi mình trước Phật
cầu xin gì chưa hay
chắc vẫn ơn phước cũ

em chắp tay niệm kinh
Chúa nhìn xuống trìu mến
phòng khách ấm hương tình
của Phật lẫn của Chúa

mùng một chưa kịp qua
mùng ba đã đi mất
còn lại ta và hoa
tiếp tục đời thanh thản

BÁNH TÉT VÀ TÔI

Tết nào bằng Tết ngày xưa
thời tôi con nít se sua áo quần
hồi đó không thích bánh chưng
chỉ ưa bánh tét thơm nhưn mỡ hành

nếp gói trong lá chuối xanh
bó tròn lạt buộc ngó thành khúc cây
một cái thùng to nước đầy
góc sân củi cháy khói bay mù trời

mới bắt đầu nấu có tôi
ngồi chồm hổm mặc quần đùi đá banh
cái quần rộng ống mong manh
đôi lần để lộ bức tranh ấu thời

ngồi xem đâu được một hồi
đôi mắt sụp xuống xóa trời đất luôn
khi thức dậy ra khỏi giường
cái nong lớn bánh còn ươn ướt nằm

tôi thường được chọn dò thăm
bánh chín hay sống dở ngon thế nào

người lớn không phải tào lao
cưng hay là muốn tôi chào hàng đây

để ăn để cúng mấy ngày
bánh đâu có bán đặt bày hên xui
hình như quan trọng là tôi
thằng con nít chưa thành người con trai

Dĩa Bánh In Ngày Tết

vào những cuối năm thật lạ lùng
lòng tôi man mác buồn mông lung
tưởng như sắp mất điều chi đó
tưởng cách xa gì gây nhớ nhung

nhìn nắng mưa bay qua mỗi ngày
đưa dần ngày tết sắp chạm tay
càng nghe mình sợ ngày chưa đến
chợt lỏng lòng ôm để gió bay

tôi sợ mất đi lát bánh in
nằm im trong dĩa trông thật xinh
từ ngày mẹ lấm bàn tay bột
thấp thỏm thèm ăn cứ rập rình

mâm cổ trên bàn cúng tổ tông
bao nhiêu là món nhìn thấy ngon
sao tôi chỉ khoái mùi vị ngọt
chất bột đường ra từ cái khuôn

có ai đồng tình sở thích tôi?
bánh in ngày tết mới tuyệt vời
hương bàn tay mẹ bàn tay chị
giúp tết tăng thêm thi vị đời

và tết có hương trong pháo hoa
trong mâm cây trái khói thơm nhà
riêng tôi những dĩa thơm hương nếp
thành bột lên khuôn thật đậm đà

Tháng Giêng Xa

hiên đầy nắng ngã xế trưa
và hơi đất những chiều mưa... nhớ nhà
thấy hình ảnh những con gà
cọng rác trên mỏ ngang qua hiên vàng

vi vu gió mùa xuân sang
cây cành vẫn giữ nguyên toàn lá xanh
tiếng tre đầu ngõ vắng tanh
con trâu nhai lại nằm khoanh đuổi ruồi

thỉnh thoảng vài ba bóng người
thoáng qua chẳng vọng tiếng cười nói chi
tôi ngồi dựa vách nhâm nhi
nỗi buồn nhè nhẹ rù rì bên tai

tháng giêng năm mới nghiêng vai
chở hồn tôi bước ra ngoài trời xanh
mang mang mộng ước trong lành
tôi và vạn vật nhập thành không gian... ∎

LỆ KHÁNH

TẾT NÀY SAO ANH KHÔNG VỀ

Em cúi mặt không cười vì đang khổ
Lặng lẽ buồn để thương nhớ riêng anh
Mùa xuân này anh có bận quân hành
Sao Dalat vắng người yêu anh nhỉ?

Mùng hai Tết mang tâm hồn thi sĩ
Làm thơ em ca ngợi anh hôm nay
Đường cao nguyên em đơn lạnh thế này
Nhung nhớ lắm, yêu anh hoài... sao lạ!

Cà-phê đắng, hồn em cay đắng quá
Tiếng nói cười nghe lạc lõng riêng em
Anh ơi... anh! Ôm tâm sự cuồng điên
Em ray rứt vì anh không trở lại

Mùa xuân này cô đơn riêng em gái
Với ưu sầu, với nghẹn tiếng: "Anh ơi!"
Áo chiến hôm nay anh ở phương trời
Để lạc lõng chiều nay cô gái nhỏ

Thơ viết vội, và ân tình còn đó
Yêu anh nhiều hơn dạo trước... thương anh
Mùa xuân này em đếm bước riêng mình
Anh xa quá, bỏ em buồn đơn độc

Em muốn khóc... ngại bạn cười... không khóc
Nên cúi đầu càng thương nhớ anh hơn
Người yêu ơi! Em khổ quá... nên buồn
Anh có biết chiều nay em sắp... khóc? ∎

(Em Là Gái Trời Bắt Xấu)

LÊ KIM THƯỢNG

Lục Bát Xuân

1.

Nam Ai tiễn biệt tình xa
Người phương ấy bóng quan hà đơn côi
Lòng riêng bổi hổi, bồi hồi
Khung trời xưa cũ xa xôi hiện về...

Nhớ hương thơm ngọn gió quê
Hàng tre, đồng lúa, bờ đê, cánh diều
Bến sông xưa, nắng nhuốm chiều
Bờ lau trắng xóa, gió phiêu phiêu buồn

Tôi như con nước xa nguồn
Trôi trôi theo nhánh sông buồn vắng tanh
Lục bình hoa tím lá xanh
Thương thân chìm nổi tròng trành tha hương

Chiều tà khói bếp mờ sương
Xám màu mái rạ vấn vương bóng dừa
Chiều êm cánh võng đong đưa
Cánh cò chao gió, tình xưa ngọt ngào

Hương đồng gió nội xuyến xao
Ngân nga Vọng cổ quyện vào hư không
Vườn yêu ngày cũ mặn nồng
Nụ hôn rơi giữa môi hồng trinh nguyên

Đâu đây có tiếng chim chuyền
Giọt vui lắng đọng mắt huyền liêu trai...

"Một mai ai chớ bỏ ai..."
Một thuyền hai bến   cho dài tiếc thương

Sao khuya lạc mất con đường
Thuyền trôi lạc bến mù sương bóng hình
Một thời yêu... một cõi tình
Một vầng nhật nguyệt, một mình riêng đau

Hẹn thề mãi mãi dài lâu
Lòng tôi vẫn giữ tím màu thủy chung...

2.

Chiều nay trời đổ cơn mưa
Bỗng dưng chợt nhớ ngày xưa tình đầu
Sông Tương nào biết nông sâu
Tình xưa vẫn giữ tươi màu mộng mơ
Tơ tình kéo sợi thành thơ
Sợi thương, sợi nhớ nõn tơ ngọt ngào

Trời trong én liệng cánh chao
Vườn em lộng nắng hoa đào đài trang
Em về qua ngõ hoàng lan

Gió đưa tà áo hoa vàng... vàng bay
Bâng khuâng mùi tóc hương say
Gót hồng nhẹ bước rơi đầy hoa mưa
Nắng hồng đôi má ban trưa
Đôi con mắt liếc đong đưa suốt ngày
Dỗi hờn như bóng mưa mây
Chợt mưa, chợt tạnh, chợt đầy, chợt thôi

Duyên tình giờ đã chia phôi
Nợ tình hai đứa, cả đôi cùng buồn
Chiều nay chớp lạnh mưa nguồn
Lấy chồng xứ lạ có buồn không em?
Ngồi chờ quỳnh nở về đêm
Rượu bầu cạn chén bên thềm ngóng trông
Bây giờ tình có như không
"Chim quyên ăn trái nhãn lồng..." rồi thôi
Thế thôi... thôi thế... thế thôi...
Nắng phai màu nhớ, mưa trôi nỗi sầu

Dây trầu ôm lấy thân cau
Lời thề còn đó... tình đầu phôi pha
Bây giờ em đã chia xa
Tim đau, ruột thắt, mưa sa, sóng triều
"Chiều nay buồn đã quá nhiều
Tỷ như chim nhạn bay liều trong mây
Bốn phương, tám hướng Đông Tây
Phần tôi chim nhạn lạc bầy kêu thương..." *

Nha Trang, tháng 01. 2017

* Ca dao Việt Nam

LẬP XUÂN

1.

*"Ví dầu... ngày tháng thoi đưa
Bao năm chờ đợi... anh chưa thấy về..."*
Giữ tình yêu một miền quê
Người đi xa xứ... mơ về cố hương
Lâu rồi, nhớ nhớ, thương thương
Câu hò, Điệu lý vấn vương, ngọt ngào
Vẫn còn đây, nhịp võng chao
Vẫn còn đây, giọng Ca Dao... ơi à...
Núi ngàn năm đã cỗi già
Mà xanh, xanh ngắt quê nhà chiều nay
Thơ tình thả chạm bóng mây
Cho tôi thả nhớ vào ngày Xuân sang
Cho tôi một chút nắng vàng
Trải lên mây trắng... mơn man cánh diều
Tre gầy rũ bóng xiêu xiêu
Bến xưa yên ngủ giữa chiều mông mênh
Con đò sóng vỗ chông chênh
Cánh hoa theo nước, bồng bềnh tha phương
Mái tranh, khói bếp vương vương
Thời gian nhẹ bước bình thường... ngày đi...

2.

Xa quê... nhớ buổi phân kỳ
Người buồn, cởi áo biệt ly quan hà
Vẫy tay, từ tạ thiết tha
Người đi vào Cõi phong ba, dặm ngàn
Đêm buồn nghe tiếng thở than
Rơi rơi theo ngọn nhang tàn khói sương
Nhang tàn, đọng chút trầm hương
Đèn khuya bấc lụn... đêm trường Heo May

Cửa Sài gõ nhịp gió lay
Bên song, ngồi ngắm mưa bay đầy trời
Giọt buồn đọng lại tròn rơi
Tiếng mưa tí tách, đầy vơi... tự tình
Một mình đối ẩm một mình
Một mình, một bóng, một bình rượu say
Chén buồn, chén đắng, chén cay
Nỗi thương, nỗi nhớ vơi đầy, nghiêng chao
Người buồn héo hắt, hư hao
Người còn một chút chiêm bao bên đời
Dẫu xuôi góc biển chân trời
Tấm thân lưu lạc... giữ lời chân quê
Tình xa đau đáu hẹn thề
Xuân sang có kẻ sầu tê... nhớ nhà...

Nha Trang, tháng 02. 2018

Mưa Xuân

1.

Xuân thời mình ở bên nhau
Gió đưa hương bưởi, hương cau qua rèm
Gối đầu ngủ mộng tay em
Nửa mơ, nửa tỉnh, say mềm liêu trai
Lời yêu thủ thỉ bên tai
Rất gần hơi thở, cho dài tiếng yêu
Tóc che ngang mặt diễm kiều
Nắng Xuân rơi nhẹ, nắng chiều xiên xiên
Gió lùa tóc gió bay nghiêng
Áo Bà Ba tím, dáng hiền mảnh mai
Chiều hoang loang tím bờ vai
Tay anh mười ngón đan cài lãng du
Mắt chiều đọng bóng mù u
Tiếng em xa vắng... tiếng ru dịu dàng...

Chia tay, chiều đã muộn màng
Sương đêm trước mặt, trăng vàng sau lưng
"Bụng sao bụng nhớ người dưng..."
Lấy nhau chưa đặng... nửa chừng lo âu
Chưa thành Chú Rể, Cô Dâu
Chỉ chưa rượu trắng, trầu cau thôi mà?...

2.

Em về, rồi mãi không qua
Bên này, bên ấy, bờ xa đôi bờ
Người đi, bỏ lại người chờ
Em đi khuất bóng, xa mờ biệt tăm
Lá vàng rụng đã bao năm
Lá rơi đắp mộ... lạnh căm mộ tình
Còn đây "Thệ hải... Sơn minh..."
Một vầng trăng khuyết khóc tình riêng đau
Biết đi đâu? Biết về đâu?
Trùng khơi khói sóng, ai sầu hơn ai
Đường mây hun hút dặm dài
Thương em lặn lội hôm mai thân Cò...
Qua sông bỏ lại hẹn hò
Bên sông vọng tiếng gọi đò... Ai thưa?
Thuyền tình sóng dập gió đùa
Đời người con gái mấy mùa chờ mong
Mưa bên chồng... có lạnh không?
Buồn lòng quả phụ... đau lòng cố nhân... ∎

Nha Trang, tháng 01. 2019

LÊ THANH HÙNG

Có Một Tháng Giêng Này

Tháng giêng đi theo nắng ngoan hiền
Chiều vỡ vụn, vòng tay bổi hổi
Em váy mỏng đua mùa lễ hội
Sáng đường quê, trúc trắc chao nghiêng

Bến sông đưa ngày gió reo vui
Bờ ngực trẻ lượn cong cánh võng
Dập dờn nước mặt sông xao động
Nắng nhạt dần phai dấu trôi xuôi

Tháng giêng êm líu quýu theo ngày
Rơi đâu đó những điều vụng dại
Sao còn nguyên, những lời giao đãi
Bao năm rồi, không chịu đổi thay

Vẫn đông vui, lễ hội đầu năm
Lúng liếng trong sắc màu tươi trẻ

Lại quẩn quanh chuyện đời nặng nhẹ
Nổi trôi bên sóng nước rì rầm

Tháng giêng còn dấu cũ đôi co
Em lóng ngóng đường quen, khách lạ
Nắng mật quến chiều đi nghiêng ngả
Âm thầm buông, rơi một hẹn hò...

NẮNG XUÂN HỒNG
TREO SỢI TÌNH PHAI

Nhạt nhòa nắng, ong ong tiếng hát
Cứa không gian, xô giạt trời chiều
Đâu cơn gió, ru tình rong lạc
Lẩy bẩy rung, một thoáng đăm chiêu

Sao phôi pha ân tình năm cũ
Lặng lẽ trôi vệt nắng vờn qua
Như còn đó, sắc màu quyến rũ
Cắn đắng hồn nhiên óng mượt mà

Chiều xanh, mướt xanh chiều bức bối
Quẩn đường xa, mắt biếc dại khờ
Bước đưa đẩy vết mờ tội lỗi
Rớt bên chiều, chìm nổi câu thơ...

Sao tiếng gọi, mùa xuân chưa đến
Mà gió lay mùa, rạo rực bay
Nghe nhói buốt cái nhìn lơ đễnh
Kìm nén chiều xa, mộng cuốn ngày

Chiều muộn rồi, ngẩn ngơ tiếng hát
Réo gọi mùa, bung nở tầm xuân
Rơi đâu đó dấu tình phai nhạt
Trong nắng xuân đằm thắm tươi nhuần

Xuân Muộn

Rồi thời gian, trôi son, lợt phấn
Em sẽ về, chấp chới, ngày xưa
Bao nhiêu năm, tình, đời lận đận
Thì sá gì đâu, chuyện nắng, mưa

Bến sông xưa, sóng đọng trên đầu
Cơn gió giũ, thời gian, tóc rối
Thềm cũ, mưa rơi, bong bóng nổi
Về đâu? Kỷ niệm biết tìm đâu

Và em ơi, ngày mai sẽ tới
Xuân muộn, mà sao vẫn đắm say
Bờ cỏ biếc, khép mình như đợi
Nắng quái, chiều hôm, đổ bóng đầy

Ta vẫn tin, tin suốt cuộc đời
Đất nước và tình yêu, trẻ mãi
Dẫu dĩ vãng, không còn trở lại
Thì vẫn yêu, yêu mãi, em ơi ∎

LÊ THỊ NGỌC NỮ

Duyên Xuân

Bước Xuân
Bâng khuâng trong gió
Én về trước ngõ chao nghiêng
Bầu trời trong vắt mây hiền ngẩn ngơ

Vần thơ
Bất ngờ rung động
Chuông chùa ngân vọng xa xa
Rung rinh một nhánh mai hoa hé cười

Người người
Mặt tươi như tết
Đã qua đi hết nhọc nhằn
Những ngày tháng cũ bâng khuâng lùi dần

Bất tận
Cỏ vận áo xanh

Bình minh lóng lánh sợi vàng
Thơm hương nắng mới Xuân tràn muôn nơi

Chơi vơi
Tuyệt vời khúc nhạc
Ta nghe hồn lạc Đào Nguyên
Một mùa Xuân ngát đẹp duyên cùng người.

KHÚC XUÂN

Nắng lóng lánh bên sông
Ươm hồng màu Thược Dược
Cỏ ven bờ xanh mượt
Gió tung cánh mây trời

Có tiếng hát chơi vơi
Gọi mùa xuân thức giấc
Nụ hoa mai vừa bật
Cánh én liệng xôn xao

Bao đợi chờ khát khao
Xuân thắm về trước ngõ
Hoa Lay Ơn thêm đỏ
Trên bàn thờ gia tiên

Nén hương trầm thiêng liêng
Đêm giao thừa ấm áp
Thời khắc trôi chậm chạp
Tiễn năm cũ dần qua

Mùa xuân mới vỡ òa
Kiêu sa và rực rỡ
Bên sắc hoa mai nở
Chúc thịnh vượng an khang!

ANH ƠI, MÙA XUÂN VỀ!

Nghe chăng anh, tiếng gió xuân nhè nhẹ
Dừng bên thềm lay gọi khẽ nụ mai
Thấy chăng anh, giọt nắng mới trải dài
Rẫy dưa hấu quả tròn say đợi tết

Nghe chăng anh, lạnh mùa đông đã hết
Ấm áp tràn hoa bướm kết tơ duyên
Thấy chăng anh, dòng người khắp mọi miền
Đang hớn hở về đoàn viên sum họp

Nghe chăng anh, trái tim em hồi hộp
Lắng hồn theo hoa thắm rợp chiều quê
Thấy chăng anh, con thuyền nhỏ xuôi về
Nơi bến cũ mái tranh kề khói bếp

Nghe chăng anh, có mùi hương cơm nếp
Liếp bánh phồng phơi nắng xếp trong sân
Thấy chăng anh, ngọn lửa cũng bâng khuâng
Nồi bánh tét trong những lần mẹ nấu

Em nâng niu bao ngày xuân yêu dấu
Tuổi thơ lồng kỷ niệm dẫu xa xăm
Từng bước xuân đang nhẹ đến lặng thầm
Mong giờ phút giao thừa trầm hương ngát...

Chuyển Mùa

Tiết trời
trở mình bung lộc biếc
nắng vàng
vàng nắng
khúc Xuân ca...

Xuân Về

Ta thấy
sáng nay gió xuân về
lá hoa
hoa lá
thay áo mới...
Lặng nghe
thì thầm lời ngọn cỏ
đắm say
say đắm
sắc mai vàng...
Mậu Tuất
thắm tươi tờ lịch đỏ
đất trời
trời đất
rộn ràng xuân...
Đón mừng
năm mới nhiều hạnh phúc
khỏe vui
vui khỏe
khắp mọi nhà...

NẮNG XUÂN

Đã qua
ngày Thu vàng rợp lá
xanh mượt
mượt xanh
cỏ đan hoa...
Lùi dần
mây mùa Đông xám lạnh
lúng liếng
lúng liếng
nắng Xuân tràn...

MÙA VUI

Ô kìa
em chở xuân về ngõ
Mai Đào
Đào Mai
vén nắng lên...
Cánh én
nghiêng chao vườn thơ lạ
Ô hay
Ô hay
mở cửa đón mùa vui... ∎

LÊ VĂN HIẾU

BÔNG HỒNG TẶNG EM
tặng N..!

Giao thừa đi vắng
Giao thừa trốn trong cốc rượu

Sáng mồng một mang khuôn mặt ngái ngủ
Múc vội gáo nước lạnh
Lau mắt của mình
Cho kịp ngày đầu xuân

Nhìn xuân khác cái nhìn con gái
Nhìn con gái không cần nghi lễ
Bước vào xuân - Bước vào em

Bước vào xuân như bước vào ngôi nhà
Bước vào vườn hoa đầy hương
Rồi nhặt tiếng chim giấu vô ngực

Bước vào em là bước vào đôi mắt
Hút lấy hơi thở

Khư khư ghì nỗi nhớ
Ngồi giữa ban ngày chiêm bao

Chiêm bao thấy mình vừa hai mươi tuổi
Thấy em mười sáu trăng tròn
Tết cho mình già cỗi
Tình cho mình những nụ tơ non

Anh định khép phòng xuân rồi nhấm nháp
Những hờn ghen của em, những nũng nịu của em
Gió xuân lại thổi tung, tiếng chim rời khỏi ngực
Và anh bay, miệng ngậm một bông hồng...

Một Trời Chim Én Bay

tặng MP..!

Ta xênh xang với chiếc áo mới
Vai ta cao hơn
Mũi ta rộng hơn

Chân ta bước mạnh hơn
Cánh tay ta vung xa hơn

Những ngày áp tết rộn ràng hơn
Thời gian áp tết trườn bò hơn

Chầm chậm để cho ta nhấm
Chầm chậm để cho ta thấp thỏm xuân

Một thời ngón tay ta mòn những đốt
Một thời ngủ thức đợi xuân

Ta chờ Nội ta mua cho ta chiếc áo
Chiếc áo mồ côi run rẩy may

Ta chờ mẹ ta cho ta chiếc áo
Chiếc áo dư thừa sau những đắm say

Nay em gửi tặng ta chiếc áo
Ta thấy một trời chim én bay

Núi Tháng Giêng

Cho N& H.

Tháng giêng,
Luồn qua núi
Em đi tìm mùa xuân.
Mang ngọn gió đồng bằng lên thổi.

Tháng giêng,
Hòn đá dựng
Dòng suối khô
Nước mắt em vơi có đủ nên hồ?

Bao nhiêu đồi dốc-ngược
Có bằng nỗi buồn em?
Những trái ngang – nghiêng,
Có ngửa mặt nhìn trời như nhìn vách núi?

Thôi thì hát,
        Bằng lời con suối - tháng giêng.
Thôi thì nói,
        Bằng lời của lá-tháng giêng.

Cái nắng núi non soi mắt em nhìn,
Cái gió núi non xoa lòng em đang xót.
Núi đón em về, núi đâu tiễn biệt
Em giật mình xuống núi, vội vàng xuôi...

VỆT LÂN TINH
KẺ NGANG TRÊN BẦU TRỜI
tặng NMP...!

Biết là em leo đồi
Anh mở toang cánh cửa khát vọng
Ước cùng em sờ nắn khoảnh khắc giao mùa

Ở đó ngày sẽ lộ
Ở đó tình sẽ lộ
Cả hai ta cũng sẽ lộ

Nhân duyên chúng mình sẽ quấn chặt vào nhau
Biết đâu chúng mình trẻ lại

Biết đâu chúng mình quên mất tuổi
Biết đâu chúng mình sẽ điên

Và em đã tỉnh
Em đến giữa khuya
Em về giữa khuya

Cái màn đêm đậm đặc giữa khuya
Chúng mình chạm mặt cô đơn giữa khuya
Dù chúng mình chôn chân ở hai nơi hai nẻo

Trong chuyến bay đêm
Anh thấy vệt lân tinh kẻ ngang trên bầu trời
Cửa vào tim anh đêm ba mươi

Cái thời khắc giữa khuya ngậm ngùi
Làm cay cay sống mũi...

Gió Xuân

Hè phố trống vắng như chưa từng có nó
Mọi nhộn nhịp dồn nén chen chật ngày hôm qua
Ngày áp tết.

Những chậu hoa vội vàng khuân về nhà
Như chạy trốn.
Với chủ nhân mới, phục canh giá rẻ

Không hoang phí những đồng bạc lẻ
Quý hoa mê hoa mà dè sẻn
Một chút tôn trọng, tự trọng đánh thức.

Không xuất hành, không xông đất
Không chọn giờ tốt xấu.
Tôi lang thang cùng hơi rượu
Một bà bạn mê thơ tặng tôi từ trước đó
Tôi nghĩ mình đầy xuân.

Từ đám đông,
Từ phố vắng tôi chợt thấy đám đông
Chí ít cũng đã chen lấn trong hồn tôi nhiều đám đông thương mến khác.

Sớm nay, khuôn mặt đo đỏ của tôi
Có làn gió xuân dịu dàng ve vuốt...

Mang Mang Tết Núi

Ở bên tôi
Thằng k'bang mất vợ
Thằng 'ống khói' gầy nhom
(Thằng 'ống khói' ăn cơm còn nhai thuốc lá
Bỏ nhà đi bụi, lúc lên năm)

Ở bên tôi,
Vài anh em Thổ
Lúc nào dao cũng lận lưng
Uống rượu, nói ngay, mặt đỏ
Xét cần "băm, băm".

Ở bên tôi
Rượu uống bằng vò, bằng hũ
Thích là dốc cạn thau
Miệng nhai ngon, quả cà, quả ớt
Tựa nhai ngon con gà.

Thích nói lớn là nói lớn
Quây quần bên đống lửa to.
Sưởi ấm bằng ruột gan núi
Tết này chúng tôi không về.

Thằng k'bang uống đầy ly rượu Mối
Cồn cào nhớ vợ, ì ra.
Thằng ống khói lại nhả khói
Nhả cái căm căm quê nhà.

Mấy anh em Thổ bản dưới
Thương người nhỡ bước - leo đồi
Có bữa lăn quay ra ngủ
Nụ cười còn treo trên môi.

NGƯỜI XÔNG ĐẤT

Mồng một không ra khỏi cửa
Không muốn xuất hành
Không muốn mang cái cũ về nhà mình
Không muốn mang muộn phiền sang nhà người khác
Dù lòng ta lành và trong veo - như hạt nước.

Mồng một ta luôn mở cửa
Luôn chờ đợi một điều gì rất mới, cho một ngày rất mới
Nàng Mi Sa lại nằm im chỏng mũi
Lũ chim lại lò cò nhảy nhót
Tịnh không điều gì

Mồng một người xông đất nhà mình, lại rất tốt
Vâng, rất tốt
Chân chỉ hơi liêu xiêu vì vai quá nhiều gánh nặng
Ông ta đã đi trên bảy mươi năm cuộc đời
Ông ta mê thơ Đường, và ôm mộng đi ngược về thời Đường
Cuộc du hành không bao giờ với tới
Ngồi nhâm nhi cùng ta vài cốc rượu
Rồi đứng lên không nổi

Mồng một người xông đất
Thầy bói phán - là cái vong về mười hai giờ khuya, đón giao thừa
Cái vong là nam nhân,
Là đứa con vợ ta mang chưa được tám tháng tuổi
Trong những ngày ăn mày

Ta nhớ bậc đá rong rêu
Ta nhớ những con cá nhỏ
Ta nhớ người đàn bà bụng mang dạ chửa
Trượt chân...

Người xông đất nhà mình
Về từ cõi âm? ∎

LÊ VĨNH THỌ

Unhappy New Year

Năm nào cũng được chúc
Mừng happy new year
Năm nào cũng vô phúc
Sầu riêng không thể chia

Ngứa Miệng Chúc Chơi

Những lời chúc bất lực
Những mơ ước vu vơ
Chúc tự do hạnh phúc
Có chăng và bao giờ
Dù không thành hiện thực
Chúc những gì ước mơ
Kiếp sau cũng mơ ước
Như ở đây bây giờ

TRÒ KHỈ

Tiếng súng lẫn tiếng pháo
Vui dễ sợ mậu thân
Không tiếng súng tiếng pháo
Buồn khủng khiếp bính thân
Bầy khỉ độc vênh váo
Không làm nên mùa xuân

LÃO BẤT TỬ

Thọ dù bất kính lão
Sống ẩn tích mai danh
Bọn sống lâu lên lão
Sống nhục như súc sinh
Bọn mèo già hóa cáo
Tội tày trời chết vinh
Lánh đời lánh âm đạo
Trời đất và một mình
Đạo đức kinh uyên áo
Như âm đạo đức kinh
Đạo khả đạo tà đạo
Danh khả danh hư danh ■

LOAN NGUYỄN

Khánh Mai

Phải đâu
chỉ có cúc mai
Cùng chim én lượn
hiên ngoài là Xuân.

Trời xanh
trắng dải phù vân
Hứng giọt sương sớm
trong ngần nhẹ rơi.

Bên song
thoáng bóng em cười
Chao ôi!
Đây mới
ngời ngời sắc xuân.

Hương Đêm Giao Thừa

Cùng nhau ngồi tiễn ba mươi Tết
Ngẫm lại chuyện đời năm sắp qua
Bảng lảng chiều trôi ngày sẽ hết
Bạch mai nở rộ trước hiên nhà

Bên trời đất khách con đang sống
Có biết quê nghèo mẹ ngóng trông
Cách biệt đôi nơi hình đợi bóng
Trăm thương nghìn nhớ gọi mênh mông

Phảng phất nét buồn pha dấu lệ
Nén lòng chờ đợi đứa con xa
Phương ấy tuyết còn rơi lặng lẽ
Chợt có bâng khuâng nỗi nhớ nhà

Đêm chờ Xuân đến đón giao thừa
Nhang trầm khói tỏa khấn người xưa
Hương thơm thoang thoảng cay bờ mắt
Năm cũ bùi ngùi phút tiễn đưa

Xuân Diễm Tuyệt

Không hẹn mà sao Xuân vẫn tới
Biết chăng cây cỏ trổ hoa đời
Đôi chim tíu tít vui ngày mới
Giũ cánh hôn nhau dưới nắng ngời

Xuân đến muôn hoa vàng rực rỡ
Lòng luôn khao khát đón xuân hồng
Mai đào đua sắc lưa thưa nở
Người thấy tình xuân phơi phới không?

Chỉ một mùa xuân của đất trời

Mà sao vạn vật lắm vui tươi
Hướng dương sắc thắm thêm tuổi mới
Lòng cũng hân hoan vẽ nụ cười

Ta có nhau rồi xuân diễm tuyệt
Thêm yêu cuộc sống dẫu vô thường
Mỗi bức tranh đời tô điểm xuyết
Xuân về ăm ắp nghĩa yêu thương

MẢNH TÌNH TÔI

Hình như Xuân gọi ngoài đầu ngõ
Nhạc trỗi lời ca thoảng vọng về
E ấp tóc em chiều lộng gió
Lòng ta tràn ngập nỗi đam mê

Xuân đến, xuân về gieo tiếc nhớ
Nỗi buồn vương vướng gói hồn thơ
Mây bay lơ lửng khung trời mộng
Ai nhặt giùm ai chút hững hờ

Thả bước lần về trên lối xưa
Bâng khuâng chờ đợi pháo giao thừa
Ô hay! Trời sáng hoa đăng thế
Xuân đã về rồi em biết chưa

Bỗng dưng cảm thấy lòng thay đổi
Ngày mới đơm bông hoa lá cười
Đừng thổi gió ơi làm tóc rối
Kẻo xa xót lắm mảnh tình tôi. ∎

LUÂN HOÁN

Mùa Xuân

anh trở thành trẻ thơ
nằm trong chiếc hòm sơn đỏ
hãy đắp mặt anh
đóa hoa hồng
và nụ cười nhỏ

bây giờ là mùa xuân
mùa của anh trong ngực
mở cửa cuối cùng
chim hót miệng em
cũng là bài ca dao
anh viết ban đêm
có đủ mặt
tự do
tình yêu
đời sống
xin cho em,

thế hệ nắng đầu mùa
súng nổ ngang đầu
không sợ
không thua
mặt trời vỡ làm sao làm mắt
treo niềm tin, đầu đồng đạn sắt
đâm thủng
độc tài
nô lệ dã man

trái tim xanh dạ hội huy hoàng
các em mở cửa đường hy vọng
phổi hồng khăn thơm phủ lên mái tóc
anh trở thành
bát ngát mùa xuân
trong chiếc hòm đen
trong giọng hát oai hùng
bước chân sáo bay tay cờ phất phới
thế hệ hôm qua
không còn gì quan trọng
anh vui lòng nhận phần đất quê hương
"an giấc ngàn thu" thân thế có hoang đường

xin em nhận mùa xuân làm hơi thở
ôi hồn anh đã vì em tan vỡ.

(Về Trời, 1964)

SÁNG MÙNG MỘT TẾT, THỜI LÊN 11

tôi dậy theo trầm hương ngát bay
đưa tay lên gối tìm đôi giày
đầu mền tuột khỏi vòng vai nhỏ
lọt khói trà cha đang trổ tay

búng nước đầu tiên tê cả môi
hai tay vuốt má nước bay hơi

rùng mình một cái tan ngay lạnh
tôi lớn lên thêm một tuổi rồi

bộ áo quần xanh màu lá cây
thắt lưng nhựa láng bút nịt dày
bê rê đen lệch trên vầng trán
tay thọc túi quần, tôi bảnh thay!

thả bước chân ra đầu ngõ trông
lá cờ phướn lượn giống con rồng
đường sương chưa có ai qua lại
để thấy lòng tôi đang trổ bông

rồi pháo, rồi tia nắng sớm mai
dẫn tôi lững thững ngóng chờ ai
chợt già hơn bạn cùng trang lứa
bởi chiếc tằm ai gắn lỗ tai

(Trôi Sông 1966)

Khai Bút Đầu Xuân

trời trải lụa cho mùa xuân ấm đất
cho tôi về giẫy lại cỏ trong sân
cho chim hót quanh vườn cây nẩy lộc
cho em cười rộn rã giọng chim ngân

đố ai biết, tôi bây giờ mấy tuổi?
đang nghĩ gì, đang ao ước ra sao
đời thân mật rủ rê tôi trở lại
sống bình thường như điệu ca dao

nào em hãy góp tay cùng vun xới
nửa sân này, ta ươm cải, trồng hoa
nửa còn lại, ta dìu con tập bước
hạnh phúc nào cần tìm ở đâu xa

mỗi buổi sáng mặt trời hồng phải mọc
mỗi đời người, phải hy vọng, đương nhiên
em đồng ý, cần lạc quan để sống
để muôn năm còn mãi tuổi thanh niên

và như thế, tôi có quyền vui vẻ
gia đình tôi, cũng giàu có cao sang
vịt đầy ao, gà đầy vườn hoa quả
chó băng rào động cỡn gọi nhau vang

nào em hãy rót cho tôi bát nước
mồi hộ tôi điếu thuốc lá vấn xanh
không có pháo, nhưng bàn tay sẽ đốt
nhạc giao thừa trong lòng mắt long lanh

(Rượu Hồng Đã Rót - 1974)

MỘT CHÚT XUÂN QUÊ NHÀ

vẫn nhớ lời anh dặn dò cặn kẽ
đừng viết dật dờ bị nhốt như chơi
sao cầm bút lên khó lòng gian dối
nước mắt cạn rồi, còn chút máu thôi

thư viết cho anh đầu năm chi lạ
điệp khúc buồn buồn nhai lại mãi sao
em cười lớn đây chắc anh nghe thấy
mong ước đêm nay hai đứa chiêm bao

xin báo cùng anh tin vui thứ nhất
cây cúc đầu hè nở được một bông
đất còm cõi nhưng thương đời vẫn gắng
phơi hết lòng mình ra giữa gió đông

xin báo cùng anh cây cà chua nhỏ
cũng đậu được vài trái đỏ xinh xinh

(màu đỏ đẹp ơi, vì sao chợt sợ
có lúc nhìn em hơ hải giật mình)

xin báo cùng anh vồng khoai luống cải
nhờ bón phân người lá cũng rất xanh
anh nhìn thấy không con bươm bướm trắng
lãng mạn, nghi ngờ, rình rập, bay quanh

xin báo cùng anh sáng nay đầu ngõ
có con cu cườm đậu tuốt ngọn tre
nó đứng rỉa lông mà không buồn gáy
có phải còn sợ súng ai đe?

thư viết cho anh bông lông như vậy
chắc anh buồn cười: "thằng bé vẫn ngoan…"
còn bốn năm hôm nữa là đến tết
ai tắt được lòng nhen nỗi hân hoan

em sẽ được ăn hai ngày cơm trắng
có ít thịt gà tự túc tăng gia
và sẽ đi thồ kiếm thêm chút đỉnh
tết nhất công an chắc nới cho mà

em vẫn là em bởi đời vẫn tết
quần áo rách dần, ý chí còn nguyên
đời vẫn say như men nồng rượu mạnh
sảng khoái làm thơ con cóc khẩu truyền

thư viết cho anh đắn đo từng chữ
lựa lọc từng lời cho đỡ nặng cân
một chút mùa xuân quê nhà em gởi
anh đọc rồi quên, đừng có bâng khuâng

nhớ ngủ nghe anh, đêm nay em đợi
như những đêm nào đợi pháo nửa đêm
xin mừng tuổi anh câu thơ què quặt:
bạc tóc đừng già, mất đất đừng quên…

MƯA XUÂN

em về giữa phố mưa bay
nghiêng vai lả ngọn tóc lay lắt buồn
gió đùa, lộ gót chân run
hoang mang từng bước chân vương bóng chiều
ngón dài che mắt đăm chiêu
ngón ngon khép vạt áo kiều diễm bay
giọt xuân hôn ướt chân mày
thoáng nhìn em đã nghe đầy nhớ nhung
hồn lênh đênh đã theo cùng
hạt mưa quấn quít lạ lùng bên em

(Đưa Nhau Về Đến Đâu - 1986)

MẤY THỜI LŨNG THŨNG THEO XUÂN

Hội An, 1945
áo cổ bẻ, quần dây treo
chân đeo kiềng bạc, cổ đeo bùa vàng
gỡ tay chị, chạy làng quàng
chân phải, chân trái hai bàn vấp nhau
chống tay, chùi cát lên đầu
đâu ngờ tóc sữa xanh màu đến nay
Cẩm Phô trộn nắng vào mây
gió mùa xuân lót gót giày tháng năm

Tiên Phước, 1949
chiều ba mươi, núi dặn rừng
cành oằn lá ướt, tạm ngừng trổ hoa
gió giăng hơi đá thướt tha
nhốt Tiên Châu giữa mượt mà mây rơi
vò đầu gối, ngó khơi khơi
mùa xuân sắp bước tới nơi mất rồi
từng giây, đất tiếp giáp trời

mẹ chưa về tới đứng, ngồi ngó quanh

Hòa Đa, 1953
sáng ra thấy mẹ mỉm cười
thấy cha hút thuốc rung đùi ngâm thơ
thấy xôi bánh ấm bàn thờ
thấy con se sẻ bất ngờ vô hiên
thấy tôi coi bộ có duyên
giày quai rọ, bê rê nghiêng tóc bồng
cả làng Liêm Lạc sạch bong
nắng tơ gió lụa lòng vòng ngọn tre

Đà Nẵng, 1960
chiều chiều luồn chợ Vườn Hoa
trôi theo Đồng Khánh bám tà áo bay
mắt hồng liệng cái ngoắt tay
dắt qua Độc Lập dựa cây đèn đường
chập chùng xuân ảnh vải hương
ngó ai lòng cũng yêu thương tức thì
giả vờ châm thuốc nhâm nhi
nuốt thầm vóc đứng, dáng đi quanh mình

Thủ Đức 1967
đánh giày, chùi súng xong xuôi
trải bao thuốc lá lên đùi làm thơ
nắng xuân chín ửng ngọn cờ
vớt theo tình mộng vu vơ bên trời
nhớ em, quả thật nhớ rồi
nhớ thêm đôi mắt chịu chơi Biên Hòa
chẻ lòng trộn nét chữ hoa
đọc thầm cho cả bao la thấm đều

Quảng Ngãi, 1969
rút quân từ ngọn đồi Mười
về ngang Thi Phổ, đất cười chào xuân
mới hay giọt máu thơm lừng
phố lên cỏ lá trùng trùng âm giai

anh thần chết lộn, chạy dài
vấp ngang tảng đá ngã nhoài tịnh tâm
bàn chân ta rụng dưới hầm
cúi đầu thấy lệ anh đồng minh rơi

Sài Gòn, 1985
sáng ra 1B Duy Tân
chiều về Lê Lợi phơi chân, uống trà
chưa đi xa, đã nhớ nhà
thả tình vào ướp xóm hoa qua ngày
ngó con đường, ngó hàng cây
buồn không khắc nổi dấu tay để đời
ghé lăng Ông, ngó qua thôi
hồi chuông mùng một bỏ tôi lâu rồi

Montréal, 1996
chống cằm đối mặt tivi
bám giọng ca sĩ lần đi về làng
chậu hoa ngủ gục giữa bàn
trắng dòng tuyết vụn lạc đàn vô hiên
tiếng chuông điện thoại vô duyên
lao lên xe chạy đảo điên với trời
Ngạc (*) nằm im, hơi níu hơi
mùa xuân ghé cõng anh hồi cố hương
(* Nhà văn Nguyễn Đông Ngạc)

Đà Nẵng, 20.. ?
xác nằm thơm cỗ quan tài
mặc hồn thả bộ gặp ai cũng chào
nơi này quả đẹp làm sao
đất mát, trời ấm nuôi thơ thành người
và tôi nghiêm chỉnh gặp tôi
gặp luôn em giữa đọt cười chớm xanh
câu thơ một đời để dành
mở ra, giản dị, loanh quanh thế này
(Sông Núi Cùng Người Thơm Ngát Thơ - 2002)

Bài Giao Thừa

giao thừa ngự cõi xa quê
lòng theo đêm chợt nhớ về viển vông
ngồi buồn nghịch ngón thong dong
nhờ phím bàn nói mươi dòng linh tinh

chung quy mình nhớ chính mình
một năm qua trải chân tình những đâu?
mỹ nhân đã như sợi râu
rờ thăm, thương quá gốc sầu vu vơ

giật mình phát hiện bất ngờ
hình như râu tóc là thơ huê tình
dính cả đôi chút tâm linh
phản ảnh trung trực dạng hình cũng nên

năm tàn chờ đến nửa đêm
đụng vào năm mới mọc thêm những gì
râu bạc tóc ngả màu chì
tám mươi cộng một độ lì đến đâu

giao thừa giờ phút khởi đầu
phân thây lục bát lìa nhau sao đành
vẫn giữ thân em nguyện lành
chịu quê một cục có thành cổ thi? ∎

2022

LỮ QUỲNH

Lời Xin Lỗi Trước Mùa Xuân

Hỡi em hỡi em – chỉ thêm một lần
Anh sẽ đốt cháy rừng
Sẽ bắn vào chiến tranh
Như mặt trời buổi trưa
Lòng anh bừng bừng lửa táp
Ôi nỗi buồn cao như cổ tháp
Anh sẽ bằng tay bằng óc bằng súng bằng dao
Đập cho tan hoang con quỷ ám trong đầu
Con quỷ giết người bằng đạn đồng chông sắt
Con quỷ làm em mỗi ngày cúi mặt
Nhớ anh Bà Gi thấp cao đồi đỏ
Lo anh từng đêm giấc ngủ nghẹn ngào
Em bây giờ vàng như ánh hỏa châu
Mùa xuân tới chờ anh về soi mặt
Anh sẽ cố đem theo những ngày-dài-không-xa-cách
Cùng thoáng môi thơm cả mấy tháng hương rừng.

Ước gì ký ức như tấm bảng đầu xuân
Cho anh được xóa một lần
Quên đôi mắt mồ côi của bé
Quên khuôn mặt bạn bè vĩnh biệt anh em
Quên những ngày những đêm
Quên cò súng lưỡi lê
Quên mìn chông đạn lửa
Ước gì chỉ một lần
Anh được quên tất cả.
Bây giờ em ở đó
Trời buồn như mắt dân Chiêm
Tháng này gió nhiều tha hồ lá đổ

Em ru con bằng tiếng xạc xào
Ôi nỗi buồn hun hút dâng cao
Anh biết mùa xuân sắp về
Nhưng lòng còn bình yên để đợi?
Em ở đó một mình
Hằng đêm nằm nghe cỏ mọc
Lòng nặng tiếng à ơi
Làm sao không khóc!
Xin tha lỗi anh thêm một lần
Hỡi em hỡi em – chỉ thêm một lần
Vì đầu chiến tranh chưa vỡ
Vì súng này chưa biến thành cành khô
Để anh gửi em tặng đám học trò
Chiều tất niên đốt làm lửa trại
Hy vọng xanh rờn cho tay em hái
Sẽ không bao giờ còn một mình
Nằm nghe gió quái đầu hiên
Cùng nỗi nhớ anh chập chờn nước mắt. ■

Quy Nhơn, 1969

LƯU PHƯƠNG

MÙA HOA LÁ ĐẤT PHƯƠNG NAM

Cây Vạn Niên trổ lá
Hoàng Kim dịu dàng hé nở
Hướng Dương tung cánh mặt trời
Nàng Cúc Tía đơm bông
Mắt Hồ Điệp xa xăm lơ đãng
Tulips tỏa dáng yêu kiều
Huệ Tây hồng cam đôi má
Đâu đó, Nguyệt Quế nồng nàn thơm
Pha Lê ôm nhau giấu nụ hôn tròn
Hải Đường e lệ cuốn chiếc khăn màu đỏ thắm
Lưu Ly xanh biếc
Thược Dược xanh lơ
Lan Nhung Cách tím mơ huyền bí
Loa Kèn bung nốt nhạc không lời
Xương Rồng vung kiếm sắc
Mai Hoa khoác xiêm y hoàng hậu
lộng lẫy bước lên ngai...
Giáp tết, hoa theo phận người ra chợ

thi gan cùng nắng gió công viên
Hoa vui xuân trong nhà mới
Hoa theo người thất thểu đem về
Hoa kia bị bỏ lại, ngùi ngùi ủ ê
Người ta lạnh lùng kéo lê xác hoa tả tơi trên hè phố
Ai cũng bâng khuâng, vội vã
Có ai nhìn theo chiếc xe rác ngày 30 tết
đưa tiễn hồn hoa?

HOA XUÂN TÂY BẮC NGÀY NÀY NĂM ẤY

Ai ngã xuống mùa xuân biên giới
Mưa xuân rơi rụng khóc hoa đào
Ai ngã xuống mùa xuân Tây Bắc
Hoa mận rưng rưng khắp núi đồi
Ai ngã xuống rừng hoa ban khói lửa
Máu đỗ quyên nhuộm đỏ chiến hào
Dải khăn sô cho tháng hai/ mười bảy
Ôi những linh hồn đã khuất
Thịt xương kia ngàn đời sao yên nghỉ
Nếu chôn vùi trong mộ địa Thành đô?
Hoa rừng Tây Bắc nở
Cuộc tái sinh từng mùa xuân còn nhắc nhở!

(*Hoa xuân biên giới phía bắc 17-02-1979*)

CHÙM THƠ TÌNH MÙA XUÂN

* NGÀY KHÔNG GIÓ
Ngày không gió chân trời mây úp mặt
Nắng tràn mi hoa dỗi kém tươi
Nhớ gì mà lá hoe con mắt
Gió đang nơi đâu hỡi gió, gió ơi?

* MƯA
Phơ phất xuân thì em mưa bay
Hạt thương hạt nhớ người có hay
Long lanh trên lá thơ em đậu
Ướp trong lộc nõn nở nay mai

* BÃO
Cây chuyển mình thổi tung áo bụi
Lốc xoay tròn váy cỏ hoa bay
Gió vần vũ mưa quay cuồng bão
Cuốn vào nhau non nước thét gào

* HOÀNG HÔN
Dịu dàng anh ngắm bức hoàng hôn
Chiều ôm đồi núi chạm làng thôn
Mây em đỏ tía hồng đôi má
Sóng mắt như thêu lạc mất hồn

* ĐÊM
Đêm không có mặt trời
Ai cũng bảo đêm đen
Làm sao nhìn thấy được
Nhắm mắt đi vào đêm
Anh vẫn nhận ra em
Bởi mùi hương quen thuộc

* BÌNH MINH
Đằng đông hoa mặt trời mới nở
Chim rót rượu tình ca mát lạnh
Cỏ non còn ôm nhau ngái ngủ
Dậy đi thôi uống sương mai ■

MH HOÀI LINH PHƯƠNG

Ngọn Nến Tháng Giêng

Tháng giêng tuyết phủ bên trời
Ta trong thầm lặng nhớ người ngàn xa...
Ấu thơ nay đã nhạt nhòa...
Nhưng miền ký ức sao ta còn người?

Tháng giêng thắp sáng niềm vui
Đèn hoa, nến đỏ rượu mời tri âm
"Tình anh đếm tuổi hằng năm
Mừng em thêm một xuân nồng yêu thương..."

Biển đời trôi nổi muôn phương
Làm sao người biết ta buồn hơn xưa?
Soi trong ngọn nến tình thơ
Bóng ta hiu hắt ơ hờ... tháng giêng!...

LỜI TỰ THÚ CUỐI NĂM

Sao mình không về hôn em lần cuối?
Năm sắp tàn... đâu lẽ... mãi lìa nhau
Cho nước mắt gom đầy lời trăng trối
Buông tay buồn, nhớ mãi cuộc tình đau

Em yêu mình, tình yêu nào rất lạ!
Mười hai năm như nước chảy trăm miền
Nhưng hồn em vẫn xuôi về biển cả
Mình muôn đời làm quay quắt con tim

Từng mùa mưa em vẫn hoài trông ngóng
Một dáng người về mắt đá đen sâu
Nhưng tàn năm em vẫn còn riêng bóng
Vâng, thật rồi! Ta chẳng nợ duyên nhau.

Saigon – Việt Nam 1980.

HÌNH NHƯ... MÙA XUÂN

Trời bây giờ... trời sang Xuân chưa anh?
Sao hồn tôi nghe bơ vơ riêng mình
Cây lá cũ cũng giận hờn xõa tóc
Tôi gọi tên người... một thoáng mong manh.

Mai mùa Xuân rồi, chắc hồn người vui?
Mai mùa Xuân qua, tôi lãng quên đời
Con chim nhỏ thôi không còn hót nữa...
Tôi giấu mặt buồn qua một vòng môi

Ừ, hình như... mai Xuân về, người ạ!
Mai Xuân về rồi, tình vẫn chia xa...
Người vẫn đó mà ngàn năm xa khuất
Vẫn những ngậm ngùi, đau đớn riêng ta

Năm tháng cũ cũng thành rêu đá xám
Tôi cúi đầu trên những ngón tay suông
Mai tôi khóc mùa Xuân nào chợt đến...
Người phiêu du từ thuở... đắng cay hồn.

Saigon – Việt Nam 1973

Chào Em – Xuân Mới

Đón Xuân, xếp lại nỗi buồn
Trả cho ký ức đoạn đường ta qua...
Tình thơ một thuở lụa là...
Như con sóng vỗ bờ xa... biển đời

Ta còn góc nhỏ an vui
Mừng em – Xuân mới bên trời tự do...

Washington D.C. tháng 02/2018

Mùa Xuân Hoa Cúc

viết thay một tà áo trắng Trung Học Trần Bình Trọng - Ninh Hòa (Khánh Hòa)

Rồi hoa cúc vàng như màu áo lụa
Em ngước mắt nhìn một chút bâng khuâng
Mùa Đông đã tàn theo cơn gió lạnh
Cúi mặt thì thầm gọi khẽ mùa Xuân

Mai mốt mùa Xuân trường em đóng cửa
Chim én có về quận lỵ buồn tênh?
Có hát vang vang trên từng phiến gạch?
Hay vẫn những chiều, những sáng mông mênh...

Em tự hỏi lòng, ngày mai Tết đến
Thêm một tuổi hồng thơ dại bay xa...
Mơ ước còn không, mộng ngoài cửa lớp
Hay sẽ phai nhòa như chuyện hôm qua?

Mai em mặc áo lụa vàng thiếu nữ
Hoa cúc nở rồi, phố chợ xôn xao
Cho em giữ những mùa Xuân ký ức
Mùa Xuân đến chưa hay mất tự thuở nào?
Saigon – Việt Nam 1972

TÌNH TỰ THÁNG GIÊNG

Ta chào sinh nhật tháng giêng
Mùa Đông giá buốt, ta riêng... cõi buồn
Mỉm cười uống cạn ly suông
Đèn, hoa, rượu đỏ... một phương xa người...
Nhân gian không thiếu cuộc vui
Sao ta còn vẫn mãi hoài thềm xưa?
*

Nụ hồng một thuở tình thơ...
Tri âm đâu nữa... ơ hờ... tháng giêng.
Hoa Thịnh Đốn tháng giêng 2018

BÀI TÌNH CA XUÂN
TRÊN ĐƯỜNG HỒNG-THẬP-TỰ

Em sẽ không...
Mãi hoài nhớ những mùa tình thơ Tết cũ...
Nếu từng năm...
Xuân không còn nữa đi qua
Nhưng rừng mai rực vàng trong sương trắng trời xa...
Vạt cúc tím bên hiên dịu dàng khoe mấy độ...

Tết mùa Đông
Gió tha phương buồn như tiếng thở
Như một đời ta lạc lối tìm nhau
Một chớp mắt thôi...
Con sóng biết về đâu?
Nước chảy qua cầu...
Em vụng dại bên anh, đầm ấm, yêu thương những chiều ba mươi Tết
Đường Nguyễn Huệ thân quen
Phố hoa dập dìu tao nhân, mặc khách
Chiều Saigon, đêm Xuân muộn cuối năm.
Ta đưa nhau về
Như nhịp sống lặng trầm
Hạnh phúc nhỏ nhoi trong tình mùa chinh chiến
Và anh mơ...
Ngày quê hương không còn tiếng súng
Hân hoan, rạng ngời mừng đất nước an vui
Ta sẽ về qua sông Hồng đục đỏ...
Dù chỉ một lần thôi
Cho em biết cội nguồn
(Vì tự do...
Người người đành rời bỏ...)
Cho con cái chúng ta mai sau
Yêu thêm những địa danh thống khổ
Một nửa vùng trời xa lạ nhưng máu, lệ Việt Nam...
Trong nồng đượm, chứa chan
Nghe hương cốm bay theo... giữa trời Thu se sắt...
Và mưa bụi mùa Xuân
Đủ ướt đời nhau
Rất nồng nàn, tha thiết...
Mùa Xuân nào ta về... vang hót tiếng chim ca...
Nuôi nấng ước mơ theo Đông tới, hè qua...
Mùa Tết nữa, mời nhau ly rượu ngọt...
Em chưa quên những chiều mùng bốn Tết
Rượu mừng Xuân, tay siết, hẹn chờ nhau...
Đường Hồng-Thập-Tự dài in bóng những hàng sao...
Tình đủ ấm để ngàn sau nước mắt

*
Em quê người...
Nửa đời lưu lạc...
Vẫn rượu nồng – nhưng hiu quạnh... vì đâu?
Sẽ không bao giờ còn gặp lại nhau...
Cho em hẹn
Kiếp nào... Xuân trở lại.

Washington D.C. tháng 01/2020

Tháng Giêng, Em Và Tuổi Mới

Tháng giêng ta hát bên trời
Lời bay theo gió... ngậm ngùi đời nhau
Người về trong giấc chiêm bao
Treillis, áo trận đậm màu yêu thương.

Em chào năm mới đến
Từng giọt nồng Pinot Noir
Mùa Đông chưa đi khuất
Sao ngỡ ngàng... Xuân qua

Ta mời ta ly cạn
Ta mời ta ly đầy
Sinh nhật buồn muốn khóc
Nỗi niềm... người đâu hay?

Soi bóng mình qua nến
Tháng giêng về lạnh căm
Người Nam Dương cô độc
Tuyết vẫn rơi âm thầm

Như ta đã mất nhau
Trong một ngày bão tố
Như ta đã lìa nhau
Qua bao mùa trăng vỡ...

Nhưng em còn giữ lại
Kỷ niệm đầy không tên
Ngày tình xanh mấy thuở...
Để muôn đời không quên.

Washington D.C. – sinh nhật tháng giêng 2017.

BÀI MÙA XUÂN ĐẤT KHÁCH

Khi đã nhận nơi này làm quê hương mãi mãi...
Cho một cuộc đổi đời
Qua một kiếp tái sinh
Sao em vẫn chưa thôi...
Ướt mắt tội tình
Quê cũ đã ngàn xa...
Những mùa Xuân đất khách

Muôn kiếp trong em
Hình ảnh lá cờ vàng tổ quốc
Vẫn bay cao ngạo nghễ giữa đoàn quân
Tuổi thơ chìm sâu
Nhưng ký ức thật gần...
Về chặng buồn lửa khói

Thung lũng La Ngà, mây ngàn, gió núi.
Người lính tiền đồn
Non nước nặng hai vai
Vẫn thương em Saigon tuổi ngọc mười lăm
Ngơ ngác, bàng hoàng...
Tập làm thân chinh phụ

Tình em trao về người
Biết làm sao thế đủ?
Qua bao biển đời
Xin son sắt tạ tình nhau
Người đã về đâu?
Giữa mịt mù bão tố?

Thêm một mùa Xuân hắt hiu bên trời Tây hoa vàng, rượu đỏ..
Năm mới rồi
Lòng vẫn cũ...
Vì sao?

Washington D.C. những mùa Xuân xa xứ

ĐẾM TUỔI TÌNH TA

Mùa Xuân thứ mấy rồi anh?
Sao em đếm mãi... chưa quên nỗi buồn
Em về phố cũ, đèn lên
Còn âm vang tiếng guốc quen... quê nhà...
Xứ người tuyết lạnh tình ta
Ngày xưa... có phải chỉ là chiêm bao?
Sao em hoài mãi xót đau
Vẫn còn đếm tuổi tình nào ta mang
Mùa Xuân có phải vừa sang?
Sao hồn em bỗng ngỡ ngàng... heo may!

Washington D.C. tháng 01/2017.

MÙA XUÂN CÁNH HẠC XA TRỜI

*Ta mừng tuổi mới tháng giêng
Mà nghe nước mắt trong tim lặng thầm...*
*

Con nhớ Mẹ, nhớ Ba những mùa Tết tới...
Những mùa tình trong ký ức trăm năm...
Chút se lạnh Saigon đủ để bâng khuâng
Cho áo mới hồng lên môi thiếu nữ...
Phố xá đông vui chiều thủ đô trẩy hội...
Tay sông hồ đan ngón nhỏ tìm nhau
Tiền tuyến – hậu phương thôi cách một nhịp cầu...
Hạnh phúc mong manh những mùa chinh chiến cũ...

Mai anh lại đi theo đoàn người lữ thứ...
Góc núi, ven rừng lòng vẫn gửi về em...
Em Saigon áo trắng lụa ngoan hiền
Ngày hai buổi còn hồn nhiên sách vở...
Và hẹn chờ nhau trong mùa phượng nở
Người sẽ về trong nắng ấm Tự-Do
Đường Gia-Long me xanh lá hẹn hò
Đêm Hầm Gió café nồng khói thuốc...

*

Tiếng loa vang mời khô nai Ban-Mê-Thuột
Khô Cá Thiều Phú-Quốc đậm tình Xuân
Hynos, Leyna kem trắng, chỉ hồng...
Lạp xưởng Vissan, Bảo-Hiên rồng vàng rộn ràng mùi bánh cưới...

*

Bước rất nhẹ cho một mùa Xuân tới
Rất êm đềm dù rất đỗi chơ vơ...
Thời chiến chinh ai biết được... để ngờ...
Trong phúc chốc... là vàng phai, đá nát...

*

Ta viễn phương, bên này trời Đông-Bắc
Một mình nghe tuổi mới tháng giêng qua
Nhớ Saigon xưa, nhớ Mẹ, nhớ Ba...
Nhớ mùa Tết quê nhà muôn năm cũ....■

Washington D.C. tháng 12/2019.

MỘNG HOA VÕ THỊ

BIẾT XUÂN VỪA TRỞ LẠI

Chẳng thương sao quá chừng mong nhớ
Chớ yêu chi đừng giận đừng hờn
Nếu như trái đất này tan vỡ
Có lẽ ta nhìn nhau rõ hơn

Nếu đã ví em là chiếc lá
Làm sao đem thả hết thu vàng
Tình đã vướng hương thầm nguyệt hạ
Dấu phai tàn đọng giữa thanh tân

Giữ cho nhau lời vàng tiếng ngọc
Tình lang thang qua ngõ thiên đường
Lấp ửng cơn mơ màng ảo mộng
Vẫn xuân tràn chấp chới uyên ương

Phút chốc ấy
Những môi son nồng cháy
Những đam mê quyến rũ vô chừng

Tình em đấy
Cho không cần lấy lại
Đã âm thầm làm bến yêu thương
vẫn thế nhé
Vẫn tin yêu mãi mãi
Vẫn riêng tư một cõi ấy nao lòng
H rất nhớ
Biết xuân vừa trở lại
Nụ xuân này
Mai nở có vàng không...
Bến xuân về
Ai đón gió về không...

PHỐ VẪN MƠ XUÂN

Người về phố đã về chưa
Đêm hoang mang gọi cơn mơ hẹn về
Đèn vàng thắp nửa trời khuya
Trăng soi nửa bóng tình chia nửa tình

Phố ơi! Người chẳng yên bình
Chẳng cho máu trở về tim một lần
Yêu người. Người biết đò ngang
Biết sông sâu rộng không sang được bờ

Biết tằm rứt ruột làm tơ
Tơ bao nhiêu mối... Bao giờ mới thôi...
Nồng nàn phố nối tình tôi
Nối trăng sao lại nối đời đam mê

Người về giữa chuyến đò khuya
Phố âm thầm đợi ước thề trăm năm
Yêu người. Phố vẫn mơ xuân

Lấy Hay Không Lấy

"Nụ tầm xuân nở ra xanh biếc"
Em chẳng lấy chồng
Có tiếc chi đâu
"Ba đồng một mớ trầu cau"
Em mua chẳng đặng ngày sau với người

Tóc mây chẻ ngọn làm đôi
Nửa soi gương lược nửa vùi tình sâu
Sim ơi tím đợi chờ nhau
Tím môi tím mắt tím màu nhớ thương

Tầm xuân nở khắp trời xuân
Khắp trong thiên hạ tấm chồng vui tươi
Chồng em mãi mãi xa vời
Lấy hay không cũng vậy thôi đó mà

Saigon, 12.1.2016

Hồn Nhiên

Sao lại thế
Tình ơi sao lại thế
Sao lại hồn nhiên giữa khóc cười
Giữa muôn vàn đắng cay sao không rớt lệ
Mà vẫn hồn nhiên say đắm yêu người

Không Dễ Dàng Xuân

Nếu như xuân nói không về nữa
Em biết làm gì hơn
Đúng không

Có phải một đi không trở lại
Là để trăng sao ngậm tủi hờn
Xuân ơi xuân biết đâu là nhớ
Biết cánh mai không nỡ phai tàn
Biết em như chiếc bình hoa vỡ
Mảnh vụn làm sao ghép nát tan
Có lẽ không mơ nhiều hơn thế
Chỉ ước xuân này thôi xót xa
Em biết chờ nhau không hề dễ
Nên ước mong thôi... Chỉ gọi là...
Nếu như xuân định không về nữa
Em dành dụm nắng cuối thu đông
Góp hết yêu thương làm áo dạ
Gửi đến cho xuân đỡ lạnh lùng

CHÚC XUÂN

Ghé thăm tôi chốn mộ phần
Thắp hương cho khéo kẻo lòng tôi đau
Nhón cầm thêm quả trầu cau
Lỡ ra môi nhạt cắn sầu cho nguôi
Thăm mùa xuân hộ giùm tôi
Chúc sang năm mới có người được yêu ∎

MỸ TRINH

Du Ca Lục Bát Mùa Xuân

nhẹ hều một gánh xuân mai
đòng đưa bước nhỏ cho ai theo cùng
tả hữu hai phía đồng đồng
khoan thai nhịp điệu thong dong chân đời

buồn đi về phía thảnh thơi
vui đi về phía tuyệt vời làng xuân
buồn vui xin chữ ân cần
thơ hong tim ấm chữ nâng niu vần

anh à tứ hướng về xuân
lơn tơn mơ rớt ngoài sân hết rồi
dường như xuân ở trên ngôi
hái cao hái thấp bồi hồi tim em

nhẹ hều vai tựa vai mềm
Chữ đi gần chữ thăm miền hoang vu

mời nhau câu hát câu ru
Chúc xuân nhờ tết gửi thư tình hồng

nhẹ hều lục bát chơi rong
Du ca lữ thứ ru nồng... tình quê!

20 tháng 01 năm 2018

NHỚ TẾT

Có ai không... nhớ nhà như tôi nhớ
Người một nơi mà tim ở một nơi
Xác và hồn chia hai từ cái thuở
Bước ra đi về tận phía chân trời

Có ai không... bên này mong bên nớ
Bóng mẹ hiền ngồi đợi suốt mùa xuân
Chiều đã mỏi hạt nắng chiều vừa vỡ
Mắt đã mòn xuân qua mấy mươi lần

Có ai không... còn chờ tôi bên đó
Còn nhắc tôi còn nhớ mãi không quên
Những con đường thơm hương chiều lộng gió
Nở ngàn hoa xinh tươi thắm bồng bềnh

Có ai không... muốn về quê ăn tết
Cho tôi theo một chút để ấm lòng
Muốn thì muốn chứ làm gì được tết
Mơ thì mơ cho tim nở đóa hồng

THEO LỜI XUÂN GỌI

Em đã về theo tiếng gọi Tình ơi!
Dòng tiềm thức ngọt ngào trong nỗi nhớ

Dù chiều nay mây mùa Đông giăng sợi
Vẫn trong lòng vàng hực những cành mai
Em đã về chở ngập trên đôi vai
Mùa năm cũ kỷ niệm hồng tuổi dại
Mỗi xuân đến là mỗi niềm dấu ái
Nở ra hoa ngàn nụ thắm tình hồng
Em đã về trên con phố nhiệt nồng
Chập chùng hoa xung quanh từng bước nhỏ
Như quên hết trần gian bao buồn khổ
Phút chốc hồn bay bổng một thinh không
Em đã về như đã lần hoa mộng
Áo mới tuổi thơ Cha Mẹ hiền hòa
Gió như hát cây xanh mùa hoa lá
Hoa như đòi chen nhau nở vàng sân
Em đã về khoe áo tết tình thân
Năm tháng ấy mãi gần như giây phút
Đốt nén nhang thăm Cha mùa hạnh phúc
Tim tràn đầy hương vị của ngày xuân

Xin Về Bến Xuân

Có ai đưa em về mùa xuân mới
Vọng tiếng guốc khua theo nhịp tim mềm
Có phải xuân về đâu đây ngoài ngõ
Hay chỉ dư âm kỷ niệm êm đềm

Em đã về đây đón gió đầu xuân
Từ mặt trời hồng rạng đông vừa chớm
Những nụ vàng chen nhau khoe sắc thắm
Một thoáng mênh mông ký ức chập chờn

Chẳng còn ai xung quanh như mùa ước
Xuân đến vội vàng giây phút rồi thôi
Xuân ở trong em của thời tuổi dại
Một thoáng mong manh một thoáng bồi hồi

Có ai đưa em về ghé bến xuân
Hương áo mới tình anh tròn mắt biếc
Quên áo bụi trần yêu thương tha thiết
Man mác mùa xuân vũ khúc nghê thường

Xin đưa em về cập bến tình thương
Ba ngày tết anh chị em cha mẹ
Ngôi nhà xưa quây quần nghe chuyện kể
Tay cho bàn tay vui sướng tuyệt vời...!!

THÁNG CHẠP VỀ

Tháng chạp về hoang mang ngày gió bấc
Lành lạnh mơn man giăng khói mây mù
Nắng bỏ đường chiều sương trùm áo trắng
Nắng bỏ sau lưng quê Mẹ ngậm ngùi
Bên đây bờ đại dương trăng thui thủi
Ngút ngàn xa bên ấy mịt mù xa
Có bóng xuân chập chờn xua Đông lạnh
Có một người vọng tưởng cõi ngàn xa
Những đứa em chờ mùa về tháng chạp
Tuốt lá mai chờ nở nụ xuân vàng
Bên dòng xưa bóng Cha còn thấp thoáng
Chạnh chờ con từ viễn xứ hoang mang
Những tháng chạp về hoang dòng tư tưởng
Tháng năm nào còn lại vết tích xưa
Ta gọi nắng những hôm mùa gió chướng
Bắc nhịp cầu mây trắng đọng thành mưa
Không một đàn chim không giọt hương thừa
Xuân vẫn vậy ĩ ầm trong tim nhỏ
Này tháng chạp có về ngang đâu đó
Nhắn với thân yêu... thương nhớ nghìn trùng...! ∎

12 tháng 01 năm 2019

NGÀN THƯƠNG

Xuân Này

xuân này khác hẳn xuân xưa
lòng ai thấp thỏm sớm trưa bên thềm
cũng vì dịch giã lênh đênh
đang tìm chỗ đậu mông mênh giữa trời

kiếp người thân phận nổi trôi
đi - ở ngỡ trò chơi không bằng
còn hơn thời buổi chiến tranh
mỗi khi Covid lộng hành dọc ngang

mùa phai tóc rối dong hàng
đôi bờ sinh-tử mơ màng gọi nhau
lạc loài thế kỷ thương đau
xuân này khác với xuân nào trầm tư

Tuổi Người

ôi "đất lành chim đậu"
biết chốn nào dung thân
niềm vui bay đi mất
nỗi buồn níu gót chân

hôm nao người bạn mất
dòng cáo phó muộn màng
từ phương Nam hào phóng
nghe cõi lòng như than

quê nhà giờ cũng thế!
mỗi nơi chốn vô thường
rủi-may đời dâu bể
biết đâu mà vấn vương

"Ly rượu mừng" uống cạn
  đón Xuân sang tuổi người
  nụ hôn thơm tình mới
  xua não phiền em ơi!...

Dấu Chân Phố

Lật lại thời gian trong nếp phố
Mùa trôi đi, rưng rức vết môi đằm
Ngày cạn hết những lời chưa nói được
Chạm bước mình một thuở xa xăm

Vai ắp gió, ngày Xuân chùng mắt rượu
Phố như em dự cảm tròng trành ta
Và đôi lúc chính mình không nhớ nữa
Có con tim không biết trẻ, hay già

Ta yêu phố, từ khi chưa biết phố

Để bây giờ phố đã ở trong ta
Rồi mai mốt dẫu thế nào chăng nữa
Vẫn còn đây âm vọng gót chân qua

XUÂN HỒNG

Hơn nửa đời rồi đó
Xuân về cũng nao nao
Bạn bè như sóng vỗ
Trăm năm bến sông nào

Vẫn ngày Xuân vời vợi
Phố phường ơi. Mưa bay
Em ngồi trong quán nhỏ
Nghiêng nghiêng mái tóc dài

Vẫn hàng răng mật ngọt
Em cắn từng hạt dưa
Anh làm chi có được
Niềm vui ấy cho vừa

Mùa Xuân, mùa Xuân nữa
Lại về trên đôi môi
Có chút gì đọng lại
Trong ta với cuộc đời

MUỘN MÀNG ĐÀ LẠT

Đà Lạt muộn màng, ngày em yêu tôi
Trời vắt mây xanh, hồn nhiên qua đời
Tôi yêu em như mắt hồ xanh biếc
Gió thông reo lời yêu chơi vơi

Tôi bâng khuâng như con dốc buồn
Tôi lang thang như cơn gió buông

Tôi yêu em trong từng lá cỏ
Tôi yêu em như đồi yêu sương

Và nắng vàng quấn vào môi ấm
Và lá thiên thu mở khép lao xao
Và sóng bồng bềnh, đôi tay tình mộng
Và liêu xiêu và khao khát ngọt ngào

Hãy ngủ đi em như thơ nhập hồn
Mùa Xuân môi em hồng trên tơ non
Câu thơ cho nhau, con chim đã cắp
Tung lên trời xanh lời yêu mênh mông

Tung lên trời xanh khao khát ngọt ngào

Quê Kiểng

Không đâu bằng chốn quê mình
Tình quê kiểng mãi đậm tình yêu thương
Xuân sang dâng cả ý nguyền
Sống và yêu, trái tim hiền mẹ ru

Mùa Tết

Tháng chạp như đã đến gần
Mùa Xuân - Tết, én lượn vòng gọi nhau
U trầm, tiếng gáy nao nao
Cu cườm trong những chiều nào cuối đông

Phóng Sanh

Phóng sanh chim trước mùa Xuân
(Chim cũng cần được về thăm tổ mình)

Giam cầm chi lũ chim xinh!
Tâm từ chia sẻ, nghĩa tình đoàn viên

MƯA BỤI

Nhìn mưa bụi chợt nhớ quê
Làm nên cái rét sắt se giữa trời
Nương theo từng chiếc lá rơi
Trước khi về đất, sáng ngời nhẹ tênh

TỰ KHÚC XUÂN

Sau ngày dịch giã não nề
Dang tay đón, gió Xuân về mênh mang
Trái tim vẫn vỗ điệu đàng
Đôi khi khẽ nhíu dịu dàng rồi thôi
Tâm tư, thư thái, thảnh thơi
Là liều thuốc bổ sống vui hiền hòa
Lạ thay tóc chửa thay màu
Nên chi em chẳng biết đâu trẻ già
Choàng vai em hát bài ca
Suối, đồi tươi mới bất ngờ nhẹ lay
Nâng ly ta uống ngất ngây
Lòng như ấm lại, tỉnh say sá gì
"Mộng Chiều Xuân" em có nghe
"Ái ân" đi nhé, *"kẻo tàn ngày mơ"*

Những từ chữ nghiêng, trong ngoặc kép: Nhan đề và ca từ nhạc phẩm tiền chiến *"Mộng Chiều Xuân"* của Nhạc sĩ Ngọc Bích.

MƠ XUÂN

Giấc mơ chợt đến, Xuân hồng
Đêm trừ tịch, khói sương vờn trêu ngươi
Mình tôi bên cánh cửa đời
Gió lay khép, mở rối bời tâm tư ■

NGÔ NGUYÊN DŨNG

Tháng Giêng
Em Nhớ Mềm Hương Nếp

diều về bay rợp miền trí nhớ
chị về nhặt lại mảnh gương xuân
mùa xưa trổ đóa mây thơm giấc
quạt reo nô nức vạt đẫm lưng

võng ru đẩy điệu trưa thơ ấu
nắng mồ hôi đọng sợi tóc mai
chị ơi. em nhớ lòng tay ngửa
thả mộng bạt ngàn chim bỏ vai

tháng Giêng em nhớ mềm hương nếp
Tết trào lặng lẽ bờ mi cay
vườn nhà mọc rối rào che lá
áo người xa thẳm trăng trắng bay

bên đời chị đẫm bàn chân nứt
ruộng cằn một nắm đựng hơi tàn

nửa vành trăng ốm thoi thóp ngực
xuân lạnh. chị ơi. nỗi tro than

nơi em vẫn vậy ngoài trở giấc
bóng ngày quạnh quẽ vàng khói hương
tuyết đầu năm trút buồn dâng đất
ảnh bài vị nhuốm màu hoang mang

diều về bay rợp miền trí nhớ
em về chắp phướn reo réo vui
ráng chiều loang máu con nước lợ
áo chị chập chờn khua sớm mai
(12. 1998)

CHỖ M. NGỒI

1.
Chỗ M. ngồi
xuân ngập ngừng chưa nở. dã mai sầu
hiên én về
ngậm lộc non
mang tiền mừng tuổi
xum xoe áo mới
hương băng phiến chập chờn.
                chập chờn.
                    kín chiêm bao.
sáng mồng một nắng ao đầy
lá chưa từng xanh như hôm ấy
giọng cười trong vắt khua giếng cạn
mặt trời lóng lánh soi mắt chị
ngóng người trở lại
bên kia sông
chở phù sa
vàng sóng

2.
Chỗ M. từng ngồi
bếp lửa hồng đôi má
nguyệt tận giao thừa đêm tí tách
đèn bão tù mù bến nước
cầu ván ấm chân người. bước qua. đã một lần ghé qua
... rồi biệt tăm
vách rưng rưng bóng
áo sờn vai chưa vá
nụ cười. ngấn mắt. đẫm lệ mừng
tiếng thầm thì
ấm nước reo ngụm trà đầu năm
trẻ nhỏ thẹn thùng ngưỡng cửa. khúc khích
mân mê vạt áo
thơm lừng bông sứ

3.
Chỗ M. có lần ngồi
chiếu bài ngoài sân nắng
bông dậy thì rụng trắng
môi thắm vỏ hạt dưa
tay xòe quạt tứ sắc. chúm chím
bộ chốt đỏ vàng xanh
lời tự tình sẻ ngói
ríu rít. mái âm dương rêu bám
đợi người về xếp lại

4.
Chỗ M. ngồi
giờ. ghế lạnh sân ngoài
ngày góa bụa mù sương
mây câm nín kỷ niệm
những tờ thư ký thác mộng tân niên
tháng giêng
hóa trang đầy giấc ngủ

(11. 2003. Bản sửa: 06.2018)

Chuồn chuồn Thắp Nắng Duyên Tôi

tháng giêng rủ nhau về nắng mới
chuồn chuồn nghiêng cánh rộn rã vui
bóng lá đơm hoa vàng chấp chới
khoanh tay mừng tuổi chúm chím môi

giọng cười trong trẻo tân xuân đón
giao thừa mồng một nguyên đán thơm
thẹn thùa áo mới phong bao đỏ
giòn giã đầu năm bánh pháo reo

sân chiếu rụng đầy bông mận trắng
tay xòe sĩ tượng chốt đỏ au
móm mém ngoại cười khui khạp tướng
chờ liền chẳng thấy pháo mã đâu

bếp lửa thơm lừng hương thịt mỡ
bánh tét đậu xanh dưa giá ngâm
lách chách hạt dưa vành môi cắn
bí gừng thỏ thẻ chuyện tháng năm

- thức giấc sớm mai còn ám tối
hiên ngoài mỏng mảnh tuyết rơi nghiêng
chỗ trọ một bóng tha hương đợi
chuồn chuồn thắp nắng tháng giêng tôi -■
(11.2019)

NGUYỄN AN BÌNH

CÓ MÙA HOA ĐÀO GIẤU TRONG MẮT EM

Chẳng phải loài hoa nào cũng níu giữ mùi hương
Níu cả nhớ thương đi qua quãng đời trai trẻ
Níu bước chân ai ngập ngừng khi mùa đông về lặng lẽ
Nhưng cũng rất vội vàng trong nắng quái chiều phai.

Và hương hoa đào ủ trong từng sợi tóc em bay.
Bỗng dưng làm ngọn gió đan - chùng chình đến vội
Tiếng chim gù em ơi – hình như trên mái ngói
Xao động chút buồn neo giấc ngủ đầu đông.

Anh thấy mùa hoa đào giấu trong mắt em trong
Giấu cả bão dông cho những ngày mưa sắp tới
Còn đâu ánh mắt em – như dịu dàng muốn nói
Anh bỗng rùng mình – ngỡ lạc chốn liêu trai.

Có phải em ngồi ngắm hoa đào – vừa nở sáng nay
Lại hãi sợ ngày mai biết đâu không còn nữa
Sợ những cánh đào phai sẽ rụng đầy trước cửa
Bên bờ Xuân Hương, nhuộm cả nước Tuyền Lâm.

Hay em sợ tình yêu không còn chỗ ở trong anh
Nên buồn đeo suốt cả chiều lại ngẩn ngơ đến tối
Mắt nai con ngác ngơ – ngập ngừng trông đến tội
Lãng đãng sương mù – mong ngày có chút nắng lên.

Sắc hoa đào bừng lên trên sắc áo – anh nào quên
Ngày sắp hết trên ngọn đồi thênh thang gió
Những cánh hoa đào – thả trên vai em bỏ ngỏ
Chao rụng xuống hồ hồng cả cõi thiên thu.

CUỐI NĂM VỀ QUA DÒNG SÔNG CŨ

Ta lại về mang nỗi nhớ một mùa đông
Mưa cuối năm chợt đan trên dòng sông cũ
Sóng trường giang dập dồn thành cơn bão lũ
Bão dậy trong lòng hay khuất tận khơi xa.

Khói chiều hôm ta nào thấy bóng quê nhà
Nhớ làm sao chuyến phà nhiều năm trước
Có con đò sang sông một ngày ngược nước
Áo trắng người bay không thấy nẻo quay về.

Đâu tiếng hát câu hò rộn rã một bến quê
Ừ có lẽ lòng mình còn phơi đầy trăng cũ
Sông vẫn hát khúc tình ca như lời nhắn nhủ
Men rượu cuối năm sóng sánh cả đời mình.

Chén hồ trường uống chưa kịp lúc bình minh.
Tuổi thanh xuân đã thoảng qua như giấc mộng
Bỏ lại sau lưng những nốt trầm thầm lặng
Bao bộn bề trong tiếng lạc ngựa long đong.

Bông cải cuối mùa có vàng dưới mắt em trong
Sao chất chứa ngày xưa kiếp người đầy dâu bể
Không níu được khi tình mất đi cội rễ
Chén rượu rót tràn ta khóc một dòng sông.

ĐÊM TRỪ TỊCH

Đêm nay có phải đêm trừ tịch
Mà dấu hài xanh tựa chiêm bao
Khoảnh khắc giao thừa thôi đọng lại
Lạc dấu cội nguồn tận kiếp sau.

Có phải tiếng chim qua điếm cỏ
Sao còn ngơ ngẩn dưới cầu sương
Người trong tranh đã thành cổ tích
Một Giáng Kiều xưa lạc cuối đường.

Đêm nay dưới gốc mai trăm tuổi
Bên bếp lửa hồng đọc cổ thi
Tình ẩn trong từng trang sách cũ
Chập chờn say giấc mộng hồ ly.

Thôi đành gác lại bao phiền lụy
Đời người theo bóng hạc bay qua
Sênh phách cuối mùa thay xiêm áo
Ngàn sau hận khúc "Hậu đình hoa".

KHI MÙA XUÂN BỎ LẠI

Đàn chim bỏ thành phố bay đi
Hàng cây kèn hồng lặng im cùng ngọn gió
Ngõ nhỏ có gì vui để ồn ào như thế
Mây xám dừng lại trên đầu
Bầu trời chợt vần vũ cơn dông
Giọt nắng chẻ hai theo người một nửa

Tôi lạc loài trông theo
Trong tiếng chuông ngân đồng vọng
Ngôi chùa bên kia sông
Lững lờ sương khói
Một sớm mai chưa có ánh mặt trời.

Vang lên thanh âm nghẹn ngào
Binh boong từ chiếc đồng hồ sinh học cũ kỹ
Thời gian vẫn tiếp bước lãng du
Nhắc nhở đã quá nửa kiếp người
Tôi lắng nghe nhịp đập con tim sao còn tươi rói
Ngày vào đời đâu mới hôm qua
Tuổi thanh xuân chạy theo thầm thì vẫy gọi
Mùa xuân của ta ơi
Có theo chân người trốn chạy?

Những giọt sương treo trên lá cành
Có ngủ qua hết bình minh
Khi mầm cỏ đớn đau theo dấu chân người
Không còn đánh thức thêm một ngày vui
Nụ tầm xuân gầy guộc
Quanh sợi tóc xác xơ ủ bệnh trầm kha lâu ngày mới dậy
Tôi chợt thấy mình hóa thân
Con sâu suốt đời nằm im trong cái kén
Thèm mơ – một giấc mơ bình yên.

NÓI VỚI MÙA HOA ĐẬU BIẾC

Anh hái mấy đóa hoa tim tím
Khi tình cờ đi ngang qua nhà em ngày trước
Người không còn ở đó
Người đã đi đâu rất xa
Chỉ còn hàng rào nở đầy hoa đậu biếc

Buổi sáng ngồi nhâm nhi chén trà sớm một mình

Trà hương hoa đậu biếc
Sóng sánh màu tím khô trong ly trà trước mặt
Chợt làm anh nghẹt thở
Chợt làm anh nhận ra tháng tám có mùa thu trôi qua rất chậm
Hình như còn nấn ná
Hình như còn đợi chờ
Hình như còn đong đưa
Trong mấy lời ca dao thật cũ
"... Nụ tầm xuân nở ra xanh biếc
Em có chồng anh tiếc lắm thay..."

Phải chi ngày đó
Anh biết nụ tầm xuân là hoa đậu biếc
Đã chẳng phải ngậm ngải tìm trầm
Lên non xuống biển
Bên giàn hoa đậu biếc
Những cánh hoa màu tím long lanh hạt mưa đêm
Hương thời gian đâu còn
Chưng cất tuổi thanh xuân
Vun xới góc vườn xưa hoài niệm.

PHỐ NÚI HOA ĐÀO

Hoa đào trên phố núi
Chợt bừng nở cuối đông
Có hẹn người năm cũ
Về trong nỗi chờ mong?

Hoa đào Trần Hưng Đạo
Rực hồng suốt Hùng Vương
Ngẩn ngơ xuôi Trại Mát
Nao lòng bờ Xuân Hương.

Phải hoa đào Thôi Hộ
Rong chơi một ngày xuân
Lòng bâng khuâng muốn ngỏ

Khi nhìn mắt giai nhân.

Hoa đào từng cánh mỏng
Khoe sắc cùng ai đây?
Người dừng chân đứng ngóng
Chỉ thấy màu hồng phai.

Hoa bay – bay thành bướm
Theo người – thơm gót chân
Xanh một màu cổ tích
Trong gió đùa mơn man.

Người yêu hoa năm nào
Có bay cùng mây trắng
Khi qua vườn Bích Câu
Bóng lồng gương hồ lạnh?

Em ngồi ngắm hoa đào
Có nhớ người xuống núi
Phải đời là chiêm bao
Nên tình còn đắm đuối?

Xin làm cây cô độc
Ngàn năm đứng trên đồi
Dõi theo người cuối dốc
Tóc còn bay bên trời.

THÁNG GIÊNG SÀI GÒN MỘT GÓC NHỚ

Đâu phải tháng giêng mới làm anh nhớ
Con đường Nguyễn Du rợp những hàng me
Cái nắng Sài Gòn sao hanh hao đến lạ
Màu mật non vàng ngọt đón ai về.

Hình như Sài Gòn năm qua rất muộn
Nên chồi non lộc biếc vẫn xuân thì
Góc phố Huyền Trân lá dầu reo trong gió
Chầm chậm mà trôi hoa nở kẻo lỡ kỳ.

Góc nhớ giữa Sài Gòn ở đâu em nhỉ?
Trốn nơi nào trong ký ức gầy hao
Dẫu bốn mùa nắng mưa ngày đêm vẫn thế
Lặng lẽ nơi này hay chốn khác lao xao.

Trong quán cóc cùng ghế bàn cũ kỹ
Dòng người vô tình đâu nhớ đến tháng giêng
Có một người quen sao khó tìm đến thế
Giữa Sài Gòn cũng đành lạc dấu chân chim.

THƠ TÌNH CUỐI THÁNG GIÊNG

Tháng giêng nào vừa trôi ngang cửa
Hương xuân còn quấn quít nồng nàn
Có phải má hồng môi thiếu nữ
Men tình còn đọng – cỏ dưới chân.

Bằng lăng trước nhà vừa mới nở
Hoa đầu mùa tím ngát thời xa
Nắng lụa vàng ươm trong mắt nhớ
Chao ôi tôi thấy cả trời hoa.

Giêng đã sang mùa thêu cánh mỏng
Chuồn chuồn đã vội trốn đi chơi
Tháng tận năm dài chim bay mỏi
Giữ chút tình riêng ta đấy thôi.

Tháng giêng mưa bụi vương tà áo
Mà lộc non xanh cả đất trời
Đánh thức tầm xuân trong đáy cốc
Em còn thương nhớ tuổi ô mai? ∎

NGUYỄN CƯỜNG

Ăn Tết Một Mình

đã nhiều năm ăn tết một mình
một bình hoa và một mẩu bánh chưng
nhưng lão thấy dửng dưng
vô cảm trước mọi lời mời chào mâm cao cỗ trọng

lão đóng kín tất cả các cửa
mặc mưa xuân với khách xuân nhộn nhịp bên ngoài
mặc tivi với sóng wifi
mặc cả lũ covid covi lượn qua lượn lại

một mình trong căn nhà vắng vẻ
lão đợi chờ nàng thơ
nàng hẳn cũng bơ vơ giữa những lời ngợi ca tập thể
về đây cho lão chút duyên hờ

qua bao nhiêu năm tháng gập ghềnh cách trở
giờ lão kệ thây đời

một mình một tết một xuân
một băng đá giữa phù vân vô thường...

HOA TẾT

bạn tặng một cây mai vàng chơi tết
trên thân gầy khẳng khiu
chỉ có những nụ non nhỏ xíu

tôi xin đổi bằng cây hoa khác
dù là cúc là hồng... nhưng tán lá tươi xanh
và những cánh hoa cười rạng rỡ

dẫu biết hoa nào cũng nở cũng tàn
nhưng thời khắc xuân sang
tôi muốn có một không gian ngập tràn hương sắc

tôi muốn được như loài hoa nở giữa đất trời
không nệ sang hèn
cứ phơi phới đua chen khoe vẻ đẹp trong ngần

thân phận cỏn con
mang theo cả một trời thương nhớ
ai đã vì hoa... qua ngày tháng đợi chờ...

KHAI XUÂN

mồng một mồng hai rồi mồng ba
đã nhạt dần lời chúc
những vần thơ lần lượt khai hoa

vui cũng có mà buồn cũng có
không chỉ mình xuân kiều diễm thướt tha

cuộc sống với bao điều trăn trở
bao phận đời ~ cát ~ bụi ~ phù sa...

cảm xúc thăng hoa
câu thơ như cánh hoa vụt nở bên đường
không cầu toàn hương sắc
đã hân hoan náo nức gọi mùa

gọi xuân mới gọi cái nhìn mới lạ
mỗi loài mang một ẩn giá riêng
phải đâu vì sớm nở tối tàn mà quên lộc biếc
vì bướm ong mà tiếc thương hoa

những câu thơ nhọc nhằn tỏa sáng
những câu thơ góp nhặt khoe màu
tự đến tự đi tự làm nên hình hài diện mạo
bấy nhiêu xuân xuân nhật xuân thì...

SÁNG MÙNG MỘT TẾT

sáng mồng một tết
trên phố việt ở phương trời xa
tiếng pháo nổ tiếng trống lân rộn rã
tôi và mấy bạn già
rủ nhau tìm cảm hứng

mỗi chúng tôi đến đây bằng một cách khác nhau
kẻ trước người sau
tiễn năm cũ và đón chào năm mới
dù thời gian còn được bao lâu
dù gió mưa đã phủ trắng đầu

những câu thơ chất đầy năm tháng
âm vang mọi sắc màu
theo bước chân dòng người xô đẩy

trên con đường nắng cháy
những dãy phố chập chồng không biết về đâu

rồi ngày mai tôi lại lên đường
tiếp nối cuộc hành hương thân phận
gửi lại đây một phần thương nhớ
một phần đời
một thoáng phù vân...

TẾT XA QUÊ

tết đến rồi
như đoàn tàu vụt đến vụt qua
để lại những buồn vui ga xép

tôi đón tết trên miền đất lạ
lạ cảnh lạ người lạ phong tục lạ thời gian
lạ cảm giác chong đèn chờ sáng
vọng đón giao thừa về giữa quê xa

mâm cơm cúng đủ thịt mỡ dưa hành
đủ bánh chưng xanh đủ tất cả những gì ngày tết
chỉ một thứ không bao giờ có được
quê hương và tiếng gọi tổ tiên

tôi thường nghĩ trái đất này chung một miền quê
đâu an cư lạc nghiệp là nhà
chợt thấy xuân về
tết đã vời xa... ∎

NGUYỄN DƯƠNG QUANG

ĐÊM CUỐI NĂM VIẾT CHO MÁ

Đêm nay con ngồi một nơi rất xa má
đếm tuổi con bằng nước mắt má đong
trong đêm thoảng giọng hiền má gọi
con vừa nghe, muốn khóc, rất bâng khuâng

Ở làng này không ai đốt pháo
đêm thật buồn như bước đông đi
con còn có ít giờ hưu chiến
biết đâu chừng, thôi, nghĩ làm chi

Mấy năm nay con không có Tết
hình như năm chỉ có ba mùa
con không buồn xuân chê đời lính
buồn xa má như trời mưa

Từ xa má con làm con nhiều mẹ
lúc nào cũng vui lúc nào cũng buồn
có kẻ vui luôn, người buồn mãi
mình con của má cười rưng rưng

Con nghe những dòng sông kể chuyện
biển xa năm họp mặt một lần
chuyện những xác cầu xác người chìm nổi
chuyện đồng loại như là phù vân

Hình như cây súng con lạ lắm
sao nó run lên khi đạn lên nòng
tâm hồn nó như tâm hồn con vậy
một kẻ nằm, kẻ đứng, xót xa không?

Trước mặt con: những ngọn đồi cát máu
đêm thì thầm cùng những nấm xương
ôi, trái tim con mãi tôn thờ má
đã dạy con hai tiếng yêu thương

Từ má lòng bàn tay dìu dắt
con bơ vơ giữa cuộc phù sinh
dòng nước nào xa nguồn mà không đục
sợ một mai con lạc dấu chân mình

Thôi, má ngủ đêm nay ngon giấc
con ngồi đưa chiếc võng rách quê nhà
vòng cầu đừng đi trong đêm tối
lệ sẽ đầy giấc má nhớ con xa ∎
1969

NGUYỄN ĐÔNG GIANG

Mùa Xuân Ở Mỹ

mùa xuân lại về, trên đất Mỹ
có tuyết bay bay, có lạnh lùng
có ta vụng nghĩ, xuân như khách
chẳng thân tình, cũng chẳng dửng dưng

cảm thấy nhớ nhà, chỉ cảm thấy
bớt xót xa lòng, như mới qua
ngâm bài thơ cũ, cho ngày cũ
ngày cũ người ơi! buồn vô cùng

mùa xuân ở Mỹ, cho dân Mỹ
mùa xuân Việt Nam cho dân mình
ta biết phận mình, thân tầm gởi
tưng bừng cho lắm, thêm tủi thân!

xuân ở Mỹ, cho người ở Mỹ
ta được gởi thân, tránh tử thần
pháo đây nổ, quê nhà còn nổ?
sao lạ trong hồn, nỗi bâng khuâng!

ta, bao người, được định cư Mỹ
xăm mình hồi hương, chỉ có vài?
có em về Việt Nam, ăn tết
có ta buồn, như vừa mất ai!

ta đang ở Mỹ, quên mình Mỹ
còn trái tim đau, hướng quê nhà
còn xuân dân tộc, mọi người đợi
ngày đó về, Tổ quốc nghìn xa.

ANH VÀ BÊN NÀY MÙA XUÂN

1
ngày xuân ở đây, chẳng muốn đi đâu
trời thì lạnh, anh thì buồn quá đỗi
trong đầu anh, tưởng mơ về nguồn cội
còn hồn anh, nương theo đám mây xa

tết năm nào, anh cũng nhớ quê nhà
tuổi đầy đầu, còn trôi sông lạc chợ
chừng này tuổi, còn ân tình nặng nợ
Mẹ và Quê hương, nợ vẫn tình mang

cố quận bà con, tình nghĩa xóm làng
muốn không nhớ, không làm sao làm được
mỗi dân tộc, đều hữu vô phần phước
kẻ đầu đường xó chợ, cũng có quê

2
anh bước đi, là đã nghĩ ngày về
mong xã tắc thanh bình, hợp hiến
kim cổ vô thường, không gì vĩnh viễn
trời đất nhiệm mầu, sông núi về ta

anh biết anh, nay tuổi cũng đã già
bên đó đổi đời, anh quay trở lại
ai đã ly bôi, lòng đau quan tái
trở gót sông hồ, về lại quê xưa

anh phủi tay gác mái, cũng là vừa
đời thấm mệt, cũng mong về đất Mẹ

Tháng Chạp Về Cali, Mời Anh Chén Rượu

Tháng chạp, trời mưa lê thê
Anh ơi! ướt cả, lối về Cali
Mưa từ, thiên cổ mưa đi
Chu du thiên hạ, thêm... chi nỗi buồn

Em về, chắc sẽ ở luôn
Đi đi lại lại, làm buồn lòng anh
Cali, mây trắng xây thành
Chút sương khói ấy, tình mình xót xa

Nè anh, nên quên đàn bà
Chuốc vô khổ lụy, buông ra thì buồn
Tùy anh, đi hay ở luôn
Chỉ sợ anh buồn, khi em bay xa

Rượu đây, em rót cho mà
Nâng ly tống biệt, cõi tà tà dương
Uống anh, để quên thiên đường
Hạnh phúc cũng vậy, thê lương vô cùng!

Anh ơi! Uống cho não nùng
Có em uống với, uống chung nỗi lòng

Mặc cho, thế sự cong cong
Sá gì chút bụi, bận lòng hai ta

Uống anh, trời đã chiều tà
Còn mình bóng xế, ngày qua vô thường
Lần này, em chắc ở luôn
Anh yên tâm nhé, hết buồn nhớ em

Thơ anh, chữ nghĩa ướt mềm
Bỏ lơ thì tội, đọc lên bỗng buồn…∎

NGUYỄN ĐỨC NAM

BÊN BỜ BIỂN THÁI-BÌNH

Nắng Xuân rơi trên biển,
Lung linh như trăng vàng,
Cỏ thơm như dải yếm,
Ta lạc chốn Thiên Đàng?

Hoa tươi cười chào đón,
Hương thơm dịu dàng bay,
Theo gió chiều lan rộng,
Hồn thi nhân ngất ngây...

Trong hồ, Nga * soi bóng,
Tiên Nữ lạc trần gian?
Tâm tư chừ dao động,
Nhớ nhung chừ mênh mang...

Xa xa miền quê cũ,
Bên bờ Thái-Bình Dương,
Người xưa còn chờ đó?
Hay lưu lạc bốn phương?

Xa quê khi còn thơ
Chia tay đầy thương nhớ,
Bốn lăm năm không gặp,
Tưởng chừng đã phôi pha!

Trưa nay ra biển Thái-Bình,
Trông về quê cũ mông mênh nỗi buồn
Cố tìm hình bóng quê hương,
Nhưng sao chỉ thấy ngàn trùng biển xanh ∎

* *Thiên Nga bơi trong hồ.*

NGUYỄN HẢI THẢO

LẲNG

Lẳng lơ à
lẳng lơ ơi
cho anh
khẽ chạm
bờ vai nuột nà

Lẳng lơ ơi
lẳng lơ à
đưa anh
vào giấc xuân
ngà ngọc
đêm...

VỀ ĐÂU

Một hôm
nắng gió tìm nhau

hỏi thăm mây trắng
về đâu xuân này?

Tôi ngồi
đếm tuổi trên tay
xót đau dòng tóc
đã phai mấy mùa!

Em về
gầy cuộc yêu xưa
tôi nghe quá khứ
cũng vừa dậy men...

Xuân phai

Hoa kia
chừ đã úa tàn
Em không về kịp
tôi đàn ai nghe?

Mùa xuân
phai sắc như hoa
Tôi ngồi đếm tuổi
xuân qua từng chiều

Biết lòng mình
vẫn còn yêu
vẫn e tim
lỗi nhịp theo tháng ngày!

Một hôm
xuống phố ban mai
thấy hoa vàng rụng
mới hay xuân rời...

CHẠM

Chạm vào
một mảnh xuân rơi
để nghe trong nắng
rạng ngời sắc mai

Bàn tay
chạm khẽ... bàn tay
nghe tim rối nhịp
phút giây xao lòng

Môi phong trần
chạm... môi hồng
là trao nhau cả
hương xuân ngọt bùi

Tôi về
chạm mặt gương soi
nghe ra
có chút ngậm ngùi đó em...

ĐỒNG DAO BAN MAI

Sáng dậy nghe thư thái
sau một giấc ngủ sâu
đánh răng và rửa mặt
chào ngày mới bắt đầu

Mở rộng cửa trái tim
đón niềm vui lấp ló
cứ thập thò bên thềm
bước vào nhanh kẻo trễ

Và trói nỗi buồn lại
không cho hắn đi rong
không cho hắn tung tẩy
để mình còn đón xuân... ∎

NGUYỄN HÀN CHUNG

Cuối Năm Xin Phép Tình Nhân

Anh xin phép được nghỉ yêu
để về với vợ con chiều cuối năm
hương đèn bánh trái cúng rằm
cúng ông táo với xin xăm ngày mồng

Từ đông chí tới thu phân
cả hồn lẫn xác dành phần cho em
chạp rồi phải có gì đem
về cho lũ nhỏ lấm lem vui mừng

Đắng cay chua ngọt đã từng
chúng mình san sẻ vô chừng buồn vui
bây chừ em tạm thối lui
cho anh tròn phận một người cha sinh

Thằng cu ra vẻ trưởng thành
lên năm đã biết làm anh thế nào

còn cha bí bết làm sao
nhớ đôi mắt trẻ nghẹn ngào em ơi!

Thưa em anh đã thưa rồi
ra giêng ta thỏa thuê ngồi bình thơ.

TRƯỚC TỜ LỊCH CUỐI

Một tờ nữa thôi là xong
Bóc cho hết những mơ mòng ngày chung
Ngoài sân còn chiếc lá đông
Đợi mùa vui đã chịu từng nỗi thu

Một tờ nữa thôi bóc đi
Bão cuồng, lũ quét chia ly bao rồi
Sao còn lạnh tiếng xa khơi
Nhắc làm chi chuyện trở trời gió đông

Một tờ nữa thôi là xong
Là thêm một gợn sóng trong mắt người
Không tài nào diễn trò vui
Chờ xuân, vèo, chiếc lá rơi mút mùa

BÀI THA PHƯƠNG BẢY MƯƠI

Cổ mạch hàn phong cộng nhất nhân
(Nguyễn Du)

Xuân xứ sở cao bồi xa tít viễn tây
sắm tết bằng không gian ảo
thân thuộc trên màn hình không nói
tôi ngóng trân về một phương

Ngày chăm bẳm lò cò trẻ nít
gồng gánh bưng biền rơm rác đã xa

mong manh cầm giữ dằng dai
chỉ sợ mình kép hát

Lọt thỏm giữa chiếc xe già cọc cạch
xuân giãy giụa bào mòn ký ức
em khuất đâu trong đồng lúa vàng
tôi chun mũi hít hà hương bồ kết

Đêm ri rỉ tiếng thở dài ngốc nghếch
mắt đen chìm khuất mênh mang
trong giấc mơ bầm dập nhấm nháp giọt
mồ hôi cần lao tôi tinh tươm má lúm đồng tiền

Những sợi tóc đen hiếm hoi
ương bướng chống chỏi quyết liệt sự bỡn cợt của thời gian
ngày nào đêm nào
cũng quả quyết tự ngôn là lần chót

Thân oằn nhớ xứ ngày xuân xúng xính làm trẻ con
rau ráu bánh tưởng nhai giòn tan
văng vẳng tiếng xóm giềng chúc tết
biết chia sẻ thế nào
người đàn bà tóc vàng mắt xanh lạ hoang

RỐI NÙI THÁNG CHẠP

Câu thơ còn ở giêng hai
mà lòng đã chạp
em là cái quái gì tôi không cần biết
nụ cười rất đỗi mê ly
Tôi rối rồi
không dám nhai nhá cỏ non
tơ nhưng mà chát
tôi đi tìm sông
chỉ gặp toàn ao hồ trong xanh

mà không có một lọn triều
bèo nở ra lục bình không thể trôi
héo rũ
Mùa thu tháng tư không có thực
sao tôi còn chờ heo may
Câu thơ tận hiến thời gian
biết tôi còn đủ bình tâm ra ngã ba đường
bắt quyết nhân sinh bằng những ngón tay rồ dại
Dù câu thơ già đầu còn ở giêng hai
tôi cũng rối nùi với chạp

TRƯỚC XUÂN

Nhiều năm không kịp đợi xuân về khai hoa
ngủ giấc tịch liêu trong ổ rơm thời tấm bé
lắng nghe tiếng mưa ràn rụa
thanh âm
người đàn bà hiếm muộn
ve vuốt bầu sữa non
bên đứa con không bao giờ thấy mặt
gã hát rong
cảm thức thời gian câu hát cũ mềm bỗng mới.

Những đường cày trễ tràng
xới tung lớp đất cằn chai
lục lọi biển nước mắt
tìm nơi ẩn náu nụ cười

Cuộc hôn phối bắt đầu
gừng cay muối mặn
của vò xé âm ba tận hiến
có chiếc lá nửa vàng cố giữ nửa kia xanh

Lao lực cả đời trống không
nhưng biết em đang đứng lặng
là thấy dào lên cơn sóng
nguội ngầm từng trải rất ngây thơ

Uống Xong Ly Này Ai Về Nhà Nấy

Tết này em vẫn một mình
chat room với lũ vong tình làm chi
xếp bằng, chồm hổm nâng ly
chúng mình chén tới li bì một phen

Uống cho quên chuyện tắt đèn
quên ta, nàng đã mót men cạn rồi
sang năm đừng đổ mồ hôi
không mù sương chán vạn đời mù sương

Hư danh một nỗi chán chường
chiều ra đứng ngóng phi trường làm quê
vẫn còn một gã si mê
những con chữ vẫn hướng về chon von

Nâng lên nốc hết đừng còn
sót trong chén giọt phản đòn đãi bôi
dễ chi còn có dịp ngồi
bên nhau cách nửa vòm trời nâng ly

Người xưa nâng chén ngang mi
chúng mình danh phận không chi cũng tề
không bà con chẳng phu thê
uống xong ly cuối ai về nhà ai

Chiều Ba Mươi Tết Tổng Kết Bảy Mươi Năm

Không nghĩ mình lại thọ
ngót nghét lứa bảy mươi
bây chừ đi cũng tốt
ở lại dĩ nhiên vui

Chỉ tiếc yêu nhiều lắm
rốt cuộc đậu một người
trời hành cho cái tội
cả đời không dám chui

Trời cho thọ thì thọ
còn cười được thì cười
tay gõ phím chưa mỏi
còn tản thần tới nơi

Em mô mà thả thính
ta rửng mỡ nhận lời
tội gì mà không sút
(sút bằng mồm vậy thôi)

Các cô bạn quen biết
chắc bổi hổi bồi hồi
cười ngả nghiêng ngả ngửa
cho anh chàng lả lơi

Vẫn cái tính nông nổi
yêu bằng thơ không nguôi
bị tình nhân mắng mỏ
anh chỉ được nước: Tồi! ■

NGUYỄN MINH PHÚC

Tháng Chạp

chút nắng rớt trên hoa vàng nở muộn
chiều cuối năm cơn gió thiết tha buồn
con đò cắm chiếc sào trên bến lặng
người xa giờ chẳng biết có về không...

tôi gửi những buồn vui chiều tháng chạp
chút ngập ngừng lưu lạc cuối năm trôi
nghe nuối tiếc từng phiến trời trở giấc
mới đây thôi mà đã bạc phơ đầu

hạnh phúc đó buồn như bàn tay vẫy
đã xanh rêu như đá cuội xa vời
tôi đứng lặng nhìn khói mù sương dậy
chợt ngỡ ngàng thương một cánh hoa rơi

màu nắng có phai dần trong ký ức
vẫn còn hoài ươm giấc mộng tương tư

buồn mênh mang tháng chạp chiều hư thực
nghìn hoang vu trên đỉnh nhớ xa mù...

Mùa Hoa Giấy

hỡi người năm cũ về chưa
mùa hoa giấy rụng năm xưa đã tàn
còn lại đây những úa vàng
mây che đầu núi mưa ngàn cuối sông

xưa em thả tóc bềnh bồng
chùm hoa giấy đỏ bến sông rực chiều
có người ngồi vớt đìu hiu
màu hoa chạm gió trông theo ngập ngừng

nhớ gì như nhớ người dưng
bến sông buổi ấy mưa xuân lần về
màu hoa dài ngút sông mê
đỏ tươi như lỡ câu thề tơ vương

nhưng tình là cõi mù sương
lần đi bỏ lại yêu đương bên trời
mùa hoa giấy buổi xa người
héo hon rụng đỏ một thời lặng câm

chiều nay tôi lại về thăm
tìm mùa hoa cũ ...
bâng khuâng khẽ buồn...

Gửi Em Một Phiến Xuân Hồng

đã nghe thấy xuân về đầy môi mắt
thắp tinh khôi trên nến cháy đợi chờ

tôi về hỏi một mùa xuân ngầy ngật
trao chút hồng thơm vị ngọt trong mơ

là em hỡi đôi chân hồng bé nhỏ
giẫm đời tôi xanh ngắt những môi cười
hay chút gió cuối mùa thao thức đợi
lặng thinh buồn cho mây chợt ngừng trôi

em là gì, em là ai cũng được
yêu chỉ cần vụng dại nắm bàn tay
mốt mai đó nghe mùa xuân thức giấc
em trong tôi rạng rỡ mặt trời đầy

cúi xuống hôn trăm mùa xanh lá cỏ
ướt sương đêm phong nhụy đắm ngôn tình
chợt tôi thấy trái tim mình trong đó
đã chớm già... nhưng vẫn cháy lung linh...

Trên Chuyến Xe Cuối Năm

gửi Trúc Thanh Tâm

vẫn còn chuyến xe ngựa
chờ tôi chiều cuối năm
dốc đời lưng ngã khụy
bên những ngọn roi bầm

ngựa chồn chân rã gối
đau gót mòn đinh long
tôi một đời cơm áo
sau hiên đời lặng câm

ngựa giờ đau hàm thiếc
vó buồn khua đêm thâu
tôi ném đời cay nghiệt
trong tuyệt vọng khuya sầu

bao nhiêu năm tốc vó
bao nhiêu lần thu cương
một ngựa đầy mưa gió
một tôi tràn khói sương

ngửa mặt nhìn kiêu hãnh
tốc nghiêng bờm đạp mây
những chiều mơ tung cánh
trong vó cuồng chân bay

những lần quên roi vọt
rướn thân gò dây cương
giẫm qua đời bội bạc
đạp nghiêng trời tai ương

ôi tháng ngày trai trẻ
ôm cả mộng giang hồ
để chiều nay rớt lệ
nhìn mây tràn hư vô

đâu những chiều gió cuốn
đâu những ngày bụi bay
tháng năm giờ đã muộn
theo những vết roi đầy

tôi ngồi sau lưng ngựa
chiều cuối năm gập ghềnh
cớ chi mà mắt ứa
trong kiếp người mong manh...

TẾT ĐỌC THƠ HỒ XUÂN HƯƠNG

rạo rực mùa xuân đến
hồn người cùng thăng hoa
đọc thơ bà nâng chén
cùng gái xuân ngọc ngà

này là da với thịt
này là vú với mông
sướng sao ba ngày tết
chơi cá chậu chim lồng

trời cho thân diễm tuyệt
hào kiệt còn buông gươm
đỏ lòm hang hoe hoét*
mơ làm gì quân vương...

phành da ra ba góc
mát mặt quân tử dòm
có thương thì đóng cọc
hai mảnh hỏm hòm hom

tiếc cho đời xuân nữ
lại phải lấy chồng chung
chờ anh hùng nếm thử
sao chẳng đụng cột mùng

trai ưng đu gối hạc
gái ngửa lòng lưng cong
quần hồng bay tứ tác
chân ngọc nằm song song

chơi cờ người thiếp bí
chàng nhảy ngựa chân lên
tốt trên đầu dú dí
hai xe đành hai bên...*

... ba ngày xuân thư thả
đọc thơ bà xã hơi
sướng chi mà sướng lạ
đến chẳng màng đi chơi

ngẫm ra bà nói ngược
tứ khoái trời ban ra

ai chọn gì cũng được
tôi chọn thằng... thứ ba...

ý thơ Hồ Xuân Hương

Viết Cho Ngày Đầu Năm

khép giùm tôi những ưu phiền
cuối năm ngồi nhặt đời riêng rã rời
mang tôi cơn gió cuối trời
phận người khép mở dốc đời tàn phai

xin người gửi những sớm mai
cho thêm nỗi nhớ cho dài vấn vương
dẫu mai còn những đoạn trường
vẫn tràn mắt lệ yêu thương trao người

xin mùa xuân khẽ bên trời
hát ca dao giữa hiên đời bao dung
dẫu mai xuống biển lên rừng
vẫn còn đây tiếng yêu từng trao nhau

xin tình yêu mãi ngàn sau
còn xanh thắm mãi một màu ái ân
nhỡ mai đời dẫu phù vân
vẫn còn tha thiết mùa xuân môi người... ∎

NGUYỄN NGỌC HẠNH

CÀI ĐẶT

Cài đặt giờ báo thức
Không giờ đêm ba mươi
Nghe đồng hồ thổn thức
Mà sao lòng chơi vơi

Đêm vẫn chưa trôi qua
Cứ dùng dằng nấn ná
Mắc nợ đời chưa trả
Cây kim trôi chậm dần

Mình mắc nợ trần gian
Cài đặt vào dâu bể
Câu thơ đành lỗi vần
Nên một đời chậm trễ

Ôi ngày qua tiếc nuối
Ôi đêm qua bồn chồn
Kim đồng hồ thân xác
Quay không kịp mùa xuân

Biết cài đặt vào đâu
Cho tròn vo số phận
Thà cứ trôi chậm dần
Qua một thời lận đận...

ĐI TÌM

Không còn sớm để chờ
Hoa nở và đêm tàn
Em không vội vàng
Mùa xuân vẫn đến

Hãy nở hết những muộn mằn đời em
Hãy tỏa hết hương thầm thời thiếu nữ
Chiều ba mươi hoa ngào ngạt bên đường

Như tôi rồi giông tố mười phương
Cũng lỡ thì thân trai chìm nổi
Đâu riêng em thân cò lặn lội
Nức nở đời tôi
Bèo bọt đời sông

Bao năm em đi tìm chồng
Mòn mỏi môi hồng má phấn
Em tìm ai lẻ bóng
Tôi tìm ai lạc giữa vô thường
Tôi tìm người lưu lạc màu sương

Không còn sớm để chờ
Hoa nở và đêm tàn
Em đâu rồi trời sắp vào xuân
Về bên bếp lửa hồng sưởi ấm
Ngập ngừng khơi dậy những tàn tro

Em nghiêng ngửa bóng con đò
Tìm đâu ra một bến bờ dừng chân
Còn tôi ngửa mặt phong trần
Tìm câu thơ gửi trời gần đất xa.

Phút Giao Thừa

Rồi ngày qua đêm sẽ trôi
Mùa xuân ở lại cùng tôi phút này
Như là ngọn cỏ bờ cây
Giao thừa đêm với rạng ngày mới lên

Giao thừa tôi với đời em
Lời yêu tách vỏ tiếng chim ra ràng
Đêm xuân hoa cỏ trần gian
Đưa em về giữa đường làng cùng tôi

Phút này rồi cũng xa xôi
Tôi giao thừa với lở bồi đêm xuân
Em là hoa giữa mờ sương
Tôi như giọt nắng tơ vương bên trời

Rồi ngày qua đêm sẽ trôi
Mình tôi ngồi lại cùng tôi giao thừa.

Bất Chợt Em

Đâu còn em bên tôi
Một mình bơ vơ lắm
Xa rồi người yêu ơi
Mưa rơi chiều sâu thẳm

Không còn ai để mong
Chiều đi qua một bóng

Mưa Tam Kỳ thật buồn
Mình tôi ngồi trông ngóng

Xuân đã đến rồi chưa
Mà sao ngày chớm tàn
Em đi thật rồi chăng
Mà xuân vẫn chưa sang

Chiều cuối năm góc quán
Ngồi trông ngóng ai đây
Em như vừa bất chợt
Lại như vừa mây bay

Không còn em ở lại
Biết ai người tri âm
Mưa, mưa hoài, mưa mãi
Bơ vơ chiều cuối năm

Một lần thôi để nhớ
Như là chuyện trăm năm
Một lần là muôn thuở
Lời yêu tôi nảy mầm

NGUYỆN CẦU

bao giờ tôi giáng sinh lần nữa
biết còn em lấp lánh phía chân trời
qua chưa hết một đời gió bão
thì sá gì giông tố em ơi

hãy cứ là tôi yêu người lận đận
cứ là tôi rong ruổi mây trời
chúa ra đời từ trong máng cỏ
tôi tái sinh từ kiếp bèo trôi

tôi với chúa chưa hề quen biết
đêm nay xin được ở bên người
vừa cầu nguyện lại vừa sám hối
xin một lần tề tựu bên tôi

xin một lần giáng sinh cùng chúa
cứu vớt hồn tôi máng cỏ bể dâu
thêm một lần quỳ dâng xưng tội
để mai sau thôi bớt lở bồi

để mai sau đời tôi vô ngã
bến mê này lần lữa có nhau...

LÀM SAO VỊN ĐƯỢC GIAO THỪA

Vài phút nữa thôi là đến giao thừa
Mà trời đất vẫn chưa hòa hợp
Đêm sáng bừng lên trong ánh chớp
Một vì sao lặng lẽ ra đi!

Phút giao thừa cây cỏ nói điều gì
Ai tri âm, mấy người tri kỷ
Bóng tối chập chờn đầy hệ lụy
Cứ ập vào như dao cứa thịt da

Vài phút nữa thôi mà còn xa
Cái thời khắc giao mùa chưa kịp đến
Có vì sao băng, đành lỗi hẹn
Một mình cạn chén với trời xanh

Vài phút nữa thôi sao mong manh
Đâu dễ chạm mùa xuân trước cửa

Âm u ngọn gió lòng vây bủa
Làm sao vịn được giao thừa!
(Đêm ba mươi Tháng Chạp)

Chiều Cuối Năm Viếng Mộ Con

có điều gì ẩn sâu trong ngực
chiều cứ đi qua
chiều xuống chậm dần
tôi cùng với hoàng hôn
tím ngắt
ai rót vào đêm giọt lệ ly tan

ai rót vào tôi chén rượu tràn
uống thế nào đây
vơi nhớ thương
ai dán tiếng cười con tôi
rong rêu bia đá
lấp lánh hoàng hôn giữa nghĩa trang

ẩn ức điều gì trong đôi mắt con
mà ray rứt nỗi niềm trần thế
có điều gì như là dâu bể
mà lòng cha quặn thắt đến bao giờ

đêm cay xè
đêm tràn nước mắt
giữa đời này đâu thực đâu mơ
con cứ mãi rơi như giọt lệ
để nghìn trùng lấp lánh trang thơ...

CẮT TÓC CUỐI NĂM

Có một nỗi buồn vừa rơi xuống
Ngày sắp qua, năm cũ sắp xa
Những sợi tóc trên đầu bịn rịn
Phút giao mùa đen trắng bày ra

Một nỗi buồn vừa mới thoáng qua
Tóc bạc thì đã đành, rơi xuống
Nhưng sợi còn xanh lại rơi oan uổng
Ai nỡ vô tình dao kéo tuổi xuân

Tóc rơi rơi dính dấp nỗi buồn
Ngày trôi qua, ngày trôi xa mãi
Tóc bạc trên đầu còn ở lại
Có chạnh lòng nhìn sợi tóc xanh rơi

Chiều cuối năm tôi lại nhìn tôi
Soi bóng mình vào gương trong vắt
Có sợi tóc nào rơi trong đáy mắt
Mà sao giọt lệ cứ lăn thầm!

CHỢ QUÊ

Chưa nghe hết tiếng đêm trôi
Đã nghe thì thầm ngọn gió
Sương rơi ướt mềm cây cỏ
Mới hay là xuân sắp về

Ai bày ra buổi chợ quê
Mà nghe đậm đà hương tết
Nắng phơi đầy con ngõ hẹp
Hoa cau rụng trắng đường về

Làng tôi núi bọc bốn bề
Ấp yêu như vòng tay mẹ
Ôm tôi cả thời thơ bé
Bao ngày trôi giạt xa quê

Làng xưa cứ mỗi lần về
Lời ru dịu mềm ngọn gió
Không còn mẹ ra đầu ngõ
Mà nghe ai gọi thì thầm

Làng ba mươi tết chợ đông
Bày bao phận đời khốn khổ
Mấy ai từ làng ra phố
Mà quên buổi chợ quê nghèo

Ai bày ra giữa chợ quê
Cây đòn gánh cong đời mẹ
Chiếc nón cong vành dâu bể
Cho đời con được thẳng ngay

Ai bày, nào có ai bày
Mình tôi ra chợ chiều nay
Ngồi chỗ mẹ ngồi thuở ấy
Mà sao đôi mắt cay cay... ∎

(Đà Nẵng, Việt Nam)

NGUYỄN NHO SA MẠC

Mùa Xuân Của Phượng

chiều xuân sang em nhìn mưa muốn khóc
kỷ niệm chong đèn thức suốt đêm qua
ngón tay nhỏ lần đan sầu cô độc
tưởng chừng như tuổi trẻ bỏ đi xa
thứ bảy chiều em rong hè phố cũ
con đường xưa hoa đỏ nở rộn ràng
dòng sông đó bỗng nhiên buồn vô cớ
bơ vơ tìm thương cát sỏi cồn hoang
em đứng dậy xem mây chiều xuống thấp
trời tháng giêng sương lạnh vai chùng
sân ga nhỏ con tàu không dừng lại
đôi vì sao buồn ngủ giữa không trung
gió thì mệt, mùa xuân đang cúi mặt
hàng dừa xanh xõa lá đứng âm thầm
em muốn nói điều gì trong đôi mắt
mà mùa xuân khuôn mặt vẫn xa xăm
rồi xuân đến sau lưng nhiều ảo mộng
buổi em về xanh rừng tóc cao nguyên
đồi chiều xa biểu hiện nét mi hiền
tay trắng muốt nuôi linh hồn thảo mộc

em ngồi khóc mùa xuân nhăn mặt khóc
môi em buồn cho thời tiết buồn theo
để rồi anh cũng yêu Phượng thật nhiều
mới buổi sáng anh mê người buổi tối.

Mùa Xuân 21

Chiều cuối năm trải buồn lên vỉa phố
trời quê hương nhiều mây trắng sa mù
hai mươi tuổi những ngày nuôi mộng đỏ
đã xanh rồi cây trái mọc suy tư

Thân với máu xin thắp làm sương khói
giữa trần gian về tìm lại con người
vũng tóc đó tháng ngày qua cỏ úa
lửa của đời thiêu đốt tuổi hai mươi

Con mắt trũng hôn vào vòng đất ấm
cọng rác khô da thịt cũng khô cằn
thiên nhiên vẫn mặt-trời-trên-cao-mọc
người tìm chi khu vườn cũ giá băng?

Tôi gọi nhỏ tên người sa nước mắt
ở trên đời vừa đúng hai mươi năm
máu sẽ khô - xin tim này đừng rụng
giữa hư vô phần mộ nhỏ yên nằm

Lũ bạn tôi đứa còng lưng nằm ngủ
đứa vùng lên trong số phận lưu đày
mỗi trái tim hằn vết thương chia cắt
nỗi nhục này cho con cháu mai sau

Tôi thì vẫn tháng ngày xa phiêu lãng
giữa lênh đênh tìm nắm một bàn tay
trời tháng giêng những ngày sầu nổi gió
nhớ Sài Gòn thương Hà Nội mây bay ■

NGUYỄN SÔNG TRẸM

Chớm Xuân

Những nụ mai hé nở
Gió bấc còn sắt se
Em chở hoa xuống phố
Nghe mùa Xuân đang về

Ta còn ngày Đông muộn
Chiều nghiêng nắng qua đây
Một nụ Xuân vừa chớm
Má ai hồng hây hây

Ngang qua mùa Xuân cũ
Dấu xưa rêu phủ đầy
Bước chân ngày viễn xứ
Vẫn một trời mây bay

Em gieo mùa trên lá
Xanh một thời ước mơ
Ta lạc miền phố xá
Ru đời những câu thơ

Xuân đang về, chầm chậm
Vừa ấm đôi bàn tay
Dường như chưa xa lắm
Một mùa Xuân sum vầy!

CHÀO NĂM MỚI!

Xin chào năm mới, chào năm mới!
Nắng đã lên đầy trên phố vui
Mùa cũng vừa qua ngày rét nhẹ
Áo mới, đường hoa đẹp rạng ngời

Đầu năm em lên chùa hái lộc
Nắng sớm vừa lên nhuộm má hồng
Mái phố trải vàng như ướp mật
Sáng bừng sau giấc ngủ ngày đông...

Đôi mắt mùa Xuân vơi thương nhớ
Mùa Xuân của những cuộc tương phùng
Một năm – dài lắm ngày chờ đợi
Tiếng cười thêm ấm bữa cơm chung

Buồn vui năm cũ xin gửi lại
Những vòng xe quay suốt quanh năm
Thấy trên gương mặt mùa Xuân mới
Là bóng thời gian – những vết hằn!

Ta chào năm mới, chào năm mới!
Chúc nhau vừa thêm một tuổi đời
Nắng ấm đẹp mùa Xuân đất nước
Gương mặt người rộn rã niềm vui

Mùa Bão Lũ Đã Qua

* Kính tặng người dân miền Trung - mùa bão lũ 2020

Rồi mùa bão lũ cũng đi qua
Cây lại nẩy mầm trên vạt đồi đất lở
Rừng lại xanh – màu xanh muôn thuở
Mượt mà dưới nắng sớm chào Xuân

Người với người chung sức chung lòng
Đứng lên từ hoang tàn đổ nát
Cuộc mưu sinh bao đời đã gắn liền với đất
Trong đau thương vẫn thấm đẫm tình người

Dựng lại ngôi nhà bị lũ cuốn trôi
Mùa lại xanh trên lớp phù sa vừa lắng
Bếp lửa chiều tỏa làn khói ấm
Gió mùa Xuân ru khúc hát yên bình!

Biết bao tấm lòng chan chứa nghĩa tình
Đã dang tay sẻ chia đùm bọc
Đất lở, nước dâng đâu thể nào vùi lấp
Tình người ươm mầm cho sức sống vươn lên

Dòng sông quê lại xuôi chảy bình yên
Mùa tang thương lắng thành trầm tích
Như vết thương rồi sẽ liền da thịt
Bão lũ qua rồi trời đất lại vào Xuân!...

Về Theo Mùa Xuân

Về để nghe chiều rơi trên sóng
Con sông dài kể nỗi chờ mong

Một năm xa nghe chừng lâu lắm
Những mùa đi chưa mỏi bước chân...

Về để nghe niềm vui xóm nhỏ
Em thơ mừng áo mới anh mua
Nghe mẹ kể ngày dài nỗi nhớ
Và nỗi niềm thương đứa con xa

Về để nghe ấm nồng khói bếp
Bữa cơm chiều thấm đẫm tình quê
Còn chút bấc quyện mùi hương tết
Lòng bâng khuâng theo nắng Xuân về

Con ôm mãi nỗi lòng đất khách
Tháng ngày trôi theo bước ly hương
Mẹ già thêm những mùa xa cách
Con bộn bề quanh chuyện áo cơm

Về để vui đầu xuân sum họp
Lại ngẩn ngơ lạ dấu quê nhà
Bạn bè cũ tương phùng bất chợt
Mỗi phận đời một nẻo trời xa!

Chùm Lục Bát Xuân

Màu Tết

Dường như tết đã gần kề
Thấy hoa xuống phố cười khoe nắng đầy
Thấy màu sơn mới nhà ai
Thấy mai vàng đã nở vài nụ xinh
Thấy từ nồi bánh chưng xanh
Khói bay thả nỗi yên lành quanh ta
Thấy đường đêm rực đèn hoa
Thấy ta màu tóc đã pha sương chiều!

Lên Chùa Hái Lộc Đầu Năm

Lên chùa hái lộc đầu năm
Lòng ta hòa với mùa Xuân đất trời
Trong từng sợi nắng tinh khôi
Câu kinh nhật tụng vọng lời từ tâm
Thả hồn theo tiếng chuông ngân
Với mong ước một mùa Xuân yên lành
Lộc đời mơn mởn chồi xanh
Tay xin đón lấy để dành tặng em
Nghe lòng rất đỗi bình yên
Nghe mùa Xuân vẫn tươi nguyên thuở nào!

Màu Nắng Tháng Giêng

Chừng như nắng đã vàng thêm
Mùa Xuân áo lụa cho em lễ chùa
Môi hồng má thắm hơn xưa
Nghe hương khói quyện quanh mùa Xuân trôi...

TẾT ĐỒNG BẰNG

Mấy mươi năm không về quê ăn Tết
Sợ quên luôn mùi nắng gió đồng bằng
Lòng tôi – sương sớm hòa trong bấc
Lãng đãng la đà trên mặt sông

Lâu lắm không về quê ăn Tết
Nghe mùi tháng chạp thấm hồn tôi
Mùi hương cốm dẹp, mùi rơm rạ
Mùi của hồn quê tuổi ấu thơ...

Tôi muốn về giữa đêm trừ tịch
Nghe rét đầu Xuân rất dịu dàng
Và nghe huyền diệu khi trời đất
Êm đềm khoảnh khắc chuyển mùa sang

Muốn về quê ngày đầu năm mới
Thắp nén hương tưởng nhớ ông bà
Cùng bạn bè xưa vài chung "quốc lủi"
Cũng ấm lòng sau những chia xa

Mấy mươi năm dòng đời trôi mãi
Phải đâu là biệt xứ không về
Áo cơm – giờ đã là chuyện cũ
Xuân về lại nhớ tiếng tàu ghe!...

CHO TÔI VỀ LẠI NGÀY XUÂN CŨ

Cho tôi về lại ngày Xuân cũ
Đồng lúa vàng ươm mới gặt xong
Nếp mới nhà ai rang cốm dẹp
Hương bay nhè nhẹ chớm vào Xuân

Tôi về nghe gió trên đồng vắng
Mùi rạ quyện theo khói đốt đồng
Lúa bó chất đầy trên sân nắng
Sớm mai nghe tiếng quết bánh phồng

Đêm ngồi vây quanh nồi bánh tét
Bập bùng ánh lửa ấm chờ Xuân
Mùi hương của lá pha mùi nếp
Quyện cả niềm vui đón đầu năm

Đốt đống lửa rơm còn sương sớm
Quây quần bên mẹ nướng bánh phồng
Khói rơm hòa lẫn mùi bánh nướng
Thơm tiếng chèo ai khua nước sông

Cho tôi về lại ngày Xuân ấy
Hương Tết còn nghe thoảng đâu đây
Tôi như cánh chim trời bay mãi
Một ngày mỏi cánh, muốn về thôi

SẮM TẾT

Năm nay nhà sắm Tết
Đơn giản thôi, em à!
Bánh chưng hay bánh tét
Có thịt và có hoa...

Vài món khô, với rượu
Bè bạn có đến nhà
Uống vài chung "quốc lủi"
Ấm tình Xuân với ta

Bao năm rồi đón Tết
Rất đơn giản thôi mà
Nhìn ra – ta cũng biết
Nhiều người khó hơn ta...

Như ngoài kia biển đảo
Cũng mùa Xuân đang về
Gian khổ người lính đảo
Giữa trùng khơi nhớ quê

Gió còn mùa Đông Bắc
Bao trẻ em vùng cao
Phong phanh quần áo mặc
Tết có được bữa no?

Thầy cô giáo vùng xa
Tiền Tết vài trăm ngàn
Còn lo ngày cơm áo
Tết có gì cao sang!

Ta đừng nên phung phí
Chỉ cần Tết sum vầy
Con cháu cùng đông đủ
Đầm ấm và yên vui! ∎

(Biên Hòa – Đồng Nai)

NGUYỄN TAM PHÙ SA

Rượu Cuối Năm

Cuối năm vấp rượu bạn và ta
Năm đứa xa quê bỗng nhớ nhà
Lưu lạc bao năm còn chìm nổi
Chén bạn, chén tình giục khách đi

Khách đi chớ hẹn với Thu Bồn
Áo rách áo sờn túi rỗng không
Đời tuyết thổi vào hai thứ tóc
Vẫn chưa giũ sạch mớ bòng bong

Chí rởm bút cùn toan giấu mặt
Như nhiên sang sảng hát cùng mây
Cát bụi phiêu bồng trong vạn vật
Tử sinh cũng được mấy lần say

Thì say cho hả tài hoa vặt
Rồi sống cho ra phận cỏ cây
Đã mua được cái phù vân hão
Còn giận đồng hương vận trắng tay

Rượu cuối năm lúc cụng ly không
Nghe gió thổi nát hồn ly xứ
Ly xứ! Ly xứ! Không còn rượu
Đành rót phong thần xuống cố hương. ∎

NGUYỄN THÁI DƯƠNG

Sài Gòn Chiều Ba Mươi

Rủ rê đi hết cả rồi
Sài Gòn như bị bỏ rơi phút này
Kim giờ níu bước kim giây
Chiều ba mươi lững thững ngay lòng mình

Sài Gòn hiếm lúc lạnh tanh
Thương đèn đỏ, tội đèn xanh quá chừng
Ngọn đèn biết có rưng rưng
Chiều giáp tết, có người bưng mặt buồn...

Không về thăm được cố hương
Thì san sớt với cô đơn Sài Gòn
Bao nhiêu quên nhớ, mất còn
Sánh trong ly rượu hoàng hôn giao thừa...

NỒNG NÀN VỚI HỒ GƯƠM

Thanh gươm thiêng trầm xuống đáy từ đời...
Chỉ thảng hoặc Cụ Rùa lên nghiêng ngó
Trời chuyển rét, tình nhân hùn hơi thở
Sưởi vào nhau cho lòng sớm lập xuân

Nồng nàn vun, lạnh lẽo tự vơi dần
Khăng khít dán đến keo còn... kính nể
Hà Nội ạ, hồn anh tơ vò thế
Kìa, Hồ Gươm không gỡ rối giùm sao?

Thăng Long rời, Sài Gòn biết đi đâu
Sơ ngộ chỉ dăm ngày, mong manh lắm
Ngỡ mất sóng, phút giây là vạn dặm
Tin nhắn câm, Hà Nội sốt cả lòng

Đêm tay đan, chân đếm biết bao vòng
Hồ Gươm đắp tấm sương choàng mỏng mảnh
Cụ Rùa muốn đất trời ban chút lạnh
Cho ái ân khánh tiết cặp môi kề...

GIẤC MƠ GIAO THỪA

Má khọm dáng vào con
Vầng lưng đang khuyết ấy
Con nằm cong người lại
Cho má con mình... rằm

Một vòng nguyệt lặng thầm
Vành vạnh trong tâm tưởng
Pháo hoa đồng vọng xuống
Làm vụn vỡ giấc mơ

Trôi qua bao giao thừa
Quê nhà ơi, nghìn dặm
Con nằm đôi mắt nhắm
Mà lòng cứ mở toang

Nhà mình rộng thênh thang
Vườn sau và ngõ trước
Má một mình đếm bước
Vô vọng chờ xuân sang

THẮC THỎM PHÚT TÀN NĂM

Đêm ngước lên cho lòng anh cúi xuống
Anh chạm vào đêm một nụ hôn thầm
Phút trừ tịch, anh rùng mình tưởng tượng
Pháo hoa rền xui đêm hóa đêm câm

Anh muốn dặn với đêm thời khắc ấy
Phút thần giao cách cảm giữa đôi bên
Phút rung động, mắt đừng dào dạt chảy
Hai dòng sông, kẻo anh đắm vào đêm

Anh muốn dặn với non nghìn cây số
Nhớ bịt tai trước vang vọng nói cười
Nhớ bịt mắt trước rực trời hoa vỡ
Để nghe nhìn bao cảm thán đầy vơi

Anh muốn dặn, mà thôi, không dặn nổi
Đêm thiêng ơi, một ánh mắt xa vời
Lăn dòng lệ bùi ngùi hình dấu hỏi
Thắc thỏm chờ một dấu chấm than vui...

HÁI...

Cây đứng nhói lòng trong góc khuất
Trước bao chen chúc nối nhau trèo
Người người hái lộc vô tình thật
Nào biết vòm xanh khản tiếng kêu

Riêng một người đi ngoài phố tối
Trong cuộc hành hương... kiếm một người
Gặp nhau, họ nắm tay mừng tuổi
Lộc thắp hồng theo mấy đóa môi

Đầu năm may mắn theo đời họ
Không từ nhánh lá hái non đâu
Hình như giữa phút giây thiêng đó
Họ vừa hái được trái tim nhau...

HỒNG HOA XUỐNG PHỐ

Gieo mầm từ độ mùa sang
Sớm nay hoa đã rực vàng nhành cây
Đôi hoàng cúc trĩu đôi vai
Bập bênh suốt dặm đường dài, người đi

Hẳn người từ một chốn quê
Gánh mùa xuân biếc bước về phố đông
Biết người nghĩ ngợi gì không
Trước lời mặc cả nhói lòng dửng dưng

Có anh du khách bên đường
Ngắm hoàng cúc, cứ thấy thương người trồng
Anh ôm hoa cúc vào lòng
Lại thương cho đóa hoa hồng lẻ loi

Biết rồi họ có sánh đôi
Để chung vai gánh cuộc đời nhau không
Sao Hồng Hoa má thẹn hồng
Sao nhà du khách vàng bông cúc vàng?

TA MỪNG TUỔI NHAU

Cây thắp vào đêm
Những nhành lộc nõn
Anh thắp vào em
Một đôi mắt ngóng

Cho trời xanh lên
Trong đêm trừ tịch
Cho tim rộn thêm
Trước giờ xuân đến

Đường khuya hành hương
Dòng người huyên náo
Thầm hẹn hò nhau
Hai người ngoại đạo

Em khấn điều gì
Cho đêm đứng lại
Anh nguyện điều chi
Mà đêm sâu vậy?

Cây mừng tuổi đêm
Bằng chùm lộc nõn
Bằng đôi môi mọng
Ta mừng tuổi nhau...

GIAO THỪA

1
Kim giây tích tắc tượng hình
Kim Nguyên đán kịp tượng thanh ước nguyền
Thềm nhà nhón gót tân niên
Bầu trời mịt xuống, pháo điền... hoa lên

2
Khước từ xui rủi may hên
Ví như vai được công kênh phút này
Trăm mùng Một, nghìn mùng Hai
Cũng không sánh nổi một giây Giao thừa...

3
Chiều chìm xuống tối tăm chưa
Vút lên một ngọn Khai mùa vào đêm
Dư âm vọng lại nỗi niềm
Thăng thiên, hoa chạm bức rèm trời khuya

4
Trời thôi tết tự bữa kia
May xuân còn nán lại, chia sẻ giùm
Hoa còn nụ, lộc còn chùm
Nhà còn cháu, vui còn trùm lên nhau...

TRÁI GÒN XUÂN

Đu đưa giữa nắng trưa tròn
Trái gòn nứt vỏ, bông gòn vút lên
Từng chùm từng cụm lênh đênh
Đẹp mê hồn lẫn vào mênh mông trời

Phi cơ như... đứng một hồi
Cho người từ cửa sổ, ngồi nhìn xa
Bông gòn ơi, bông gòn à
Hóa ra... từng đám mây là đà bay

Thanh bình theo mỗi ban mai
Nhẩn nha bao chuyến ngắn dài ngược xuôi
Biết lòng mây có gì vui
Mà trôi lướt thướt dưới trời xuân kia?

MÂM CỖ ĐẦU NĂM

Có cây gạo đứng ven đồng
Đợi nhìn cây lúa đòng đòng trổ hương

Vườn ai khói bếp bay thơm
Làm nao núng dáng cây cơm nguội vàng

Cây mâm xôi ngả cành sang
Cây mắm cây muối xếp hàng chờ... nêm

Cây bình bát vẻ lặng im
Ngoắc cây so đũa, thắp thêm cây trầm...

Chút lòng bữa cỗ đầu năm
Từ bao cây trái tình thân, xin mời... ∎

(Sài Gòn)

NGUYỄN THANH CHÂU

Uống Trà Đêm Giao Thừa

chưa thấm ngụm trà xanh
giao thừa sao đến vội
tình chắt chiu cũng đành
sợi tóc nào bên gối...

Ngọn Gió Xuân

gió ơi cuộn em lại
lỡ khuya tàn chiêm bao
chút tình trần mê mải
biền biệt trời xanh sao...

NGUYỆT XUÂN CA

chưa hé nụ tầm xuân
sao lòng đầy tơ tưởng
lỡ mai hết hồng trần
nguyệt khuyết sầu vô lượng...

ĐÊM NGUYÊN TIÊU

ngực rằm em dúi mặt
phòng vắng nằm khỏa thân
hương quan dù lỡ giấc
xin thắm giọt mưa xuân...

TRÙ MẬT MỘT MÙA ĐỜI

riêng gởi Anh CTT

sum suê miền đất tới
xuân mùa khao khát môi
đung đưa ngọn gió hời
rót mật ngầm hồn hậu
tít tắp trời đồng ấu
mưa nắng hẹn trùng phùng

vú sữa em tay nâng
nồng nàn lửa lựu cháy
trăng đến thì con gái
lót ổ những đêm rằm
đất nôi thanh thản nằm
thiên thu còn ưu ái

gù gật đàn cu ngói
rôm rả tiếng chim quyên

mười năm giải oan phiền
giú mùa đời trù mật
đón người về tất bật
lòng trải suốt nguồn thương...

NGÀY XUÂN ĐI HÁI LỘC

chờ nhau lên núi lên đồi
ngày xuân ngày hái lộc trời đó em
tuổi ta trái chín đương thèm
môi hôn trao ngọt tay mềm đan mơ
niềm vui chín đợi mười chờ
mùa xuân mùa én lượn lờ không gian
chờ nhau băng suối băng ngàn
tim ăm ắp những giọt đàn muôn xưa

ví dầu đời lắm nắng mưa
cũng xin chung bóng sớm trưa đi. về...

GỌI MÙA

húng hắng những cơn ho
dị ứng. lạnh
xứ xa đón giao thừa. tọa thiền
sao ký ức khốn đọa vẫn rờ rỡ

tách trà trên bàn. để nguội
xin uống nốt những giọt đắng đời ta
dẫu gì. những cánh én đã rợp trời quê nhà
và môi em. nồng. một đóa thắm

tình ơi
nỗi xốn xang những mầm xanh đang nhú
thêm một buổi sinh phần
hàm ân nhau. chúc ngần bóng xế...

Em Ơi Mùa Xuân

một thoáng
những nhành mai trên màn hình. gọi nhớ
mùa xuân
trái tim ta gia tốc. đập

em ở đâu. giấc lạnh
tháng hai. những sợi tuyết còn bám đầy cửa kính
lũ chim câu không mổ mỏ xin ăn
niềm cô đơn gặm nhấm

em ở đâu. màu hương say
trong đêm sương hay đi giữa nắng ngày
áo lụa hà đông. rạng rỡ
em có còn cười nói hồn nhiên
với thành phố đã mất tên. đổi dạng

em ở đâu. dáng bụi
ký ức tìm về
căn nhà bị trấn yểm. những hồn ma
gió. những chiều lọt luồn mấy tàn trứng cá
thương. ràn rụa mắt xưa

một thoáng
bài hát *ly rượu mừng*. đắng giọng
quán bệnh. ngồi co ro
trời xuân xa. xế đời. cơn hôn thụy…

Đêm, Quỳnh Hoa

nách lá. cựa
quỳnh hoa một đóa. khuya tàn
xa xứ. hồn trăn trở
tôi ơi. hết nửa đời thơ

mắt úa. chờ chi nữa
cạn ly. máu rỗi những mùa đi
sầu. biếc dạng
tiếc đau đáu xuân thì

ngồi đây. buồn rười rượi
nhã khúc thiên không điếng mộng người
thắp hời đốm lửa
dẫu sao. có một nụ cười...

Gặp Nhau

gặp nhau
những tình bạn cũ
thiệp. phát. cửu. vy... còn ai nữa
một thời nhiều oan khốc. mong sao sẽ qua mau!

gặp nhau
những người quen mới
thuần. trinh. phúc. minh... và em đó
một đêm say tình nồng. thế thôi còn mai sau?

gặp nhau
không chỉ bên tách cà phê tản mạn
hơn nữa. miếng ăn huế cay hung. ly vang đỏ thắm môi
và tiếng thơ. cất lên lòng hân thưởng

gặp nhau
như một cơ duyên
và trong ký ức người. niềm vui. như đóa quỳnh hiển hiện
một đêm chớm đông
xin gởi lại... ∎

NGUYỄN THÀNH

Đón Xuân

Đêm nghe
trời đất chuyển mình
Em từ huyền khải
hồi sinh tìm về
Phố phường
rộn rã khúc nghê
Càn khôn thay áo
đê mê hương thầm

Tinh khôi hé nụ trong ngần
Lụa là khoe sắc
đêm vần vũ nghiêng
Liễu chau mày
động vô biên
Phiêu linh dáng ngọc
gió miên man lùa

Sương rơi ảo ảnh trêu đùa
Xuân thì ươm nắng

giao mùa reo vui
Nhân sinh
quên giấc ngủ vùi
Nhú mầm lên hứng
ngọt bùi thế gian

Chào mùng Một
ánh đại ngàn
Muôn hoa lộc biếc
cung đàn nhặt khoan
Ngất ngây
cúi xuống thật gần
Bướm ong thơm thoảng
tình lần lữa bay

Men chưa thấm
ngất ngưởng say
Thênh thang đại lộ
hàng cây vẫy chào
Vườn thiên thai
chẳng lối vào
Loay hoay tìm mở cửa nào đón xuân!

THÁNG TẬN NĂM CÙNG ĐẤT NỞ HOA

Chiếc bóng tàn năm dạ vấn vương
Mười hai tháng tận vẫn vô thường
Dấu nhàu nham nhở tay nào xé
Ta xót đoạn trường mãi nhiễu nhương

Một cõi duyên trần nặng nghiệp căn
Người qua gió thoảng chốn âm thầm
Ngàn đêm mộng mị ngàn thu cách
Lặng lẽ giữa đời những trở trăn

Ru giấc em về lãng đãng quên
Tay thơm phổ độ xóa ưu phiền

Niệm buông chấp ngã hoài vô ngã
Thấy kiếp lai sinh ở chốn thiền...

Em vẫn ngàn năm của đất trời
Ngàn năm biển lặng sóng chơi vơi
À ơi... xõa mộng đêm tiền kiếp
Thấp thoáng nghiêm minh trút rạng ngời

Sao mãi hơn thua phải lạc loài
Giật mình còn mất lối chia hai
Sân si chìm đắm vô hồi thức
Mòn mỏi cung đường nắng nhạt phai

Chẳng mấy canh chày tích tắc qua
Khai tâm vô lượng gió nhu hòa
Đời qua mấy độ bàn tay nắm
Tháng tận năm cùng đất nở hoa...

NGẠO ĐỜI

Em hương sắc thách xuân thì
Bóng câu chờn bước cánh di nghìn trùng
Bay qua muôn nẻo chập chùng
Cười xinh ngạo nghễ ung dung với đời

Đôi lần cũng chợt chơi vơi
Xem hề vụng diễn thốt lời dối gian
Nghĩ mình ở tạm trần gian
Thì thôi chơi nốt trăng tan hẵng về

Mặc ai khinh rẻ câu thề
Trăm năm tình trỗi khúc nghê thường buồn
Buồng cau giữa chợ bán buôn
Lỡ phiên gãy gánh nửa hồn thương đau

Đa đoan cánh lụa dĩ dầu
Em ra biển lớn ươm màu thuyền quyên

Buông tay chẳng ngại trời nghiêng
Thênh thang giữa phố khoe duyên với người

Cung đàn hữu ý lả lơi
Cuộc chơi vô ngã đầy vơi dạ sầu
Thong dong với cuộc bể dâu
Mai về bến đợi hợp châu khúc tình...

KHAI BÚT MỪNG XUÂN

Đêm ba mươi...
Lắng nghe hơi thở đất trời
Giao thừa khai vị cụng mời chào xuân
Hàng cây cúi xuống thật gần
Thì thầm nghê khúc đêm lần lữa đêm

Để cho ngày bỗng bừng lên
Muôn hoa khoe sắc làm duyên với người
Hừng đông tia nắng ngời ngời
Cho hồng đôi má, cho đời ngất ngây

Mừng xuân xin chúc đó đây
Gia đình Facebook đong đầy yêu thương
Những điều Tân Sửu còn vương
Nhâm Dần cung hỷ mọi đường hanh thông

Chúc nhà nhà thỏa ước mong
An khang thịnh vượng thành công trong ngoài
Vun tình thỏa... đặng tiền tài
Gặp nhau tay bắt chặt tay vui mừng

Lại thêm sức khỏe như hùm
Bình an khắp chốn tưng bừng hội xuân
Chúc cho cô bác xa gần
Trăm năm viên mãn như vầng ánh dương...! ■

NGUYỄN THIẾU DŨNG

Lời Cảm Ơn Mùa Xuân

Xuân đến cùng theo với tuổi già
Tóc hoa em vẫn khổ vì ta
Bảy mươi ba tuổi còn vương nợ
Kiên trì em để giá đông qua

Em đã yêu từ thuở mười lăm
Ngây thơ trong trắng tuổi trăng rằm
Ái tình kết lại thành ân nghĩa
Ta có nhau từ cõi vạn năm

Xuân đến hoa mai trổ cánh vàng
Hoa đào chúm chím đón mùa sang
Em cười vẫn nét trinh nguyên ấy
Vẫn đậm mùa xuân của thế gian.

GIẬT MÌNH MÙA XUÂN

Soi gương
        mới biết
                mình già
Bằng không
        thì cứ sa đà tuổi xuân ■

NGUYỄN THÙY SONG THANH

Mùa Xuân Chân Trời

Như những âm thanh mơ hồ chạy dài trên phím đàn xa lạ
hai đứa sẽ dìu nhau đi trong mùa xuân
tay chúng mình giăng ra làm cánh biếc chim ưng
lộng gió biển khơi pha màu nhung tóc
em sẽ nhìn bước anh đi
ôi có vết thời gian nào không đơn độc
có tình yêu nào quên được nỗi bơ vơ
nên chúng mình vẫn nguyện cầu
đừng là ngõ trưa buồn để bóng nắng đi qua
tình yêu thay mặt tương lai và dĩ vãng.

Màu mắt anh hoang đường tuyên dương ánh sáng
hồn thơ em còn mộng mị cõi thiên nhiên
mười ngón tay mềm rắc lá cõi đào nguyên
lên tiếng hộ nghìn câu ngỏ ý
vũ trụ lòng ta sẽ thơm lừng hương nhụy
tay gió về hoa cỏ gợn âm ba
con đường xa chạy đuổi giấc mơ xa
trên vận tốc của tình yêu tuyệt độ
hai đứa sẽ về trên cánh đồng tiền sử

tình yêu này xin làm ánh sáng khai nguyên
thời hoàng kim và trời đất chưa mang tên
bắt đầu phút yêu thương vào ý niệm.

Rồi những đóa cười chớm xuân
với những sớm mai thu từng giọt buồn nhỏ xuống
nối nhau về lòng nhận chẳng so đo
mùa xuân yêu kỳ ngộ giấc Bích Câu
lối cỏ nhung tơ trên lối đi hò hẹn
rừng tóc anh bay chập chùng sóng biển
hương áo nâu hiền thơm chuyến phiêu du
đường em xanh – xanh mãi giấc em mơ
anh ngó thấy chân trời xa tít tắp
đôi bướm nhỏ đi thâu thời gian dài điệp điệp
hai kẻ yêu nhau thoát kiếp luân hồi
sau lũy trời xanh tiếng thời gian gọi giật
ngược tuổi đôi mươi.

NỖI ĐỢI

Mùa đông
đừng mách lẻo với ta
ngũ cung đã ngân nga trên ngọn thông
băng giá đã tan trong hồ núi
hãy coi như nỗi đợi của ta còn rất dài lâu
dù Mùa Xuân sắp quay về vẫy gọi

Mùa Xuân
đừng ẩn dụ
chồi non mới nhú
như núm vú tuổi mười ba
nắng thở thơm tho như lúa mới
chợt thoảng qua
ta chưa muốn tin
ngày xuân đang tới

Hỡi quạnh hiu của mùa lạnh lẽo
hỡi ríu rít sắc hương của mùa ấm lao xao
chớ tiếp cận nhau
chia tay sẽ tức thì như gió tạt

Hãy đừng – hãy cứ mặc
một mình ta.

BẤT CHỢT MÙA XUÂN

Ngày nguyên đán
đường rộng giòng xe gắn máy lướt
lướt qua phố qua cảng qua ruộng vườn
hai bờ lộ vừa tan sương.

Họ nhìn thẳng phía trước
rạng rỡ niềm bí mật
tập trung phóng tới
tiếng máy reo âm âm
lăn những vòng luân hồi
ngọn Thái Sơn trên vai
cội tùng trước ngực
nụ tầm xuân sau lưng
búp măng non dưới cánh
nôn nao chốn về
bên gốc tử đang chờ trông.

Ngày nguyên đán
thời khắc thiêng liêng
chiếc kính chiếu hậu trong tim họ
lộng lẫy nụ tầm xuân
e ấp búp măng non
cùng dặm dài rong ruổi
tung hân hoan vào không trung.

Mùa xuân trên các tầng trời
mùa xuân trong các tầng đất
lên đường theo họ về chốn sum vầy

mây nắng và gió
chim bướm và hoa
cúi chào họ qua.

Trong lồng lộng ban mai
khoảnh khắc bắt gặp rền hạnh phúc
đọng lại nơi ta giọt lệ hồng hiếm hoi.

GIÓ QUA NÚI QUÊN TUỔI

Đám teen gọi tôi bằng bà
Người trung niên trên xe buýt đứng dậy
Mời bác ngồi
Phường 7 quận 10
Mời cụ đến hội trường nhận bằng chúc thọ.

Hương tan trong gió
Em để quên tuổi em trong anh
Hết kỳ bông trái xuân xanh
Nguyện là bếp hồng không tắt
Như tình yêu không hề hư mất
Ánh sáng trong em những bình minh đêm sâu mù mịt
Những chùm mặt trời phì nhiêu
Chăm bón đời nhau giữa cõi hoang liêu.

Này tôi ơi xuân phai đừng nhớ
Quên đi tuổi trần ai thách đố
Chỉ là giọt lệ hồng hạnh phúc gầy hao
Chỉ là lóng xương khô buốt nhức
Nghe nghìn thu đi qua
Khóc cười trăm năm chưa qua
Thiên thu sau nhân gian khắp miền trần
Còn u minh bất hối
Trái tim Homère mấy ngàn năm qua còn đỏ son
Kẻ làm thơ đâu có tuổi
Gió đâu có chống gậy qua núi. ■

NGUYỄN VĂN ĐIỀU

Thơ Tình Cho Em

Bây giờ trời đã vào Xuân
Cỏ cây trở giấc cho mầm xanh lên
Xin đời hai chữ bình yên
Buồn vui một thuở giữa miền quê ai

Này em biển rộng sông dài
Ta nằm đánh giấc thiên thai dưới trần
Bàn tay bao nỗi phân vân
Bàn tay năm ngón còn ân sủng nhiều

Trăm năm tạ một tình yêu
Quàng vai nhau nhé ta dìu nhau đi...

Thơ Xuân

Nắng đã lộng và mùa Xuân lại đến
Đất trở mình cây cho lộc cho hoa
Tạ ơn đời anh còn em bên cạnh
Ta cùng nhau bước tiếp cõi người ta

Vườn hàng xóm cây đào đang cho nụ
Dưới nắng hồng đôi bướm lượn nhởn nhơ
Tôi bỗng thấy một chút gì xao xuyến
Một năm đi thật lẹ đến không ngờ

Vẫn còn đó với bộn bề công việc
Mải lo toan chuyện cơm-áo-gạo-tiền
Khi ngồi lại với mùa Xuân đang tới
Thương đường trần thiên hạ lắm đảo điên

Nhớ quê hương hơn nửa vòng trái đất
Bao năm xa lần lữa mãi chưa về
Cuộc sống Mỹ người vô cùng tất bật
Tuổi xa người ta xa cả đam mê

Nên bước tiếp giữa lùng bùng nhân thế
Mong nụ tình vẫn thắm mãi đôi ta
Vẫn an nhiên vui buồn cùng dâu bể
Đón Xuân này lòng vẫn nhớ Xuân xa. ∎

NGUYỄN VĂN GIA

Ly Rượu Cuối Năm

(với Phạm Ngọc Lư và Văn Công Lê)

Năm tàn mình lại ngồi đây
Bên nhau vẫn chén rượu này chia ba
Uống đi người, uống đi ta
Mặc cho tuế nguyệt chỉ là trò chơi
Vẫn còn ấm một chỗ ngồi
Vẫn còn cố cựu mai, đào quanh đây
Mời nhau cạn một ly này
Mai kia góc bể chân mây... nhớ về.

MỘNG NGÀY XUÂN TAN

(gởi chị Ái Niệm)

Chị ra ngồi giữa chợ đời
Gánh hàng như gánh một trời thi thơ
Chị xưa tím Huế mộng mơ
Bất ngờ dâu bể bến bờ đổi thay
Chị từ thất lạc màu mây
Chong đèn ngồi tiếc mộng ngày xuân tan.

NHỚ DÒNG SÔNG THỜI THANH XUÂN

(nhớ các bạn đồng môn ĐHSP Huế)

Không ai tắm hai lần
Trên cùng một dòng sông (*)
Đời ta lại nặng nợ
Sông Hương với sông Hàn

Nhớ giảng đường sư phạm
Bao mùa phượng tàn phai
Người xưa chừ tứ tán
Buồn ta khách vãng lai

Nhớ Mai Khôi áo trắng
Đi về giữa chiều sương
Tình thơ và mộng tưởng
Phai tàn theo tháng năm

Không ai tắm hai lần
Trên cùng một dòng sông
Ta về thấy mất hút
Dòng sông thời thanh xuân.

(*) Heraclitus

ĐẦU NĂM RỘN RÀNG RÊU XANH

Xanh tóc
xanh ngói
xanh tường
Lòng anh
xanh với con đường em qua
Ngày xưa
em với người ta
Ngõ chiều
chỉ biết đứng xa mà nhìn...
Giờ em qua lại
một mình
Rêu xanh lại rộn lòng anh
nữa rồi!

THÁNG GIÊNG XANH

Cơn gió tình cờ
thổi tan mộng ảo
Bao đền đài sụp đổ
mão hia bay
Bi hài kịch đây -
phận người lầm lũi
Nụ cười đâu -
chỉ nước mắt rơi thôi!

Nam bắc đông tây -
bốn phương trời câm điếc
Mặc quỷ ma
cứ biển lận tranh phần
May còn lại
vầng trăng khuya biêng biếc
Xin hãy soi
cho hết những ưu phiền

Tháng giêng xanh
Em - thảo thơm tinh khiết
Trái tim ngoan
chớ hạc nội mây ngàn...

Ngày Xuân Qua Sông Nhớ Thơ Vương Bột

Trời xanh
mặt nước cũng xanh (*)
Qua sông
cứ để lòng mình trải ra
Đoạn trường
chắc hẳn còn xa
Hai bên vĩ tuyến
vẫn là hai bên
Ngó sông
thấy nước buồn tênh
Ngó mình
đụng cái lênh đênh thuở nào
Sông xanh
một sắc trời cao
Bên ni
bên nớ
nhìn nhau ngậm ngùi... ∎

(*) *"Thu thủy cộng tràng thiên nhất sắc"*
Vương Bột

NGUYỄN VĂN NHÂN

Tết Nay Lại Về Đà Nẵng

Tết nay lại về Đà Nẵng
Nhà xưa đổi chủ lâu rồi
Phố xưa đường chiều hoa nắng
Biết tìm đâu vết chân tôi

Những hình bóng cũ xa xôi
Dắt nhau đi vào kỷ niệm
Hèn chi hoàng hôn tím lịm
Lá bay lạnh buốt chỗ ngồi

Tết nay chắc uống đã đời
Bạn bè lâu lâu gặp gỡ
Rượu vào nói chuyện trời ơi
Để quên những gì lỡ nhớ

Những lòng dây dưa mắc mớ
Những tình héo hắt mưa bay
Những buồn một đời loay hoay
Vướng víu gỡ hoài không được

Cuối đường ai chờ phía trước
Ai còn níu áo sau lưng
Chưa say mà sao tưng tưng
Chắc tại sương khuya Đà Nẵng. ∎

(29.12.2010)

NGUYỄN VŨ SINH

Mẹ Ngồi Trong Nắng Chiều Xuân

Mẹ ngồi trong bóng chiều xuân
Nắng nhen hơi ấm chia cùng người vui
Mắt sâu vọng ở phương trời
Nhớ xưa con lạc hồn nơi đại ngàn.

Giờ này biết có xuân sang
Đại ngàn còn cánh mai vàng trổ hoa?
Mắt trông về phía bàn thờ
Tấm di ảnh cũ đã mờ ố hoen

Mẹ ngồi bên tấm bằng khen
Trông qua hàng chữ ngỡ chèn con tim
Mẹ ngồi tựa cửa lặng im
Thịt da xương ấy biết tìm nơi đâu?

Gió đồng tạt mái hiên sau
Ngỡ như con trẻ về hầu mẹ yêu?

Mẹ ngồi bóng ngả liêu xiêu
Nắng xuân mấy vệt cuối chiều lẻ loi...

Bao năm mẹ vẫn còn ngồi
Mây trôi nhuộm trắng tóc người đầu hiên
Xuân qua ngọn gió rất mềm
Đừng xô bóng mẹ quỵ thềm cỏ rêu.

Mùi Đất Mẹ

Ngỡ chẳng hương nào sánh bằng mùi đất
Sống trên đời, chết chẳng mất mùi hương
Tuy đất bao la nhưng là nơi gần nhất
Tụ khí linh thiêng nên rất diệu thường.

Ngỡ con người chẳng bao giờ sống nổi
Suốt một đời thân làm kẻ tha hương
Mùi đất mẹ có từ trong sông núi
Là hương thiêng khi về lại cội nguồn.

Khi ta đứng nơi cõi bờ Tổ quốc
Ngỡ mùa xuân sao dài đến vô chừng
Vì thân người không bám chung với đất
Sẽ mất thăng bằng quỵ cả hai chân.

Hương đất mẹ có từ nơi ruộng lúa
Mùi phèn chua còn đọng kẽ chân người
Là nơi ta sinh có chôn cuống rốn
Lúc ấu thơ mở mắt khóc chào đời.

Chiều Xuân Trông Vời Cố Xứ

Chiều xuân trông vời nơi cố xứ
Quê nhà xa ngàn lớp mây qua

Khẩu phần thêm chút hương vị thịt
Rượu đâu ra, uống đợi giao thừa?

Thương mắt mẹ chiều ba mươi tết
Dõi phương xa dạ bỗng héo mòn
Đêm giao thừa bao người thao thức
Mắt chia màu khúc biệt ly ca...

Xuân về bạn vẫn chung màu áo
Cổ khoét tròn như áo bà ba
Sắc dị biệt lỡ chân bước lạc
Cặp mắt đời dễ biết nhận ra.

Nam nhi bỗng hóa thành nhi nữ
Bởi ai cũng khoác áo đàn bà
Nón lá thay nón cời che nắng
Ngày hè lửa nóng rát cả da.

Ngày hai lượt vào ra bỏ mũ
Ngỡ thay lời tạ cổng đón chào
Hàng dọc xếp từng người đếm số
Để nhớ mình mang phận lao đao.

Rừng xa khuất cánh mai già nở
Bên ngoài hàng gai kẽm rộ hoa
Dây kẽm trổ bạt ngàn gai sắc
Ngùi thương ánh mắt mẹ quê nhà.

Chiều ba mươi trông vời cố xứ
Thung sâu buồn lá úa rụng rơi
Ngỡ khuya mười ngàn con mắt đỏ
Nằm nghe gió lộng thét bên trời?

MỖI ĐỘ XUÂN VỀ

Cuộc chiến nào chẳng hy sinh, mất mát
Thương những người nằm xuống tuổi đôi mươi
Thời lửa khói tải thương không về kịp
Gởi tấm thân nằm lại giữa núi đồi.

Giấc mơ nhỏ chẳng bao giờ đến nữa
Cánh chim ngàn đã biệt dấu mù khơi
Người nằm xuống hiện thân loài cỏ úa
Trên đồi hoang không về lại bao giờ.

Anh chỉ có gia tài buồn để lại
Mảnh hình hài nằm dưới vạt cỏ tranh
Giọt lệ sầu đọng trong ngăn mắt mẹ
Vành khăn tang trắng như giấy học trò

TỔ QUỐC MÙA XUÂN NHÌN TỪ PHÍA BIỂN

Tổ quốc mùa xuân nhìn từ phía biển
Vắng bóng hải âu thưa dáng con thuyền
Tàu lạ chập chờn vây quanh bãi đảo
Con sóng quặn lòng tàu vạch nát đường biên.

Tổ quốc mùa xuân nhìn từ phía biển
Triệu mảnh xương tan giờ biết nơi đâu
Nước biển khơi làm sao hòa nổi máu
Cho hôm nay hạt muối hóa trắng màu.

Đêm Giao Thừa Đón Xuân Non Cao

Ngàn mai rừng nở báo xuân sang
Mùa xuân đã về khắp buôn làng
Đắk Tô, Tân Cảnh mờ sương khói
Quân đi đầu rung lá ngụy trang.

Nghe bom đạn vang ngỡ thay tiếng pháo
Đêm giao thừa dõi mắt phía rừng cây
Ơi người bạn ở bên dòng tả ngạn
Gác súng thôi ta ngắm hỏa châu đầy.

Xuân về người chắc cũng như ta
Non cao thân lính chiến xa nhà
Có gửi nhắn mây về phương ấy
Thương mắt mẹ già lệ xót xa.

Dòng Đăk Bla qua mùa thác dữ
Con nước trôi êm ả chảy hiền hòa
Sao vượt sông mỗi khi mùa mưa lũ
Tính không đủ người vì kiếm chẳng ra!

Tết đến lót lòng nhai cơm gạo sấy
Chẳng rượu bia thôi nốc đỡ ca trà
Vỗ bụng khật khưỡng giả tên say rượu
Hát nghêu ngao. Ta lính trận miền xa! ■

NGỮ AN

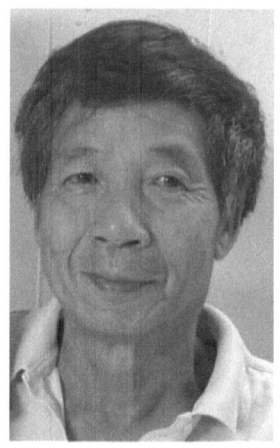

NHỮNG CUỐI NĂM BUỒN

1.

rót mãi ly rượu đời
ướp men buồn viễn xứ
cuối năm lặng lẽ ngồi
nhìn bóng chiều qua phố

2.

xưa viết trên trang giấy
mấy câu thơ xuân hồng
hỡi người ngang qua đó
có còn nhớ chi không

3.

mùa xuân đã đi qua
hoa rơi ngoài hiên lá

một thời đã đi qua
không còn ai để nhớ

4.

về chào nhau năm mới
khi tình đã cũ rồi
ngập ngừng nâng ly rượu
thấy bóng hoa đào rơi

NHỮNG MÙA XUÂN
LẠ TIẾNG KHÓC CƯỜI

Đón Xuân

thiên hạ đón xuân đủ màu hoa lá
tụi mình đón xuân bằng két rượu bia
đêm hoang vu chứa bọn sầu lữ thứ
bao năm lưu lạc vẫn chưa về

Đêm Ba Mươi

đêm ba mươi lang thang ngoài phố
sáng mồng một đóng cửa ngủ vùi
thức giấc hỏi xuân qua rồi hở
ngoài sân vườn lấm tấm hoa rơi

Bóng Xuân Xanh

ra vườn hái mấy nhành hoa cỏ
hái thêm sương biếc ở trên cành
khi không chợt thấy chùm hoa nở
giật mình nhớ lại bóng xuân xanh

Xuân Vô Lượng

xuân vô lượng tuổi em ngày đó
hoa tàn nguyệt tận nhớ chi nhau
có nụ hoa hồng trong tay giấu
sớm đưa sợ nở ngát hương sầu ∎

NHẬT THỤY VI

Màu hoa Hướng Dương Andalucia

Hoa vàng hai bên ngõ
Trải đường tình cho ta
Hướng dương vừa kịp nở
Vàng ngợp cánh đồng xa

Trong mắt anh nồng ấm
Đắm say tình thăng hoa
Trong mắt em chan chứa
Bao yêu thương ngọc ngà

Đường xa, vẫn còn xa
Tình ta theo đường gió
Tình tràn trên đồi hoang
Bông vàng hoa theo nắng
Hương tràn trong không gian

Kìa anh, anh hãy nhìn
Trăm nghìn hoa cười nụ
Sáng một góc bình minh
Vướng vít lòng hai đứa
Bao ước mộng nguyên trinh!

Ôi! Đồng hoa bát ngát
Vàng một màu hướng dương
Ôi! Tình anh mật ngọt
Rót lòng em đầy hương

Trên vai anh em tựa
Anh cúi xuống yêu thương
Môi mắt nào say đắm
Mơ đồng hoa dị thường

Em mơ đồng hoa vàng
Theo tình em đi mãi
Để trăm năm vấn vương
Trong màu hoa tình ái

Ôi anh! Màu hoa vàng
Buộc ràng đời ta mãi!

Andalucia, Spain 6/2014

XUÂN NÀY EM HÃY VỀ

Em, hãy trở về
mùa Xuân này em về nhé em
Nhìn cánh hoa vàng tưng bừng nở
Trước hiên nhà, mái cũ, song thưa
Để sáng mùa Xuân em đi viếng mộ
Mộ Mẹ, Cha, và mộ Chị, mộ Anh

Kìa, hoa mai trong rừng đã rộ
Từng cánh mai vàng nhụy thắm chờ Xuân
Bao Xuân đã trôi lạnh lùng trước ngõ
Mà tin em bặt bặt tuyết sương phai

Xuân năm xưa, em theo anh vào rừng mai đó
Tìm từng gốc mai chen lẫn trúc trên đồi
Tóc em thơ ngây lả lơi trên hoa vàng rực rỡ
Một tay đầy, em ôm chặt bó Xuân tươi

Xuân này em về nhé em
Dù chơi vơi rớt rơi trong miền ký ức
Dù nỗi niềm nghèn nghẹn buốt trong tim
Em về nhé, em về trong hương Xuân đất nước
Dù mắt môi còn nhòa nhạt lệ tiếc thương

Hãy trở về nhé em
Mùa Xuân tới rồi, dù không còn anh đợi nữa
Thời gian chờ đã mòn mỏi một đời người
Nhưng em dư biết, lòng anh bao nhung nhớ
Thương yêu em, xuân về, xuân lại mới mỗi mùa

Hãy về nghe em,
về cho tim em nghe lại một mùa Xuân rộn rã
Mà cõi lòng em dù tan nát dập vùi
Anh không thể đợi, và Mẹ, Cha đã khuất bóng
Cả dáng Chị hiền ngoan bên Mẹ cũng không còn
Nhưng về đi em, đừng ôm hoài những nỗi nhớ thương
Để Xuân đến rồi tàn trong vô vọng

Về nghe em, căn nhà cũ, mái hiên xưa, dòng sông Hậu
Ảo ảnh bóng cha hiền vẫn thấp thoáng ra vào
Dáng Mẹ bên bếp lửa, cùng chị cời than, khơi nguồn ấm áp
Và, bóng anh, đứng dưới hàng cây xanh mướt, đón đưa em

Về nghe em, Xuân đã mấy lần qua,
Rồi Xuân chìm trong băng giá,

và Xuân của Em vẫn là mùa Xuân lạ
Anh muốn thấy trái tim em được hồng lên
Một lần cho một mùa Xuân mới
Vì đôi mắt em, đã lâu rồi ướt mềm trong ngóng đợi
Nhớ Xuân Quê - Em hờn tủi Khóc Xuân Xanh!

Norman, 21/1/2018

CỬA MỞ VÀO CÔ-ĐƠN

Khi em về, mùa xuân như chết lặng
Nghẹn ngào lòng, cây lá rũ buồn theo
Có phải vì em mà người đi trong thầm lặng
Để hồn em giờ cuốn chặt những ăn năn

Ôi, giữa mùa xuân mà mù sương tuyết trắng
Ùa ập xuống em từng lớp lớp nhớ thương
Băng giá đầy, đóng kín lại thời gian
Ngừng ở đó, giữa mùa xuân tóc tang!

Người mở cửa cho Cô-Đơn và để đó
Em bước vào, băng giá cũng vào theo
Người vẫn biết dù chông chênh một thuở
Nhưng tình ta, son sắt vẫn còn đây
Nước mắt cứ rơi trong canh khuya và bóng tối
Lặng thinh, mỏi mòn, thương nhớ bủa vây
Thấy đời mình như mục rã từng ngày
Ta vẫn ngồi đây gõ nhịp đời hoang vắng hôm nay
Sao người bỏ đi mà cửa 'Cô-Đơn' không đóng
Để Em bước vào và ở lại đến Thiên Thu
Những giọt lệ ứa, thấm đau từng mạch máu
Cái đau tận cùng này, đâu có phải là phù du

18-4-2019

Xuân Muộn Trong Áo Em Hồng

Em mang cho anh mùa xuân
  trong những vần thơ tuyệt tác
Trên đồi hoa, thơ bát ngát vờn bay
Áo lụa hồng, và môi mắt đắm say
Xuân gom cả tình anh,
  ngạt ngào trong áo mới

Anh cho em mùa xuân khi chiều chưa tắt nắng
Những đóa hoa vàng anh ngắt cuối ven đê
Hoa trao em, đóa tình ái đê mê
Em chờ mãi cuối đời, xuân mới tới!

Ôi, xuân cuối đời, mộng xuân vàng bỡ ngỡ
Lòng xôn xao, đêm ngủ, nhạc-thơ bay
Quấn quít hồn em - chìm đắm giấc mơ say
Bao vương vấn chen vai cùng ảo ảnh

Em trao anh chiều xuân tình óng ánh
Đôi tà hồng, áo mới lượn xuân tươi
Anh tặng em, nhạc xuân vàng phơi phới
Từ tim anh, hồn hoa bướm chơi vơi!

Gió chiều xuân thơ thới
Lòng xuân em rộn ràng!
Anh mang mùa Xuân tới
Ru tình em muộn màng
Áo hồng, Em, Xuân mới!
Anh, hồn Xuân, chiều vàng!

Xuân Trôi

Sao vội thế Xuân ơi! Sao vội thế?
Để giọt xuân sầu khẽ đọng cánh hoa rơi
Hồng phai màu: buttercups
Vàng black-eyed susan: khô héo nụ
đồng hoa li ti chớm nở, vội tàn phai
Bên hồ sen, ta dừng chân nán lại
Những lá uốn mình, như vươn mãi
Chen chân cùng cattail, loài cỏ dại
Ta đã đứng bên cầu, quay nhìn mùa hạ
Đâu ai đưa tiễn Xuân
Sao Xuân trôi đi buồn bã
Và chỉ để lại trong ta
những bụi mù tơi tả
Lên bóng hình đã mờ nhạt xuân vui!

Spring At Lake Murray

Spring, why must you leave so fast
Little buttercups, black-eyes Susan, yellow blooms of Spring are feeling sad
In the pond, those water lilies rise high among tall cattail grass
I stood here, on the bridge awaiting...
refused and denied still, that my spring time just has passed
Spring, why must you have to leave?
And left me the only shadow
of a happy life being over-casted!

May 2018
Lake Murray
Cảm tác At Lake Murray

TRĂNG THÁNG CHẠP

Nửa ánh trăng vàng bên khung cửa
Thấp thoáng soi, khi mờ khi tỏ
Treo chờ ai? Hỡi nửa vầng trăng đó
Tháng Chạp trăng về
Ô kìa, sao ta chỉ có nỗi sầu mở ngỏ
Sao quay lưng im lìm không ngó
Tháng Chạp trăng về
Giữa gió đông lạnh lùng, bỡ ngỡ
Buồn! Ánh trăng bỏ đi
khuất dần trong tối
Người xoay mình không nói
Có giọt nước mắt vừa rơi rất vội
Ừ! Tháng Chạp ta buồn
Trăng ơi, thôi đừng hỏi! ∎
1/2020

NHƯ KHÔNG

Xuân

tặng Ngọc Nguyên

... Là buổi biết ơn hoa cúc trắng
Những cánh nở đều như hạt châu
Mới hay trời đất còn ban tặng
Nên là hai mà vẫn một nhau

Là buổi mai vàng trên lối cỏ
Biết mùa Xuân đến giữa lòng em
Là ngày tình mới về qua ngõ
Ngỡ lạ nhau mà đã rất quen

Trời đất mới và Xuân rất mới
Không dưng lòng thanh thót tiếng chim
Ta dẫu đã già thêm một tuổi
Mênh mang đời và rộn rã em

Có bóng mây về qua ngõ vắng
Ngây ngất trong em một tiếng cười
Hình như lòng cũng đầy mây trắng
Trôi nổi cùng nhau đến cuối trời

2/2021

Chút Xuân Còn Lại

Hóa ra trời đất còn năm mới
Vẫn cứ Xuân cho rộn cõi người
Mới hay ta cũng già thêm tuổi
Bên trời hiu hắt bóng trăng soi

Lòng như cũng héo thêm đôi chút
Cuối mày chi chít vết chân chim
Ta quá cũ chẳng thể nào mới nổi
Lắc đầu nhìn ta mà Xuân nín thinh

Đời trót trầm kha... kiểu nào cũng chết
Mùa của nhân gian. Xuân của đất trời
Ta chẳng họ hàng nên Xuân chẳng biết
Suốt cõi trăm năm còn lạ mặt người

Đành nhủ lòng rằng dẫu Xuân về vậy
Em cùng Xuân ngây ngất một bên đời
Ta là kẻ mà Xuân không muốn thấy
Áo mão làm gì cho Xuân hổ ngươi? ∎

NINH TRẦN

Xuân Nhớ

Buổi sáng hoa xuân vừa hé nở
Hành lang lóng ngóng ngẩn ngơ chờ
Và em chợt đến... mùa xuân đến
Ôi đẹp vô ngần bao ước mơ

Sáng nay trời đẹp hơn ta tưởng
Nắng đã tô hồng đôi má em
Gió vuốt ve tung làn tóc vướng
Đong đưa đùa bỡn xõa vai mềm

Không hẹn mà sao người vẫn tới
Cỏ cây ơi có thấy ta cười
Lòng vui thời khắc như vào hội
Tràn ngập hồn thơ nhuộm đất trời

Tự hỏi lòng mình trong gió nhẹ
Gió cười thương cảm kẻ si mê

Hình như gió thốt lời khe khẽ
Trót lỡ mơ thôi lạc lối về

Níu kéo giùm ta lại buổi chiều
Để trời đừng tối gió hiu hiu
Để người nán lại bên thềm vắng
Và để đong đầy phút được yêu

Lắng đọng đừng trôi khoảnh khắc vàng
Cả mây cả gió cả thời gian
Dáng người qua đó sân trường sáng
E ấp trong tim nỗi rộn ràng

Ở lại cùng ta dăm phút nhé
Gió thôi buồn thổi lá thôi bay
Nhìn nhau đủ thấy lòng xao xuyến
Rượu uống đâu nào ngây ngất say

Xuân Hạnh Phúc

Em trót đến đời ta xin chớ vội
Xin nhẹ nhàng gượng níu bước chân về
Chiều bảng lảng nắng vàng rơi từng sợi
Còn sợi nào trói được chút đam mê

Thôi ở lại cùng ta ba mươi tết
Đêm thiêng liêng chờ đợi phút giao thừa
Không tiếng pháo mà lòng như thắp lửa
Tiếng đì đùng điệu nhớ của xuân xưa

Lòng vui khẽ mai đào vừa hé nụ
Không tỏa hương sao rực rỡ đất trời
Em nhắm mắt khấn thầm điều ấp ủ
Hưởng tận cùng hạnh phúc nhé xuân ơi!

Và... ta sẽ cùng nhau đi hái lộc
Tối ba mươi dừng mãi phút giây này
Xin tặng nốt nụ hôn ngày mùng một
Chẳng lạc loài đơn lẻ cánh vạc bay

Em có biết tình yêu luôn thánh thiện
Như mùa xuân rạng rỡ cánh hoa vàng
Nàng xuân đến đâu cần trao vương miện
Vẫn nồng nàn bất tử với thời gian

HƯƠNG XUÂN

Thoang thoảng chút hương xuân
Vương vướng hồn nhè nhẹ
Trái tim cười lặng lẽ
Thương mãi mình đơn côi

Em thoáng qua đời thôi
Khiến lòng sao bối rối
Lãng đãng tựa sương khói
Tỏa về đâu khói ơi!

Khe khẽ gọi tên người
Chìm khuất nơi sâu thẳm
Có điều gì lạ lẫm
Tiếng vọng rất mơ hồ

Em lạc vào vần thơ
Trôi dài theo cõi nhớ
Có đôi lần bỡ ngỡ
Khi nhìn lại chính mình

Ngu ngơ soi bóng hình
Tình khơi lòng trở giấc

Trái tim yêu rất thật
Dẫu muộn màng nào hay

Xuân về bao đổi thay
Giữa hoa đời rực rỡ
Lòng bỗng dưng ngờ ngợ
Chợt biết tôi yêu em

Xao xuyến và dịu êm
Xuân đến rồi trôi mãi
Lỡ yêu đành gói lại
Gởi nhớ vào mênh mông

KHÚC XUÂN

Những cánh hoa Xuân người gửi tặng
Sắc hương khoe thắm tự muôn đời
Mai đào... đua nở cười trong nắng
Xuân hỡi nàng xuân thật tuyệt vời

Ai đưa Xuân đến trong thành phố
Rực rỡ hoa vàng khắp mọi nơi
Chân bước thong dong lòng rạng rỡ
Ô hay! Xuân đến dạ bồi hồi

Hãy nhặt giùm tôi xuân rớt lại
Của ngày xưa ấy tuổi thần tiên
Lật tung ký ức miền thơ dại
Tôi thấy em cười rất tự nhiên

Em đi guốc mộc khua ngoài ngõ
Vọng đến tim tôi nhịp rộn ràng
Chầm chậm chờ nhau chiều lộng gió
Cùng tôi sánh bước đón xuân sang

XUÂN ĐẾN

Rộn ràng con phố lên cơn sốt
Náo nhiệt thật vui phút đợi chờ
Đây đó nhạc vang lời thánh thót
Người người chào đón Xuân trong mơ

Dù chẳng đợi đâu Xuân cứ đến
Trần gian hạnh phúc đón giao thừa
Trầm thơm khấn nguyện lung linh nến
Xuân đã về rồi em biết chưa?

Những cánh mai vàng khoe sắc hương
Đong đưa ru nắng khúc nghê thường
Nồng nàn báo hiệu mùa xuân tới
Hoa của đất trời sao vấn vương

Mang bao cảm xúc vào năm mới
Xuân đến tình hồng khắp mọi nơi
Chợt thấy lòng mình như trẻ lại
Tâm hồn dào dạt thuở đôi mươi...

MỪNG XUÂN

Em hồn nhiên đón mùa xuân tới
Ríu rít trẻ trung tuổi dậy thì
Nhẹ gót hài vui trong nắng mới
Đẹp vô ngần mỗi bước chân đi

Đem thả tình mình theo ngọn gió
Cuối năm rộn rã tiếng ai cười
Vang vang câu hát ngoài đầu ngõ
"Xuân đã về rồi" thương nhớ ơi!

Tặng em một nhánh mai tươi đẹp
Gói trọn tình nhau đến vạn niên
Em mãi là hoa nên khép nép
Cho ta tạm trú chốn bình yên

Hạnh phúc nào hơn lặng lẽ chờ
Ru lòng thổn thức những vần thơ
Dẫu rằng thơ chỉ là sương khói
Khói tỏa tràn về ủ ước mơ

HONG TÓC

Em ngồi hong tóc đợi Xuân sang
Tóc ủ bờ vai nhỏ dịu dàng
Thương sao những sợi treo trên má
Còn vướng sợi nào em dối gian.

Ta với cuộc đời tên lãng tử
Gập ghềnh trên mỗi bước chân hoang
Dẫu buồn rong ruổi thân xa xứ
Xuân đến nhớ người chợt xốn xang

Nỗi nhớ đem theo suốt cuộc đời
Sao nghe nằng nặng tiếng lòng rơi
Lần trang thơ cũ soi tình lỡ
Mộng cũng tàn theo năm tháng vơi

Vòng tay ôm trọn nàng Xuân tới
Thương sợi tóc ai sớm bạc màu
Đã hết một thời may áo mới
Xuân về bỗng thấy dạ nao nao. ∎

NP PHAN

BÓNG XUÂN THÌ

ngày rất lạ trượt qua từng ngọn gió
đêm long đong mộng mị sẽ về đâu
này sông suối, này chút hương hờ hững
khúc tiễn đưa, ai hát dưới chân cầu

đã nhạt nhòa một hoàng hôn lộng lẫy
chút nắng ngoài kia chưa nhập cuộc phai tàn
mùa rất vội mà bạt ngàn nông nổi
chút duyên tình cho khăn áo xênh xang

em hãy thắp lên những mùa mong đợi
ở phía chân trời, một bóng chim di
một chiếc lá xanh thầm thì mộng tưởng:
ai đón ai đưa chiếc bóng xuân thì

BƯỚC KHẼ MÙA XUÂN

bước khẽ em ơi, tơ trời rất nhẹ
sương ngập ngừng và nắng xõa trên vai
chút môi thắm và mắt cười đâu đó
cho ta về thương một nhánh sông dài

bước khẽ nhé em, gió mùa diệu vợi
giọt sầu đông còn vướng bên thềm
bàn tay vẫy một mùi hương xao xuyến
em mùa xuân, nên người mãi đi tìm

bước khẽ em ơi, đôi chân gót nhỏ
bước chân vui về với đỉnh yên bình
bước xa vắng bên lối gầy hoa cỏ
bước lụa là một chút chông chênh

bước khẽ mùa xuân, em ơi bước khẽ
xuân dịu dàng và xuân sẽ tùy duyên
bước khẽ mùa xuân, em ơi bước nhẹ
xuân vô cùng và xuân mãi uyên nguyên

MỘT ĐÓA HOÀI XUÂN

1.
chỉ là một sự vô tình
khi em đánh rơi một mảng trời xanh
vào lòng chiếc giếng cạn
để rồi từ ngần ngơ tiếc nuối
đã nảy mầm
một đóa hoài xuân

2.
sự thinh lặng đã nấp vào đêm
ủy nhiệm cho một cành hoa trắng

đã không còn sắc hương
không còn hiển hiện trong trí nhớ
của bất kỳ ai
làm đại diện cho mình

3.
khỏa lấp âm thanh chiều mỏng manh
trong tỉnh thức đau đáu
đã mai một dưới dấu chân buồn
là dấu tích giả tưởng
làm nên giấc mơ hồn nhiên
của mùa cũ phôi phai

4.
đôi cánh phù du
đã bay lạc vào khu vườn hoang tưởng
không còn biết lối về
chỉ còn duy nhất một niềm hy vọng nhỏ nhoi
là một bàn tay vẫy
từ trong quá khứ mù sương

XUÂN KHÚC

gió mùa đang thì con gái
cho nên rất đỗi dịu dàng
chút nắng vàng ươm như lụa
mơ hồ một nẻo xuân sang

mơ hồ làn hương đâu đó
rộn ràng một khúc xuân tươi
ta nghe đất trời rộng mở
cầm tay nhau ấm môi cười

những nụ mai vàng chúm chím
trong lòng người đã mãn khai

bước vào vườn xuân bất tận
ngẩn ngơ gặp đóa xuân hoài

mai mốt về thăm tuổi nhỏ
ta tìm lại chút xuân xưa
mùa xuân u hoài năm tháng
nhớ thương biết mấy cho vừa

ĐÓA XUÂN VÔ ƯU

có những con đường
hình như còn mê ngủ
dưới bóng những ngọn đèn vàng
có ai đó đã cất bước ra đi
vào mùa xuân này
không kịp nói lời từ giã

có những chuyến hành trình
không có điểm đến
những buồn vui giao thoa
thế kỷ nào sẽ ở lại
để còn đong đếm thiệt hơn
trên những ngón tay ngờ nghệch

những ngã ba
kết nối tiền duyên
trên cánh đồng hoang vu
có thể nở đóa xuân vô ưu
đã gieo từ tiền kiếp

có thể sẽ chẳng có chuyến trở về
con đường đã rẽ lối
về phía phù hư
nhọc nhằn và hệ lụy
chỉ còn lại một chút vọng âm

con đường dưới chân ngập tràn ảo ảnh
không người
không bóng
không cả tàn phai

ĐOẢN KHÚC XUÂN

sang mùa

một thoáng xuân vừa đi qua ngõ
xanh mướt mùa em đã rộn ràng
một chút tàn đông còn rớt lại
hồn thơm cổ tích gọi mùa sang

mùa sẽ giêng

rồi đến lúc sẽ thôi ngày mưa gió
mùa sẽ giêng cho nắng mới ra ràng
em sẽ mặc chiếc áo hồng thuở nọ
xuân đằm hương và hoa cỏ xênh xang

xuân ở lại

sẽ có những mùa xuân còn ở lại
để đắm say trong chút nắng thơm nồng
nghe rất nhẹ một làn hương lặng lẽ
đến bao giờ mới nói với mênh mông?

mấy độ xuân thì

con sông đã bỏ cội nguồn
suối khe dằng dặc nỗi buồn phân ly
con đường khởi sự hồ nghi
khóc cho mấy độ xuân thì đã qua

hương mùa xanh

ngày chợt vắng, hương mùa xanh quyến rũ
dắt tôi đi qua cõi ta bà
màu nắng dịu cũng đủ vừa độ lượng
con sẻ nâu về đậu giữa thềm hoa

GIẤC MƠ GIAO MÙA

có lẽ sẽ chẳng còn lại gì
khi giấc mơ mùa xuân đã qua
con họa mi năm xưa
đã không còn hót theo những giai điệu cũ
những giai điệu dịu êm
đã từng thất lạc
trong tiếc nuối ngỡ ngàng

chẳng còn lại gì
ngoài con đường gầy guộc
trở mình trong cuộc phù sinh
lay lắt hoàng hôn
đêm gợi nhớ mùa

chút thinh lặng rồi cũng tan biến
vào ngày thôi nôi của biển
những cánh hải âu chập chờn
không nói gì về những cuộc tồn vong
những chuyến hải hành
không hẹn trước

chẳng còn lại gì
khi chút hừng đông nhạt nhòa vụt tắt
chiếc lá buồn
đã từng nhỏ giọt nước mắt xót thương

cho niềm tin cạn kiệt
vào ngày vắng bóng mặt trời

tất cả
lặng lẽ đến
trầm ngâm đi
chẳng còn lại gì
ngoài một giấc mơ giao mùa

BÀI NĂM MỚI

một chút nắng cũng ngập ngừng tiếc nuối
một chút sương đã dại dột lìa trần
một chút gió cũng lặng thầm thổn thức
một chút mưa đã từ chối thanh tân

một chút tóc cũng rối bời mây hạ
một chút bàn tay vẫy bỗng hiền khô
một chút bờ vai thong dong phố thị
một chút mắt môi thảng thốt đợi chờ

một chút năm mới cho lòng đắng ngắt
một chút khoảng không cho đôi cánh tưng bừng
một chút biển cho mặn mòi nguyện ước
một chút thảo nguyên cho xanh mùa dửng dưng

một chút thầm thương biến thành trộm nhớ
một chút say, một chút tỉnh, chút buồn vui
một chút tình cho ta lao đao lận đận
một chút duyên cho ta ruổi rong đời ∎

(Nha Trang)

PHẠM CAO HOÀNG

Cuối Năm Ở Trạm Hành

ngó quanh chỉ thấy rừng tiếp rừng
một trời sương trắng phủ mùa đông
những bông quỳ nở cùng hơi bấc
quê nhà tan với bóng sương tan

mẹ ạ, con đang ở Trạm Hành
trời đang mùa rét lạnh căm căm
cuối năm vượn hú trên kè đá
con hát nghêu ngao hát một mình

con bước lang thang bước dặm trường
nhủ lòng đâu lại chẳng quê hương
ở đâu cũng dưới trời thương nhớ
một bóng cò lặn lội bên sông

mẹ ạ, con đang ở Trạm Hành
nơi đây còn những khóm su xanh
những vườn mận chín mùa xuân mới
những đồi trà thơm ngát bình yên

những chiều hiu hắt bóng sương rơi
con thở bằng hơi thở núi đồi
con bước cùng sương đi với khói
con ăn gió lạnh uống mây trời

mẹ ạ, con đang ở Trạm Hành
đâu đây trời đất báo xuân sang
con bỗng nghe lòng con rộn rã
tiếng quê nhà giục giã trong con

cuối năm, ừ sắp hết năm rồi
nơi đây còn một bóng con thôi
ngó quanh nào biết đâu phương hướng
quê nhà, nghe xa lắc, mẹ ơi!

Trạm Hành, 12.1972

ĐÃ QUA RỒI MỘT MÙA ĐÔNG

hôm em ở bệnh viện về
cụm hoa trước ngõ cũng vừa ra bông
đã qua rồi một mùa đông
và qua rồi những ngày không tiếng cười
em đi xe lăn mà vui
lăn đi em nhé cho đời bớt đau
tôi đưa em ra vườn sau
để nhìn lại mấy luống rau em trồng
hái tặng em một đóa hồng
và chia nhau nỗi long đong xứ người
em đi xe lăn mà vui

lăn đi em nhé cho vơi nỗi buồn
đưa em về phía con đường
có con sóc nhỏ vẫn thường chào em
hát em nghe bài *Je t'aime*
kể em nghe lại chuyện tình Cúc Hoa
em đi xe lăn về nhà
mùa xuân nhè nhẹ bước qua bậc thềm

Virginia, 3.2012

GIÃ TỪ NĂM CŨ

thức cùng em đêm giao thừa
giã từ năm cũ cũng vừa đi qua
một năm bầm dập đời ta
lên bờ xuống ruộng quá là gian nan
một năm vẫn thở không than
vẫn yêu tha thiết tiếng đàn Schubert
vẫn thơ thẩn vẫn bạn bè
rượu dăm ba chén, say, hề văn chương!
vẫn cùng em trên con đường
đi tìm lại những giọt sương năm nào
thức cùng em đêm chiêm bao
giã từ năm cũ xin chào tân niên
em thêm một tuổi thần tiên
chúc mừng em, người vợ hiền của anh ∎

Virginia, 1.2022

PHẠM HẢI ÂU

Xuân Có Hay

Cúc tần xanh đầu ngõ
Xuân ơi xuân có hay
Nói bao lời nồng say
Bên đào - mai, bừng nở
Chạm giọt sương long lanh
Vỡ òa trên thảm cỏ
Ríu ran bầy én nhỏ
Trên bầu trời xanh trong

Bình minh giục nắng hồng
Xuyên qua từng tán lá
Mắt xuân cười nghiêng ngả
Làm mới cả lòng ta ...!

NỖI NHỚ THÁNG BA

Em vùi mình trong nỗi nhớ tháng ba
Mùa hoa sưa nở trên cao vời vợi
Hương nồng nàn bồng bềnh trong nắng mới
Én chao ngang trời tìm thương nhớ trao ai?

Tháng ba về nhắc nhẩm chuyện lứa đôi
Hoa bưởi nhà ai sau vườn bối rối
Cùng bướm ong vui đùa mỗi sớm
Bay ngả nghiêng bên giậu thoảng đưa hương

Tháng ba này, gợi nhớ tháng ba xưa
Hoa sim tím, ép phong thư mực tím
Ngày anh đi, tay trong tay bịn rịn
Chí tang bồng... anh làm lính biên cương
Nơi quê nhà, ghim nỗi nhớ vấn vương

Với tháng ba ngạt ngào hương hoa bưởi
Hoa gạo đỏ đường nhớ bài học cuối
Trống tan trường... ai nhặt cánh hoa rơi...
Tháng ba về để nỗi nhớ không nguôi...! ■

PHAN HUYỀN THƯ

THỰC DỤNG HƯ VÔ

(Mười bảy đoản khúc viết cho mùa xuân và quê hương)

1.
Bốc hơi từ tham vọng ẩm ướt
chỉ mồi chài được
thực dụng hư vô.

2.
Tiếng cựa mầm cây lá nhọn
hom hem mùa đông
căm căm cúi đầu nhịn rét
bừng mở vòng tay
vồng ngực rừng lá thấp
ngành Quyết
mở màn thuyết trường sinh.

Giấc mơ tầm thường làm kén
hóa ngài trăm trứng
giấc mơ nổi loạn bươm bướm
lòe loẹt cám dỗ bóng đêm
giấc mơ cao siêu
không khiến tình yêu bất tử.

3.
"Mùa cổ điển" gọi Chí Hoan*
ngông nghênh mảnh gương xanh
bầu trời tròn xoe
gương cầu lồi mắt ếch

Giăng quanh đầm lầy mạng nhện bát quái
luân hồi hóa giải
lũ sâu đục thân nhâm nhi
nỗi buồn trưởng giả
thớ gỗ học đòi
cọt kẹt ẩn ức
tham vọng siêu thoát
nứt nẻ vỏ cây.

4.
Tia nắng đầu tiên là sợi chỉ dài
khâu hai mảnh ngày và đêm
thành áo choàng kiêu sa
tuổi dậy thì trong suốt
chẳng là gì
nếu
thời gian không cào lên mặt đầm lầy
vết xước
nhận thức cuộc sẹo truân chuyên.

Một ngày qua đời
đầm lầy vô cảm

cái chết phục sinh ngày mới
mặt trời biến thế gian thành một cõi
nhàm chán
đơn điệu đến nỗi
mỗi ngày tự tìm
một cách quyên sinh.

5.
Mạch nước nhỏ
len lỏi rừng sâu
tìm đường truy hoan
rụt rè đâm vào đầm lầy
nổ toang màng bong bóng cá.

Mặt trời bắc bếp
đặt lên chiếc bình
pha trà
hồng hào ham muốn
vật chất lên men
tế bào mục ruỗng
cuộc sinh tồn bắt nhịp
tia cực tím mộng trưởng thành
lão hóa
vô vi.

6.
Áp suất
không khí ấm dần lên
lũ bùn non phát sinh
những tranh giành tanh tưởi
bọn thủy-tức-a-míp-đơn-bào
bắt giọng hòa nhịp
bọn địa-y-hạt-trần-hạt-kín-lá-kim-lá-kép
đồng ca đón nhận
ban mai.

7.
Những hoa xoan
nhẹ dạ
lửng lơ xoay
không lượng gió
mưa phùn đông lạnh
không tuyết băng

Đầm lầy cựa mình
từng đốm lập lòe
ánh sáng xanh đánh dấu
chuyển động thị giác

Đom đóm về
tiết điệu hạt mưa

Đầm lầy xáo động
lật ngược dải ngân hà
vòng xoáy lỗ đen vũ trụ
cơn gió chập chờn
nghi ngờ cam chịu
đầy bụi sao bay

8.
Những cây ngủ đông
mộng du trên cao
không chịu nổi giấc mơ
rùng mình
trút xuống đầm lầy
nghẹn ngào chùm hạt rớt
bing boong
bing boong

Tiếng chuông pha lê
vỡ tan mặt nước
đầm lầy tổn thương tiền sử

tiếng gõ cửa dịu dàng
tiếng gõ cửa
mùa xuân.

9.
Thanh
âm của gió
là khí quyển của chim
loài lông vũ
có thói quen nhảy múa

Độc diễn cô đơn
biên đạo không khí
vũ điệu bầy đàn
vũ điệu của cam chịu
vũ điệu sáng tạo
vũ điệu lầm than

Đầm lầy chật chội hơn
những âm thanh hỗn loạn
vô luân bon chen ganh ghét
thế giới của loài
chim nằm
không gian đứng
chia cắt rung động hạt
ma sát vụn nhỏ
từ trường không bền vững
hiệu ứng cánh bướm
thực hành chuyển động
lý thuyết dây.

10.
Bất ổn
và khó tin
trong cả rừng âm thanh

đầy chặt vòm cây
đầy chặt cành lá
nêm kín những khe hở
đầm lầy đậy nắp hầm
tiếng chim.

Vẳng từ thẳm sâu
một con hoảng hốt
"Bắt cô trói cột"
rừng cánh loạn xạ nháo nhác
cơn lốc hót vụt bay.

11.
Yên tĩnh trả lại đầm lầy
rừng sâu bay về đơn độc
bắt cô trói cột
bắt người trói yêu.

Xước xát mặt nước
đầm lầy râm ran
ếch nhái vocal
"bắt nhau
trói buộc
bắt nhau
cô độc
bắt nhau
tuyệt vọng
bắt mình
bắt nhau..."

12.
Sâu trong thớ gỗ
mọt nghiến
răng báo động mùa trở dạ
những phục sinh

mùa hồng màu hạ
nháy mắt làm duyên.

Thiên thần cầm cây cung
Viết Xuân** giương tên
nhắm thẳng mặt trời
bắn.

Mặt trời
vỡ ra thành trăm ngàn mảnh
vương vãi khắp đầm lầy
nhũ thiên nhiên
rũ bỏ xiêm y
theo tiết tấu uy quyền
sấm quyến rũ
tỏ tình mùa rụng
rơi.

13.
Mưa phi đầy tên nhọn
xuống đầm lầy
những chiếc kim hoan lạc
sự sống đội bùn
chống lên những mầm cây
hoang tưởng
Cộng sinh

14.
Nước
chưa bao giờ là kẻ chung tình
mà luôn yêu say đắm
"Lưu thủy hành vân"
triết lý cuộc sống
một chảy một trôi

Mây ở cuối trời
nước ly hương
lưu vong
lang thang xin visa mạch ngầm
tìm đường về thăm mẹ

Nước
chẳng tội gì chung tình
yêu bằng ảo giác
mềm
chạy bằng ảo giác
thoát
mềm buộc chưa chặt
không trói nổi tiếng chim.

15.
Mưa sữa
gió ru ngủ
chim
đứng giữa trời không thèm bay nữa
dang cánh tự tử
trong mây ở cữ
nước không còn đóng băng thành sữa
quê hương không là mẹ
quê hương chỉ là hương

16.
Tự ru khúc vĩ cuồng nứt nẻ
bằng ảo giác
mòn
chảy bằng ảo giác
bay

Về nhà thăm em
về quê thăm bố

17.
Nước
đã nhiều lần băng
sương
đã nhiều lần khói
phóng lên trời say
trắng bay êm ái
xám cười vụng dại
hạt rơi buồn
mưa có giống ta không. ∎

31-12-2004

* *"Gửi một mùa cổ điển" tên tập thơ của Nguyễn Chí Hoan*
** *Nguyễn Viết Xuân, Anh hùng lực lượng vũ trang nhân dân với câu nói nổi tiếng: "Hãy nhắm thẳng quân thù mà bắn".*

PHAN MINH TA

Bông Vạn Thọ Mùa Xuân

Mấy Tết rồi không mua bông thọ
sáng tưng tưng về với mẹ dưới quê
thấy bông thọ... mẹ cười vui sướng
con đứng nhìn... "dzui" lắm "dzui" ghê!

mấy Tết rồi mùa xuân như rứa
lòng của ta nhớ mẹ quá chừng
cũng nhớ cha, một thời bom đạn
Tết gom "mai rừng" về cắm trước sân

mấy Tết rồi, mẹ đi... xa vắng
về chiêm bao hay dải ngân hà
hoa vạn thọ bây chừ xa lạ
mẹ bây chừ như những sao xa...

thôi goodbye... mấy bông vạn thọ
mình bây chừ chỉ ngắm bông thôi
mẹ của mình không còn đây nữa
thọ vàng ơi, như giọng ve sôi!

Lâu Rồi Cha Mẹ Không Đón Mùa Xuân

Lâu rồi cha mẹ không đón mùa xuân
Ông bà lên nớ (*) để buồn lại đây
Nhà vườn con để bầy hầy...
Cây xanh bị đốn, xuân này hết bông

Mấy xuân nhà cửa trống không
Xưa bông vạn thọ con bồng về chưng
Lâu rồi, con như người dưng...
Ngỡ như hờ hững chưa từng ngồi đây!!!

Mùa xuân xưa nhà đủ đầy
Mẹ sắm áo mới, quần tây hẳn hòi
Thằng nhỏ, thằng lớn lai rai
Mẹ cho tiền lẻ hoạnh tài bầu cua

Nắng xuân đẹp gió se sua
Qua ô cửa lá đong đưa rất tình
Chim bay vàng nắng bình minh
Bướm ong sàm sỡ rập rình mai hoa

(Cha đưa mai từ rừng xa
Năm cánh nở rộ nhởn nha xuân thì)
Xuân chừ sầu cảnh biệt ly
Cha mẹ trên nớ con thì trần gian

Trên "nớ" là cõi thiên đàng
Mùa xuân rực rỡ, đèn vàng, đèn xanh...
Xuân trên nớ, không chiến tranh
Có chăng những cụ... thành danh thánh thần

Ước gì cha mẹ "đằng vân"
Về ngay thành phố, cho gần gũi con

Còn cha mẹ "gót như son"
Còn mùa xuân ấm đầu non, cuối ghềnh!!!

(*) trên nớ chỉ nơi chốn, tiếng địa phương Quảng Nam
saigon, 20/11/2021 (1 h rạng sáng...)

Mùa Xuân Lung Linh

Mùa xuân lung linh, leo qua ô cửa
xiêm y, bộ cánh thiên thần
thật tươi vui, nàng xuân thơ dại...
lượt là quyến rũ nhân gian

muôn hoa tưng bừng tráng lệ
em say đắm mộng xuân thì
gót chân ngà ngọc yêu dấu
nhẹ tênh mây trắng vân vi

Mùa xuân trên cung la thứ
Hợp âm tràn dịu mát trái tim
đời "có mùa xuân ở mãi"(*)
giai điệu u hoài triền miên

Mùa xuân Hàn giang Đà Nẵng
lờ lững đò xa cồn cát xưa
Mùa xuân đi qua cung đường quen thuộc
Ngày tháng ai chờ ai đưa

Mùa xuân qua con hẻm nhỏ
Sài Gòn - Bến Nghé - Tourane (**)...
Mấy đời mùa xuân tim tím
Gói trọn đôi bờ bể dâu...

(*) thơ tình D h Ly?
(**) sông Hàn Đà Nẵng

MÙA XUÂN VỀ NỬA ĐÊM

Nửa đêm tôi diện chưng đồ
Mẹ mua mới rợi cái nào cũng thơm
Nằm ngủ mà bụng "lơn tơn"
Trông cho trời sáng, trụ đơn ^(*) ngõ rồi

Tuổi thơ, Tết, thật bồi hồi
Quần áo, dép mới ôi thôi sướng người
Mẹ cha nấu bánh, tôi ngồi
Nhìn từng cây củi rạng ngời lửa vui

Mùa xuân có cớ tới lui
Bầu cua cá "cộp" ^(**) chợt cười chợt nghiêm
Xóm ấp đình miếu "linh thiêng"
Ba ngày xuân nhựt đẹp miền quê yêu

Nhà nhà "dzui hơi bị nhiều"
Ông chúc bà chúc nhiều điều vui tai
Khỏe mạnh, tiền bạc đủ xài
Miền quê xuân sắc hoa mai rực vàng...

Tết quê đậm đà an nhàn...
Trai thôn, gái xóm đường làng hẹn nhau
Phong Thử, Đa Hòa "chộ" ngay
Ba ki-lô-mét, có nhau liền liền

Mùa xuân hoa cỏ hồn nhiên
Nuôi quê vui sống ngoan hiền trong tranh...
Tết xưa còn đây, rành rành
Tôi như nhỏ mãi chưa thành trung niên

(*) đứng một mình, chờ lì xì ...
(**) câu nói của ông bà xưa, tính địa phương
(bầu cua, trò chơi dân gian)

Mùa Xuân Hoa Nở

Mùa xuân vườn xưa có hoa huệ nở
Có hoa mai vàng rực trên cành
Có con đường xanh xanh cỏ tranh, cỏ gú...
Có những con gà còn ngủ nướng trên cây

Hoa Sa Đéc theo kênh Lấp Vò về thành phố
Kênh nước vàng lay động ghe thuyền
Hoa cúc vàng, hay hoa cúc tím ...
Một mùa xuân, Nam bộ khoe duyên

Đường xuân chuyển trùng trùng lớp lớp
Gánh với gồng anh chị khỏe vui tươi
Trong gánh gióng tiền tươi "từng bó"
Mùa xuân quê trong ánh mắt môi cười.

Thoang thoảng gió nồng nàn hương lúa...
Nắng, bùn non, con cá quẫy thơm đồng
Đất nước thanh tân, vòng tay rộng mở
Nằm im nghe gió lạnh cuối đông.

Mạch sống xuân chảy tràn lối phố
Người theo người dạo bước thong dong
Sắc áo màu quần tô son điểm phấn
Khuôn mặt đời rạng ửng xuân hồng ■
19/11/2021

PHAN NGỌC HẢI

Tờ Lịch Cuối Năm

Bâng khuâng vét chút Hoàng hôn… muộn!
Mỉm cười – vạt tóc, muối đằm sâu…
Nâng niu tờ lịch cuối năm…. rụng!
Gom nốt tàn hương – dựng tháp… Sầu!!!

Vào Xuân

Chiều qua cầu Bình Triệu
Nhìn dòng nước xót xa
Ngỡ đời mình chìm nổi
Chạnh lòng thương ngày qua.

Ngày xưa mưa ướt áo
Ấm bàn tay đan nhau
Chợt Thu sang giông bão
Tình Yêu xanh thay màu.

Bao năm rời chốn cũ
Phong ba kín đời Thơ
Thị thành lo cơm áo
Không ai - người đợi chờ!

Chiều nay trời vẫn nắng
Hồn nghe hun hút buồn
Phố: người, hoa rực rỡ
Giật mình: đã MÙA XUÂN???!

NGÀY ÁP TẾT

Ngày áp Tết, hồn xao xuyến lạ
Tiếng chim reo, nắng lụa viền mi
Nắng trốn mây, nấp vào kẽ lá
Em ngẩn ngơ, gió hát – thầm thì.

Ngày áp Tết, anh về đất mẹ
Giũ bụi tha hương. Tắm ao nhà
Lấp cách ngăn, bao năm dâu bể
Thắp trầm hương – viếng mộ... mẹ cha!

Nắm tay nhau, ta vào phiên chợ
Anh ngỡ ngàng – đâu "Bức tranh quê"?!
Quần thẫm, áo nâu – chìm... cõi NHỚ
Nhộn nhịp bán mua. Hàng... tràn trề!

Ghé chùa làng, nay thành cổ tự
Anh trao em nhánh Hoàng Điệp xưa...
Dâng nén nhang, hỏi "thầy năm cũ"?
"Viên tịch rồi". Tháp nhỏ... rêu mờ!

Ngày áp Tết, xôn xao... chi lạ
Rộn rã đường quê, rộn rã... lòng
Phải Mai nở sớm... cười cùng lá
Hay giữa hồn – bếp lửa... TÌNH XUÂN
28/01/2013

THÁNG GIÊNG

Tháng giêng đẹp!
như trang vở mới,
Nắng xôn xao
tựa mắt ai cười!

Hương lúa chiều
thoảng thơm rời rợi
Ngọn gió đồng
lướt vội môi tươi!

Tháng giêng đẹp!
Tiếng chim vừa gọi,
Hình như Xuân
... chưa vội xa người.

Xin khép lại
ưu phiền – năm cũ,
Xin nỗi buồn ...
xa hẳn – Anh, Tôi!!! ■

PHAN NI TẤN

Gánh Xuân

Tôi cột tuổi thơ tôi trên đòn bánh tét
Để nghe nó reo ngoài ngõ xuân về
Nó gánh xuân đi cong đòn kẽo kẹt
Lặc lè lặc lẹo làm trẹo cả hồn quê

Tôi dắt tuổi thơ đi dung dăng dung dẻ
Về nghe tháng giêng mừng tuổi vang trời
Tay bưng tài lộc tay bồng phúc đức
Ông thọ sún răng méo cả miệng cười

Tôi đội lên đầu tùm hum chúm vỏ bưởi
Con mắt nghe cay đọt lá trên giàn
Dưa hấu bụng tròn lăn vô góc bếp
Làm gãy mùi hương của nhánh hoàng lan

Tôi cuộn tuổi thơ trong miếng bánh tráng
Chưa kịp nuốt câu mỹ vị thơm lành
Chú ruồi bất nhơn vèo vô báo hại
Tôi phun phéo phèo ướt cả mặt trời xanh

Tôi cõng tuổi thơ lội đồng xuân lấp lánh
Đất nứt chui lên những cọng hoa hiền
Mùi quê đi qua cầu tre lắt lẻo
Dựng lại câu hò câu hát ngả nghiêng

Trèo lên trái núi tôi gặp con chiền chiện
Láu táu nó la ngoài phố lân về
Tiếng trống cắc tùng chen trong tiếng pháo
Cờ xí mừng reo rợp bóng trẻ thơ

Đón một chút thương vừa đi qua ngõ
Vạt áo ai bay rối cả con đường
Cái nắng trong veo trời treo trên ngọn gió
Cũng ráng rụng vàng theo tiếng guốc hương

Đi qua tuổi thơ gặp cơn mơ luống cuống
Thả cái cò bay trong tiếng à ơi
Câu hát ngày xưa cũng lẩn quẩn líu quýu
Níu đóa thanh tân về nở giữa hồn tôi.

NĂM MỚI

Vô chùa lễ Phật đầu năm
Tụng kinh lớn tiếng cho tâm từ hòa
Mở lòng cho thoảng gió qua
Nhẹ như phơ phất cánh hoa ưu đàm

Vô chùa khoác áo tràng lam
Trầm tư mặc tưởng tự tham vấn mình
Đàn mùa xuân đậu trên cành
Hồn quê cũng gắng gượng thành lộc non

Bao giờ dạ hết biết buồn
Hóa thân Hoạt Phật băng nguồn về xưa
Đội tàu lá chuối đụt mưa

Ngồi nghe lả ngọn gió đưa hương đồng

Bao giờ bước lại lối mòn
Năm xưa ngày nọ có còn cây đa
Có còn sầu lẻ bóng ta
Lặn trong tiếng suối lội qua nẻo ngàn

Vô chùa thắp một nén nhang
Thấy gò tâm đạo nửa tàn ngày xuân
Ước chi gặp bữa thanh bần
Xin thèm miếng sáng trăng gần đáy tâm

Hương trầm ẩn giữa lá xăm
Thuận người cầu đạo hương thầm bay ra
Thành câu kinh kệ ngân nga
Nghe như đồng vọng nỗi nhà hắt hiu

Lên non theo lụn nắng chiều
Gặp trong niên thiếu những điều hàm oan
Cõi lòng ẩn giọt chứa chan
Ứa ra rửa tội giải oan ta về

Lòng còn thơm ngọn gió quê
Thổi đâu từ thuở bờ tre mới trồng
Kể từ cách trở núi sông
Cây tre ngọn gió phiêu bồng đến nay

Vô chùa hái đóa hoa bay
Hương thơm còn đọng ngón tay xuân thì
Lời ai thoảng tiếng nhu mì
Hiền như xâu chuỗi mẹ trì biến kinh

Dang tay nện một tràng kình
Thả vào nhân thế cái tình Chân Như.

MÙNG BA TẾT

Ngày thứ ba
đến bên ngưỡng cửa
nơi một cặp vợ chồng trẻ vừa đi qua
với hai đứa bé
Những hạt mưa như những lời dặn nhỏ
Những nhọc nhằn đèo trên mỗi chuyến xe
vừa đạp qua bên ngưỡng cửa

Những cơn gió đầu năm mang màu xám
bất ngờ
cũng vừa đi qua sáng nay bên ngưỡng cửa
nơi tôi đứng đợi chờ em
với một màu khô trong hốc mắt
Còn cái im lặng như câu kinh
trong miệng tôi không tụng niệm
cái im lặng xé lòng chảy máu thành tiếng kêu
gọi tay tôi chạm trúng ưu phiền

Tôi có cần khuyên nhủ không
thời gian tôi đứng đợi
Hay cứ coi như không có em
trong cuộc đời này
để em không phải đến
anh không phải chờ

Mặt trời đã lên
Bóng thời gian đã tràn trên ngực
Lồng ngực quen những lời nói thực
Vậy mà mỗi đêm trong tiếng hát tôi
hay từ sau những khúc hát lặng lẽ trở về
tôi không sao cứu được
lời em chẳng tin tôi
Đôi khi tôi thấy không cần đợi nữa

ngày gió lên cao
để kịp chở về tôi những điều em chưa nói
Hay cũng không cần nữa
những lời tình tự của máu hẹn tóc em dài
Mái tóc mai kia sẽ lau giùm miệng tôi
ngậm những lời mệt mỏi

Buổi sáng
vẫn sầm mặt đi về phía trước
xô đẩy nhau loạn đả ngoài đường
Con chim sợ những nụ cười
Hàng chữ hư hao núp sau khóm giấy

Buổi sáng ở Sài Gòn
mặt trời không còn đẹp nữa
Đời sống vẫn hư hao
và ngày cũng sợ như đêm
Trong khi những cái chết đầu tiên của năm 1975
tan nát quay về
từ những trại "cải tạo" ngoài Việt Bắc
hay trong những khu rừng rậm miền Nam
Tội ác vẫn lạnh lùng tháo gỡ những niềm vui
Ruồng bố tự do
Giam cầm hạnh phúc
Khắp nơi những con mắt thanh xuân nói lời từ biệt
đẩy chân mình ra ngoài biên giới
Tôi phải nói sao cho những bàn chân kia biết rõ
Từ lâu thuốc men và những cuộn băng
đã bán ra khỏi các bệnh viện
Tôi chỉ là những cánh chim bằng gió xa về
Là tên của những ngọn đèn lồng rụt rè soi chiếu
Là đầu ngọn bút màu đen ghi nhận
Tôi ghi nhận những buổi bình minh đang lên
Và những buổi hoàng hôn đang xuống
Nhưng buổi đó đã kể tôi nghe rất rõ
về nỗi khổ đau của con người
Đời là một góc phố

nơi đó trải lên những tấm thảm kịch
Tất cả đều câm nín và lẫn lộn
Tất cả đều bị ném lên trên
cùng một con đường đã vạch sẵn
để ta cùng đi đến tận cùng nỗi suy vong
Tôi suy vong với cái ly ném qua cửa sổ
Bạn suy vong với cái miệng khóc cho tình yêu buồn thảm
Tổ quốc suy vong với lịch sử máu chảy quanh mình

Tôi biết phải làm gì
Và tôi đã nói gì với tôi
sáng nay bên ngưỡng cửa này
nơi tôi đứng đợi chờ em
với một màu khô trong hốc mắt
Và bởi vì ngưỡng cửa
vẫn trống hình em không thấy tới
nên gió vẫn thổi tan đi những khúc hẹn hò
những khúc trầm trầm
như những hạt lửa nhỏ bỗng thấy mình hổ thẹn
với yêu thương
đã công khai
cúi xuống
lụi tàn.

TIẾNG XUÂN

Tiếng hát êm như là mơ
Dư hương động mãi trong thơ anh ngồi
Câu thơ đứng dậy bồi hồi
Dang tay ôm siết mấy lời tâm ca

Mỗi lần em rót xuân ra
Lạ lùng anh cũng trôi qua vội vàng
Đôi khi trong một giọt đàn
Lời em vẫn thấm vào ngàn năm bay

Cảm ơn đôi môi hát này
Và cơn tóc biếc bung đầy sợi xuân
Tiếng mưa trẻ hạt rơi gần
Anh nghe như được tẩy trần trái tim

Vì em mơ làm cánh chim
Nên anh trầy trật đi tìm ước mơ
Đôi khi nghe giữa tứ thơ
Tiếng chim quyên hót ngọt bờ môi ngon

Áo về như một vết son
Phất phơ ngoài phố hoàng hôn đỏ trời
Câu ca đỏng đảnh ra đời
Long lanh trổ thắm bờ môi xuân thì ∎

PHAN VĂN THẠNH

Xuân Trong Tôi

1-
Mỗi năm, mỗi Tết. Xa tầm với
Tuổi mình lết tới chẳng thụt lui
Loáng thoáng xuân về ngoài bảy bó
Lớt phớt hồng phai thôi thế thôi

2-
Lặng lẽ sương mai đầu ngọn cỏ
Chếnh choáng càn khôn cơn tỉnh say
Giao thừa mê sảng hình hỏi bóng
Tỉnh giấc Nam Kha mộng trắng tay?

3-
Nhặt xuân trên tóc. Em ngày cũ
Dăm hạt nắng vàng đóng gói thơ
Mộng mị đêm thâu, người cố níu
Bèo bọt em về như giấc mơ!

4-
Mở cửa, xông nhà: con Mậu Tuất!
Nắng mới đầy sân, tỏ mặt người
Vòng tay rộng ôm chầm vũ trụ
Hỡi thi nhân đừng để vuột em?

5-
Ríu ran lời chim gọi
Hạt nứt mầm
Bung cánh lá
Ta vỗ mạn thuyền,
Thúc sóng sau xô sóng trước
Ào ạt cuồng ca gió bạt người!

6-

Ừ thôi.
Em về
Nắng xế đầu non
Chiều đã muộn
Hương xưa còn đó
Đêm ba mươi
Bật diêm soi bóng
Em & tôi
Cuối dốc đèo hoang hoải
Làm gì còn nhau
Mà thức đợi… ■

(Saigon, chào xuân 2018)

PHAN VIỆT THỦY

Giọt Nắng Xuân

Trên ngọn cỏ đồi cao
Vòng hoa đăng rực chói
Người nhìn lên chiêm bao
Bước chân đi réo gọi

Mùa xuân qua một lần
Cuộc đời là trao gởi
Tuổi trẻ quá phân vân
Ông già thì mòn mỏi

Hãy coi như buổi sáng
Có mặt trời sao mai
Có anh em thân mến
Có nụ cười trên môi

Ngày xa vút ngày ngày
Lưng hằn sâu dấu đạn
Người nhìn bóng chim bay
Qua chiều đông ảm đạm

Chim bay qua núi rừng
Sợ thời gian vụt tắt
Ngàn tiếng nói âm vang
Người say mơ hạnh phúc

Một sớm xuân mai vàng
Có hương trong nắng ấm
Ngồi đón hơi nắng tan
Cùng vui trong thanh đạm. ∎

PHONG CẦM

Xuân Như

Xuân như là mắt Nhỏ
Tặng cho ta mối tình
Ươm nụ Tầm Xuân biếc
Thương nhiều lắm biết không

Xuân như đôi tay Nhỏ
Tết qua nhà - pha trà
Và ta ngồi bên cạnh
Đọc thơ tình ngân nga!

Xuân hồng như môi Nhỏ
Dỗi ta phụng phịu buồn
Đi xa về quên mất
Món quà nhỏ dễ thương!

Xuân như làn tóc Nhỏ
Xõa bờ vai dịu dàng
Giọt sương xuân vấn vít
Long lanh chẳng chịu tan!

Nhỏ như xuân rộn rã
Xuân và Nhỏ ngọt ngào
Thơm tho như bánh mứt
Đầu năm Nhỏ mời nhau! ∎

PHƯƠNG TẤN

Nàng Tiên

Anh quỳ lót lụa dưới chân
Lụa thơm đầy gió cho thân là là

Là là cánh én bay ra
Én tha đầy mộng ngậm tà áo xuân.

Bông Hồng

Em cười chúm chím trong hoa
Lòng chen trong lá tình sa trong cành

Em, bông hồng của riêng anh
Của xuân lãng đãng trên nhành thơ ngây.

BƯỚM HÓT

Lượn lờ đọt lúa giỡn cây
Tre kêu kẽo kẹt vướng đầy bến sông

Mây xanh xanh, bướm hồng hồng
Ngọt ngào bướm hót giữa lòng thế gian.

BÓNG DUYÊN

Em cười yểu điệu mà mê
Chừng nghe xuân động bốn bề ra hoa

Ghét ghê o bướm điệu đà
Phất phơ cánh lụa la đà bóng duyên.

VỊN VAI

Sóng chao giữa chốn vô thường
Dưng không cuồn cuộn tình trường trong ta
Một o bươm bướm mặn mà
Vịn vai kẻ lạ khoe tà áo xuân.

TƯƠNG TƯ

Bướm hồng, hồng ngát sớm mai
Bay qua bỏ lại thiên thai giữa đường

Rụng đầy trong gió mùi hương
Hít hà lạ quá ta dường tương tư.

O Xuân

O cười hay tiếng chim kêu
Lúa reo hay tiếng xuân theo đất về
Trời cầm tà nắng vân vê
O che vành nón sum suê là tình.

Trăng chếnh choáng vịn môi xinh
O lòng ngọt lá, o tình ngọt rau
Môi o ngỡ có quệt trầu
Dàn trầu quệt lấy buồng cau sau nhà.

Tay o xinh ngỡ cành hoa
Cành hoa bầu nở la đà bóng chim
Mỗi ngón chân, một ngón duyên
Trổ ra mười búp sen hiền con con.

Mắt o xinh ngỡ lá non
Ô kìa đôi chú chim con rộn ràng
Dưng nghe trời đất mang mang
Gió thu mỏng mảnh se vàng sợi ghen.

Ôi chao xinh lạ là xinh
Lá che sợi nắng thả tình cho mây
Ồ trong vành nón thơm đầy
Hồn o và cả cỏ cây trong trời. ∎

QUAN DƯƠNG

Hai Đường Thẳng Song Song

Theo lý thuyết hai đường ray xe lửa
Nó luôn là hai đường thẳng song song
Sẽ cứ thế quay lưng mà đi mãi
Như người bờ tây và người bờ đông

Nhưng anh biết ở nơi nào đâu đó
Nơi đoàn tàu xuôi ngược lúc vào ga
Có một nơi được gọi là giao lộ
Đường song song vẫn gặp để cặp kè

Nơi bẻ ghi đó chính là định mệnh
Nơi thiên duyên lúc hai đứa đụng đầu
Là thiên mệnh nên tương lân đồng bệnh
Có chạy trời không tránh khỏi nắng đâu

Chạy không khỏi mắc chi chạy cho mỏi
Cũng như anh dù có chạy đằng trời
Kể từ lúc em đưa tay anh níu
Thì đời anh xem như đã thôi rồi

Hai đường thẳng song song em đừng nghĩ
Chờ đến nơi vô cực mới bắt đầu
Vì rất rõ cả anh em cùng rõ
Vô cực gần đâu xa lắc gì đâu

THƠ TÌNH THỜI THẤT THẬP

Nhớ lần đó khi anh mới gặp em
Vì tưởng lầm do ông trời sắp đặt
Nên đã dọn đời anh vào đôi mắt
Mà lại không hỏi ý kiến chủ nhà

Em thương tình không nỡ đuổi anh ra
Anh được trớn cất luôn chòi ở lậu
Rồi giải thích đó là do duyên nợ
Rất hiên ngang anh cột sợi tơ hồng

Làm như vầy anh cứ tưởng mình ngon
Nhưng khi hiểu thì té ra không phải
Nói cho đúng em mới là cao thủ
Hai tay không bắt chiến tự nhiên thành

Hai tay không em bắt gọn tù binh
Rồi tuyên án một trăm năm mới đủ
Đâu ai mượn anh đưa đầu vô rọ
Đành để thương ở mãi tới bây giờ

CHÀO SEATTLE

Chiếc phi cơ trốn nắng đuổi phía sau
vạch đám mây hồng sà xuống thấp
thành phố Seattle bước ra từ cổ tích
mát rượi như vừa mới tắm xong

Thành phố của em
nắng trồng môi vào nách lá
nắng sơn xanh trên từng vuông cỏ
nắng cầm tay anh khi bước xuống phi trường

nghe đồn nơi này mưa suốt tháng quanh năm
khi anh đến nắng dịu dàng đứng đợi
nắng nói với anh những lời không nói
anh bâng khuâng hứng từng giọt nắng hồng

Nắng cùng anh thiêm thiếp cạnh rừng thông
Hương nhựa thơm như lần yêu thứ nhất
trong giấc ngủ anh lắng tai tiếng guốc
một trăm năm khơi động
một lần

Mai anh về trồng đại cây diêu bông
Để mỗi ngày hái tặng em chiếc lá
Biết đâu được còn bao điều kỳ lạ
Xuân diệu kỳ ẩn chứa ở bên trong

Chụp Hình Là Một Cách Chặn Thời Gian Đứng Lại

Nếu sợ sau này lúc đó lâu thật lâu
Lâu đến nỗi anh không còn thể nhớ
Đôi mắt em chiều hôm nay thiếu phụ
Thì anh đây có cách chặn thời gian

Vẫn biết thời gian là thứ vô tình
Có thể khiến anh già và quên sạch
Lỡ như thế anh thà trong khoảnh khắc
Quên ông trời chứ không thể quên em

Nên em hãy nhìn thật thẳng vào anh
Nhìn vào máy chụp hình xem anh làm phép
Cái tích tắc anh bấm vô máy chụp
Là khoảnh khắc kia biến em đẹp vĩnh hằng

Dù sau này em nhăn nhúm tèm lem
Có trở thành một mụ già xấu ỉnh
Thì tấm ảnh chụp đây anh làm chứng
Em không già ít nhất đối với anh

Mai mốt này ai đó nói thời gian
Nó sẽ làm cho tàn phai nhan sắc
Em đừng sợ vì anh vừa hóa phép
Chận thời gian đứng lại cho hai mình

Nhiều chục năm sau em vẫn là em
Khi anh gặp tuổi hai mươi thuở ấy

Sau Buổi Tàn Đông

Sau buổi tàn đông vườn xơ xác
Vợ nhằn nheo nhéo suốt bên tai
Tức khí anh hùng ra dọn dẹp
Ngực thở dập dồn theo mồ hôi

Mới biết thế nào là lễ độ
Với câu lực đã bất tùng tâm
Lá rụng cành khô cây trơ gốc
Mệt bở hơi tai bụng chửi thầm

Đã vậy em cười nheo con mắt
Hỏi mé vài câu thật nhột lưng
Cái thuở chạy theo em hùng hục
Sao bữa nay không lấy ra dùng

Anh chơi xì phé đè con tẩy
Em nỡ lòng nào lật ngửa lên
Dưới đáy rõ ràng con 9 lủng
Bí mật đôi lần anh giấu riêng

Đâu rồi cái thuở còn trai trẻ
Năm ba thằng bạn tụm sa đà
Tán chuyện trên đời toàn gái gú
Chạy theo con nọ với con kia

Bây giờ muốn ói khi bắt gặp
Bất chợt dung nhan của chính mình
Trong gương cái đứa coi trời đất
Là chẳng ra gì. Nay xấu om

Em ngửa bài anh giờ đã rõ
Con đáy anh đè rồi phải không
Chim bay mỏi cánh quay về tổ
Số phận ông trời đã định em.

Trời định chạy đâu cho khỏi nắng
Anh xưa hung dữ nay thành hiền
Những khi đau ốm anh phát giác
Trong nhà có chứa một bà tiên

Lá rụng cành khô nằm trơ cội
Anh tiễn từng cây hồn thở ra
Bất chợt ngó lên trời lật ngửa
Thấy chùm mây xám chẳng còn xa

CÀNH NANH VỚI CON GÀ

Con gà cục "tát" lá chanh
Còn em không tát nhưng anh sưng hồn
Vết sưng từ thuở biết khôn
Rêm mình theo đến hoàng hôn bây giờ

Nhờ sưng anh biết làm thơ
Biết nịnh nọt dẫn dại khờ đi hoang

Con gà nó đẻ trứng vàng
Đâu bằng em rất rõ ràng kim cương
Gập ghềnh qua những khúc đường
Cùng anh chia ngọt xẻ thương xế chiều

Con gà nó yêu yếu xìu
Không dám thí cái mạng liều giống anh

Con gà đôi lúc lưu manh
Sáng em còn ngủ đoạn đành gáy chơi
Phá em sẩy giấc mơ rơi
Có anh đang đứng đợi nơi hẹn hò

Dù anh giờ tuổi cũng già
Nhưng khi anh gáy rất là đôi khi

Con gà chẳng tốt lành gì
Yêu xong còn ngạo "đời thì thế thôi"
Quay lưng phụ rẫy tức thời
Khác anh ở chỗ suốt đời còn mê

Con gà không biết làm thơ
Thất tình chỉ biết dầm mưa một mình
Co đầu rút cổ xấu ình
Hai cánh cù rũ má nhìn không ra

Anh tuy đôi lúc sa đà
Bồ đá bất quá muối chà vết thương

Một điều có lẽ khác thường
Khi con gà nuốt dây thun trợn tròng
Giống anh kiếp sống lưu vong
Quay nhìn lực bất tùng tâm quê nhà ■

QUẢNG THIỆN

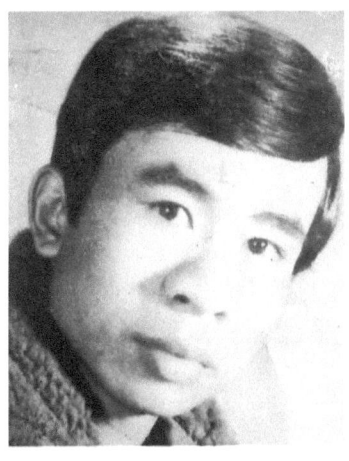

Xuân này

Xuân về còn gặp ta cứ vui
Bỗng sao vẫn thấy lòng bồi hồi
Người có còn không ngày gặp lại
Ta cười dở khóc dạ ngậm ngùi

Dẫu Xuân có còn xa cách nhau
Xin đừng nghĩ đến hoa phai màu
Lời tạ từ con chim viễn xứ
Nỗi buồn nào từ trái tim đau

Rồi một ngày niềm đau chôn sâu
Bao nhiêu năm ta tạc tượng sầu
Xuân có còn xin đừng quên hết
Ta về nhưng chẳng biết về đâu

Xuân ơi! Xin đừng nở hương cay
Giấu lòng vào nỗi nhớ từng ngày

Rồi một mai ta không còn nữa
Xin gửi lại Xuân nốt nhạc này.

XUÂN NÀY CÓ VUI ĐÂU

Khi Xuân đến người ơi
Rộn ràng ca tiếng cười
Nỗi niềm đau hạnh phúc
Tìm gặp nhau trong đời

Xuân về khác xuân qua
Còn đâu ở quê nhà
Tri kỷ dăm ba đứa
Giờ này một nẻo xa

Gió xuân hương thoáng bay
Không quên với những ngày
Rời quê hương đất Mẹ
Buồn nào ai có hay

Ta làm cây thiên di
Đường xa chẳng sá gì
Sóng dồn vào biển cả
Mẹ ơi! Con đã đi

Bao nhiêu tuổi cũng già
Xuân về rồi sẽ qua
Cuộc đời không đứng đợi
Có gì phải xoắn xa

Một đời mấy lần xuân
Hẹn nhau bấy nhiêu lần
Hoàng hôn thêm nỗi nhớ
Tờ lịch đếm thời gian. ∎

SONG VINH

Xuân Vịn

lại một mùa xuân vắng pháo xuân
vắng người xông đất vắng quây quần
đêm mơ quên bớt hờn vong quốc
ngày tỉnh nhớ nhiều phận di dân
vọng xa êm ấm cành mai trắng
ngó gần tơi tả nước trầm luân
vui xuân dẫu biết xuân không thật
mỏi cách chim bay cõi dương trần

Xuân Níu

ta quê phố chật ngày tháng rỗng
thả mãi hồn trên giấc mơ hồng
giận lòng đất trích trời luân lạc
thương dáng ông đồ phận bút lông
ở đây mùng một mà không tết

bên đó giao thừa nỗi long đong
chiều say rượu bạn ta uống cạn
đáy cốc lòng sầu vẫn ước mong

XUÂN BUÔNG

ta nợ em nhiều hương yêu ơi
phận trai xuân đến thẹn đất trời
dợm nói cùng hương câu ly biệt
chợt bóng hương sầu lại bặm môi
đêm yêu hương khóc lời ray rứt
ngày chán người cười nẻo ăn chơi
thì ra hương cũ lòng hương mới
trả lại xuân nào cũng vậy thôi

XUÂN CẦM

một thoáng nghỉ ngơi giữa bình thường
thấy mình ăn tết rất dễ thương
chạy qua phụ mẹ làm mứt bí
bước lại cùng cha nấu bánh chưng
đàn em rộn rã tà áo mới
bè bạn tụ về khắp muôn phương
chợt trong mừng rỡ nhìn thực tại
thấy mình lặng lẽ tết tha hương

XUÂN NẮM

ngày con rời phố cha 'cải tạo'
mẹ rút lòng chờ dáng hư hao
dưỡng nuôi ơn trọng chưa trả đủ
tử biệt muôn trùng mãi nôn nao

xuân nay nhìn lại lòng đã hội
đông cũ ngó về hết xanh xao
mùng hai ngồi nhắp ly rượu đắng
cười với hư không muộn tiếng chào

Xuân Giữ

ở lâu quê mới thành quê mến
tá túc ơn này đã trả thêm
gió xuân rạng rỡ vui chân bước
trăng nhớ tình sầu ngủ giấc yên
hôn tay vĩnh biệt hương thân quý
vó ngựa chân đèo hí giọng quen
chia ly chẳng ước câu tao ngộ
lòng vẫn an lòng đón xuân lên ∎

SỸ LIÊM

Xuân Thì Mòn Mỏi Kiếm Vô Biên

Tết nào buồn cũng hơn năm trước
Chắc tuổi còng lưng cởi xác phàm
Đồng bọn thời gian về lũ lượt
Ta từ núi lửa lạnh dung nham

Chắc đã kỳ quan thành phế tích
Chẳng còn lừng lẫy với muôn phương
Tế bào xuống cấp cùng da thịt
Máu huyết đường gân cũng khác thường

Mỗi ngọn tóc phai từng sợi bạc
Cúi đầu ngắm hạt cát trăm năm
Thấy bụi đất bay về cực lạc
Từ cõi khai sinh đến cõi nằm

Thoi thóp trái tim tìm nhịp đập
Xuân thì mòn mỏi kiếm vô biên
Thì ra nuối tiếc còn hô hấp
Cứu rỗi đời ta thoát cửu huyền

Đã biết có tan rồi sẽ hợp
Mà sao cứ sợ chuyện chia ly
Đã biết sóng đi tầng lớp lớp
Cớ sao vẫn sợ biển rầm rì ∎

THANH THANH

Phơi Phới

Đạp nhẹ chân cho xe chạy chậm;
Phổi phồng khoan khoái khí ban mai.
Trời không nóng, lạnh; trời âm ấm;
Tôi thấy lâng lâng nhẹ cả người.

Sớm nay, Xuân mới về theo gió,
Dáng dấp duyên duyên những phút đầu.
(Thiên hạ vô tình từ vạn thuở
Có cùng thông cảm với tôi đâu!)

Ngựa xe rộn rịp qua muôn nẻo,
Hình ảnh cuồng quay, loạn dấu đường.
Không hội mà tin ngầm mách lẻo,
Kéo về tụ họp khách mười phương.

Vớ vẩn đôi môi nhoẻn nụ cười,
Sớt chia cho họ nỗi lòng tôi.
Chao! quen thân quá, chào không ngớt!
-- Bốn bể là nhà, bạn hữu ơi!

Hoa sống vườn ai nở ngập đường,
Đóa thì lơi lả, đóa đoan trang.
Có đàn em nhỏ - ngây-thơ quá –
Trán đẹp xinh như những mái trường.

Đất rộng, sông dài, trời cao xa,
Lượng lòng tôi cũng rộng bao la.
Những người chỉ đáng cho khinh ghét
Cũng dễ thương như gái nõn nà!

Cuộc sống ai tô nét vẽ thuần,
Tươi như hoa thắm buổi đầu xuân,
Xinh như mộng ảnh ngày xanh trẻ,
Và thiết tha như khúc nhạc hồng!

Những ý tình xen những nỗi niềm;
Ước gì thâu góp lại thành phim,
Ghi trong ký ức thời niên thiếu
Để những khi buồn chiếu lại xem!

Bức Thư Xuân

Anh!
    Giữa lúc xuân về trên cảnh vật,
Nở hân hoan trên vạn đóa môi cười,
Thì em viết mấy giòng thơ thành thật
Gửi dâng anh nơi góc bể, chân trời.

Em còn nhớ, chiều xưa, khi tiễn biệt,
Cầm tay nhau, em khẽ hỏi: ngày về?

Anh khẳng khái: khi quân thù tiêu diệt,
Ánh xuân hồng chiếu rạng khắp sơn khê!

Mang chí lớn, anh lên đường ngang dọc,
Trải bao xuân... nhưng ước nguyện chưa thành:
Sông núi Việt vẫn nhuộm màu tang tóc...
Thì xuân này còn tiếp tục giao tranh.

Em tự nhủ: xuân về mà nước loạn,
Và đồng bào chưa thoát ách lầm than,
Thì dân tộc chưa có quyền thỏa mãn
Dưới gươm đao, nanh vuốt kẻ hung tàn!

Nên, nghĩ đến những ngày xuân đầm ấm
Mà thân anh còn lam lũ phong trần,
Em bỗng thấy lòng em tràn tiếc hận:
- Giá anh về - thắng trận, giữa ngày xuân!

Tay em yếu nhưng lòng em cương dũng,
Óc tim gan và ý chí kiên cường:
Là sức mạnh, là niềm tin, hậu thuẫn
Khuyến khích anh trên những bãi sa trường.

Thì, anh ơi! Hãy lo tròn nghĩa vụ,
Tiến luôn luôn và quyết chiến không ngừng.
Em nán đợi một ngày xuân đoàn tụ
Anh sẽ về vang hát khúc thành công.

Ngày xuân ấy là ngày xuân hạnh phúc
Mà em mong, em tin tưởng: rất gần.
MÙA Xuân đến, trần truồng trên cảnh vật,
Em đợi chờ anh kiến tạo HỒN Xuân!

1948

Giữa Xuân

Xuân! Em Xuân! Em Xuân đến đây rồi!
Tôi ngây ngất đón chào Em, cảm động.
Chao, bỡ ngỡ! - Ồ, lưng dài, vai rộng:
Tuổi tôi đây, vừa nguyên vẹn hai mươi.
Bước chân non, tôi chập chững ra đời,
Thân lạc lõng trước ngã ba đường thế:
Bâng khuâng chọn, chưa tìm ra lối rẽ.

Nằm giữa lòng thế kỷ thứ hai mươi,
Nghe nhân gian rên xiết giữa reo cười;
Muôn tiếng gọi truyền lan theo cánh gió.
- Thì ra tôi trót vay nhiều món nợ
Mà hôm nay phải đóng góp cho Đời!

Mắt nhìn lui Mùa Đông cũ - Đông ơi,
Em đã chết dưới trăm mồ lá úa!
Thời qua ấy: chao ôi là nhung lụa!
Và thời nay: là gấm vóc, chao ôi!

Tôi là trai, tôi tự hỏi lòng tôi:
Ôi, ta đã làm chi
                Đời trai hai mươi tuổi?
- Muôn xác lá ngập tràn muôn nẻo lối!

Đường mông mênh lấp lánh ánh sao tươi,
Mùa xuân hồng phơi trải dưới chân tôi.
Bao thế hệ bặm môi và trợn mắt
Đẩy, đẩy, đẩy bánh xe Đời vững chắc
Nghiến lăn dài trên bước tiến thời gian.
Mồ hôi, nước mắt, máu, tim, gan;
Bao sức sống tuôn tràn cho cuộc sống.
Đời vĩ đại, Đời sâu xa, cao rộng;
Mỗi sinh linh là một nét tô bồi.
Ánh vinh quang vừa hé mở chân trời.

Mộng - giấc mộng điên cuồng say máu lửa,
Mộng thiên thai ngàn xưa - còn đâu nữa!
Đây trần truồng phô dưới Ánh Trời Mai
Một khối đồng tâm, cả một Loài Người
Đang gắng gỗ, đang bền gan, vững chí
(Tay thô tháp và linh hồn bình dị)
Góp công nhau, nương tựa sức Muôn Người
Đắp xây Xuân Hy Vọng một ngày mai...

Nợ đã trót vay rồi, tôi góp trả.
- Xuân! Tôi nghe như Em cười giòn giã?
Lòng hân-hoan, tôi đắp đá, tô vôi...

1950

XUÂN VỀ, NGƯỜI VẮNG

tặng Lê Mộng Bảo

Trước kia, cứ mỗi lần năm hết
Là khách tha phương xách gói về
Họp mặt gia đình ba bữa Tết,
Nhàn vui cho thỏa tấc lòng quê.

Nhưng, từ sông núi tràn binh lửa,
Chắn nẻo quan san, rẽ dặm trường;
Kẻ ở: rưng rưng giòng lệ ứa;
Người đi: trôi giạt, lạc nghìn phương.

Ta về: bóng chiếc, hờn xuân loạn;
Mái cũ còn trơ đống bụi tro.
Nuốt miếng ngô khoai, lòng chán ngán:
- Chao ôi, xuân đến giữa hoang sơ!

Vái dâng hương khói lên tiên tổ,
Đôi má nhăn nheo lặng ướt dầm.
- Thưa cụ, sao buồn? - Tôi quá nhớ
Thằng con trai trưởng biệt mù tăm.

Nhìn đàn con trẻ đùa tranh pháo,
Nàng gục đầu lên giữa cánh tay.
- Ông vắng, thưa bà? (nâng vạt áo:)
- Nhà em đi trả nợ làm trai.

Vòng tay lễ phép chào người lạ,
Em bé măng thơ chập chững đi.
- Em nhỏ, ba đâu? (em chớt chả:)
- Ba em đi giết giặc, chưa về.

Người đi, ừ nhỉ, người xa vắng,
Mang chí tung hoành ra bốn phương;
Mang cả tình thương yêu nồng thắm
Của người thân mến đến tha hương.

Rồi thêm một Tết, Xuân chia cách,
Không nói, đều nuôi một chí nguyền:
- Ước một Mùa Xuân, hờn rửa sạch,
Thanh Bình về mở hội đoàn viên.

(Một Mùa Xuân của toàn Dân Tộc
Trải mấy mùa qua đã khát khao)
- Ôi Tết, ôi Xuân, ôi Hạnh Phúc!
Chờ mong cho biết đến khi nào!

1947-54

ĐIỂM TRANG

Cho tôi xin tấm gương!
Cho tôi xin chiếc lược!
Xuân về trên Quê Hương,
Xấu xí sao nhìn được?

Này, những sợi tơ vương
Đã một thời óng mượt:
Tay nào mà vuốt trượt?
Gió nào mà xuôi nương?

Này, ống kính thiên phương:
Màn ảnh của trần dương,
Sáng ngời hai mặt nước
Phản chiếu bóng thiên đường!

Này, đôi môi uyên ương
Ngọt lịm lời yêu đương,
Thắm tươi màu mộng ước,
Rực rỡ sắc hoa hường!

Này, hàm răng kim cương
Trắng bóng ánh tinh khương:
Môi nào mà mọng ướt!
Má nào mà thương thương!

Này, vầng trán thanh lương!
Này, sống mũi chân phương!
Này, làn da má mướt!
Này, vành môi khiêm trương!

Tóc tôi dù ngả ngược
Không thấy ngôi ngay đường,
Mắt tôi dù khổ dượt
Chứng kiến đời tang thương...

Môi tôi... dù phai hường...
Má tôi... dù nhô xương...
Răng tôi.... dù sứt xước...
Da tôi... dù tái sương...

Xin cho tôi vững bước!
Xin cho tôi kiên cường!
Cho tôi xin... chính chước!
Cho tôi xin... hiền lương!...

Cho môi đừng xấc xược!
Cho tay đừng nhiễu nhương!
Cho hồn đừng ô trược!
Cho đời đừng tai ương!

Xin cho óc ngay đường!
Xin cho lòng trong gương!
Xin cho đất thắm hường!
Xin cho trời ngát hương!

Cho tôi thần+trí lược!
Cho tôi thân+tâm gương!
Xuân về trên Quê Hương,
Xấu xa: - sao chịu được?

Xuân về trên Quê Hương,
Xấu xí sao nhìn được?
Xuân về trên Quê Hương,
Xấu xa sao chịu được?

1960

Xuân Với Nàng Thơ

Ta vẫn là ta của thuở hai mươi,
Mũi bút chưa cùn, nguồn hứng chưa vơi;
Nhưng từ đổ vỡ bao nhiêu thần tượng,
Tết này ta không làm thơ cho ngươi!

Thiên hạ ngàn xưa sống kiếp đau thương,
Mơ một ngày mai đời đầy hoa hương,
Một nụ cười tươi, một tia nắng đẹp
(Dấu hiệu vui lành), tôn ngươi ngôi vương.

Từ đó, người đời tiếp tục lầm than;
Phép mầu đâu ngươi mà hòng ngươi ban?
Chỉ có đất màu, thuận mùa, tốt giống,
Với mồ hôi người lao động hòa chan!

Chiếc áo hàng hoa, miếng bánh chưng xanh,
Đối đỏ, nêu cao, thịt mỡ, dưa hành...
Ngươi kể công lao mà không tự thẹn:
Suốt cả năm trường nhờ ai lo quanh?

Sao ngươi không tìm sưởi ấm tha ma?
Không tạo an hòa giữa chốn trường sa?
Suối ngọt, quả lành, không ban biển cát?
Nam Bắc băng dương sao không đơm hoa?

Thôi đừng kiêu căng, xuân ơi, xuân ơi!
Giá trị nhân sinh hãy trả cho Người!
Ta vừa lật đổ bao nhiêu thần tượng,
Tết này ta không làm thơ cho ngươi!

Văn-Nghệ Tiền-Phong số đặc-biệt Xuân Quý Mão (1963)

LỆ CHÂU

Đã mấy xuân rồi, hả bể dâu?
Những hình bóng cũ nay về đâu?
Có ai đốt lại lò hương ấy
Mà nhớ vô cùng, hỡi Lệ Châu!

Ta nhớ em như nhớ tháng ba*:
Ngày giờ có đó, nghĩ không ra!
Chính ta chẳng hiểu mơ hay tỉnh;
Ta ở đây mà nhớ chính ta!

Ta nhớ ta là một tiếng im,
Con thuyền không bến, máu không tim,
Không hoa cho một làn hương quyện,
Không tổ nương nhờ một cánh chim!

Ta có đầu ta – một thánh thư:
Biết đường, đâu ngại ngã ba, tư!
Lòng ta có lửa mà không bếp,
Như thiếu trùng dương cho hải ngư!

Thiếu một thần giao, một cảm thông;
Đời không tri kỷ, không tâm đồng;
Bơ vơ như trận kình+nghê chiến:
Biển cả tung hoành một lão ông!

Rồi bỗng đâu đây giữa gió khơi
Có em bỗng gọi, có ta "ơi!"
Thuyền như nhắm bến, chim tìm tổ,
Đêm muốn hừng đông, hận muốn vơi...

Em đến – gần mà như muôn trùng,
Không tên, không lấy cả hình dung...
Nhưng em đã đến, bằng xương thịt,
Đã sưởi lòng ta... ấm lạ lùng!

Em có là tiên... hay là... ma
Thì em cũng đã có yêu ta!
Tình em là một nguồn thi-hứng:
Bút rỉ mười năm... lại nở hoa!

Em đã theo ta mỗi bước chân,
Hòa trong hơi thở, nhập trong gân!
Có em là bạn... nên từ đó
Ta có niềm vui tự bản thân...

Nhưng, bỗng tư bề nổi bão đêm:
Kình ngư còn lại bộ xương lem!
Đất thành hoang đảo! Dân thành rợ!
Ngư phủ vào tù, lạc dấu em...

Nỗi nước khôn khuây, lại nỗi nhà,
Nỗi mình khắc khoải một mình ta!
Bao nhiêu kỷ niệm vào tro bụi
Như những kê vàng, quá khứ xa...

Ôi! Những ngày xanh, những ước mơ
Tan như ảo ảnh móng trời mưa!
Thời gian liệm lấp vào quên lãng
Những mộng vàng son hóa mộng hờ!

Rồi có hôm nào như hôm nay:
Gió nào gợn sóng, lá nào bay ...
Cho ta gợi lại trong tâm tưởng
Một thoáng ân tình, thoáng rượu say ... ∎

(*) 29/03/1975: Đà Nẵng (thủ-phủ Miền Trung) thất-thủ.
Trại Kho Đạn (Đà Nẵng), 1980-81

THẠCH THẢO

BỐN MÙA ĐÂU CŨNG XUÂN

Lành lạnh trời len xanh đỏ
Hăm ba ông táo – hăm sáu học trò
mộng ngoài cửa lớp
sách bút cũng lơ ngơ.

Lớp hừng hực Tết
xí muội thèo lèo
thầy giảng thầy nghe
chút chít em – hạt dưa dưới gậm bàn.
Mấy hôm nữa loe ngoe thêm tuổi mới
mắt thứ hai – tai thứ bảy
rập rình nắng căng ngực áo
rung rinh gió sớm
phồng hương tóc rối.

Cuối năm
chợt thấy bốn mùa đâu cũng xuân
lớp học em

NỖI NHỚ MÙA XUÂN

Người đi - từ ấy xuân buồn
Rưng rưng tóc nhớ - vương vương mắt chiều.
Gió bây giờ chợt đìu hiu
Nắng bây giờ cũng riu riu ngậm ngùi.

Một mình hong nỗi buồn vui
Dõi theo bóng, nẻo ngược xuôi hải hồ
Mượn trăng tàn vỗ cơn mơ
Vuốt ve kỷ niệm – hững hờ... trăng tan.

Bây giờ trời sắp xuân sang
Nhớ ai? Sao nhớ vô vàn... nhớ ai?
Đôi bướm trắng lượn cành mai
Tiếng chim ríu rít... thêm dài nhớ nhung.

Trời se lạnh – phố chập chùng
Nhớ người – Ta nhớ quá chừng... xuân ơi!

CON ĐƯỜNG REO VUI

Con đường vui suốt cỏ hoa
Gió thương mây nhớ sương sa thì thầm.
Sao khuya thủ thỉ trăng rằm
Chút duyên kỳ ngộ lâm râm... hẹn về.

Giấu buồn từ buổi xa quê
Thương chàng thất chí - ủ ê phận mình.
Ngày em đến áo trắng tinh
Tà bay nắng Hạ - lung linh mắt cười.

Chiều trôi trôi - tận cuối trời
Đâu đây ai gọi... nhỏ ơi... ngu vừa.
Lòng em buông khúc nhặt thưa
Run run tim bắt giọt mưa bồn chồn.

Véo von hát suốt con đường
Hoàng hôn thấp thoáng - mộng thường... vu quy.
Có con chim... rất nhu mì
Có tình kỳ ngộ chi chi... rất là... ■

THÁI TÚ HẠP

Mùa Xuân Tinh Khôi

Tin thơ từ ải nhạn
Bốn phương tuyết trùng vây
Lửa sầu trong thạch thất
Bạn hiền thăm thẳm xa

Trên cánh đồng lã vọng
Không còn dấu chim quy
Chiều phương đông đá dựng
Mùa xuân mây trắng bay

Bao giờ chim én lại
Mùa xuân sông núi ta
Mọc lên từ hơi thở
Từ mạch máu ra hoa

Báo tin cùng nhân loại
Ta cũng có mùa xuân

Ta vẫn còn đất nước
Tiếng gọi hồn Việt Nam

Mùa xuân chưa kịp tới
Sầu đã cấy trong tim
Tiếng cười phiên chợ Tết
Trên cánh đồng quê hương

Tin nhạn phiêu du rồi
Hạt mầm hư vô nẩy
Mùa xuân còn tinh khôi
Trong hồn ta cố quận

Trong Vườn Xuân Hạnh Ngộ

Trong vườn xuân hạnh ngộ
Hoàng lan hiu hắt tàn
Dấu chân về cuối phố
Nghe sầu vỡ trăm năm

Chiều qua hiên tiểu muội
Nắng sót trên cành lan
Chim lạc loài hỏi khách
Xóm vắng buồn mênh mang

Còn đâu hương tóc em
Hoàng lan nao nức nhớ
Phố cũ chiều lang thang
Đường rêu hoang lệ nhỏ

Trong vườn tâm trần thế
Đời huyễn hoặc cơn mơ
Trôi trên giòng sinh tử
Nhòa khuất như trăng sao!

Núi non vây trùng điệp
Một mình em xót xa
Hoàng lan xưa vẫn nở
Trên từng nhánh thơ ta!

TỪ ĐÓ LỘC RA XUÂN

Từng nhánh cây đứng im
Nụ mầm thiên thu nẩy
Khu vườn rộn rã chim
Mặt trời vừa thức dậy

Lá lao xao hát thầm
Mùa xuân muôn năm cũ
Đã về trên đọt cây
Khi sương còn ngái ngủ
Chỉ một mình ta thôi
Trôi theo giòng suy tưởng
Những tình xuân vô lượng
Rót từ cõi nguyên khôi

Lửa tàn trong thạch thất
Rừng khoác kín đôi chân
Em vì ta bước lại
Từ đó lộc ra xuân ∎

THIÊN HÀ

Trên Ngọn Tình Xuân

Có gió chướng và có nắng ấm
vàng trên ngọn tình Xuân
chút ký ức nhạt nhòa nỗi nhớ
tưởng chìm vào lãng quên.

Phút chuyển mùa
tối ba mươi
ngọn tình Xuân bão nổi
mù tăm hoang mạc tôi
lửa đỏ rực góc trời
tình yêu nào phải tội
cũng đành phải xa thôi.

Xuân trên ngọn tình tôi
trôi trong miền hoang vắng
50 năm quá dài
với đời người hữu hạn
lạc mất nhau thật rồi
đêm giao thừa thinh lặng.

Em trên ngọn tình Xuân
qua mấy mùa gió chướng
dang cánh mỏng thiên thần
trôi ngang tầng mây trắng

Tôi chờ Xuân trong nắng
tôi chờ Xuân trong mưa
mà hãy còn xa vắng
một mình nhớ Xuân xưa!

NGÀY MỚI

Hoa nắng lung linh trời cẩm thạch
Ngày mới tinh khôi thắm nụ đời
Có phải em từ cõi chơi vơi
Chắp cánh càn khôn triệu hồn phiêu bạc

Ta chờ em nửa đời hoang mạc
Nắng lụa vàng trên mái xanh rêu
Nắng rải mật cung đường tình yêu
Bụi thời gian nụ Xuân còn ngọt lịm

Dẫu đời chiều, hoàng hôn chưa kịp tím
Mà trong ta cứ mãi bình minh xanh
Thâm tạ ơn Trời hoa nắng lung linh
Ngày mới lên xua đêm dài tăm tối

Nắng bao dung những mảnh đời lầm lỗi
Nắng thứ tha kẻ sám hối ăn năn
Nắng thiêu đốt loài sâu bọ, quỷ thần
Nắng áp chảo cả bầy chồn cáo

Ngày mới nắng lên đất trời đổi áo
Áo trắng tinh anh sặc sỡ sắc cầu vồng!

VƯỜN XUÂN

Xin Chúa Xuân dừng gót
cho nắng đọng thềm rêu
cho bầy chim sẻ hót
cội mai vàng hắt hiu

Vườn Xuân ta hoang phế
mấy mùa chín nhớ thương
vàng mai vàng giọt nắng
gió lay cung mi buồn

Xin dáng xuân nhẹ lướt
cho cánh én nghiêng chao
giữa vườn ta mộng mị
cho tình thơ ngọt ngào

Giao thừa ơi, chậm lại
một vài giây nữa thôi
kịp cho đời trang điểm
kịp cho tình lên ngôi.

BÀI ĐẦU NĂM
CHO NÀNG THƠ HÀ NỘI

Sài Gòn sáng nay mù sương mù
Trời không muốn nắng trời âm u
Ngọn bấc chuyển mùa hồn băng đảo
Phương em có rét đẫm tương tư?

Sài Gòn sáng nay gợn heo may
Thoáng hiện hồ Gươm mắt se cay
Lung linh Thê Húc sầu thiên cổ
Tay liễu dài như tóc em mây!

Sài Gòn sáng nay chợt mưa phùn
Như góc Hà thành sáng thong dong
Văn Miếu, tháp Rùa vàng Bác Cổ
Bỗng nhớ em nỗi nhớ tận cùng.

Chim khẽ hót trên cành xạ hương
Café Bốn Mùa vương vấn vương
Vẫn từng giọt đắng hồn hoang phế
Mà nghe sảng khoái tình Bắc phương!

Lặng lẽ phương Nam buốt thịt da
Từ em phương ấy thoáng kiêu sa
Đã mấy mùa trăng mây rối tóc
Mấy vạn giờ xa mấy dặm xa?!...

Hoạ mi lảnh lót ngoài thềm rêu
Dư âm giọng hát miền dấu yêu
Giọt nhớ xôn xao trời Kinh Bắc
Gọi đợt gió mùa nỗi quạnh hiu!

Chiếc bóng đường mây trăng lẻ loi
Độc hành lê gót dấu đơn côi
Lũng tình hun hút mờ sương khói
Rét đẫm tương tư một xó đời! ∎

Sài Gòn đầu năm 2019

THIẾU KHANH

Xuân Ca

Em có biết bởi mùa xuân xinh quá
Cứ hồn nhiên như hoa lá trên cây
Ta trân trối như trụ đồng tượng đá
Chợt thẹn thùng em gỡ thoát hai tay.

Em có thấy nụ sương trên ngọn cỏ
Buổi sớm mai sương mới mọc trên trời
Ta rối rít cho nên em động vỡ
Thành âm giai khúc khích ở trên môi

Em có nghe bài xuân ca trong đất
Cỏ non thơm con dế hát rì rào
Em có thấy những chồi xuân mở mắt
Gió thì thầm hoa lá nép vai nhau

Con chim nhỏ bay chuyền trên nhánh mới
Tiếng hót dài lóng lánh nắng ban mai

Từng chuỗi ngọc ở ngang trời gieo vãi
Rơi tung tăng tiếng nhạc xuống môi người

Cùng buổi sáng nên cùng chung vội vã
(Em cũng nghe hơi thở ở trong hồn?)
Ta bay nhảy và lòng không mặc cả
Con bướm nào phơi phới cánh môi hôn!

(trích Ngân Khánh Tình Ta)

BÊN NGOÀI MÙA XUÂN

Giả dụ có một quê hương
Giả dụ có một thiên đường
Thì trên thiên đường có mặt thượng đế
Và trên quê hương có mặt tình thương.

Giả dụ đời có mùa xuân
Giả dụ mùa xuân chỉ nở một lần
Còn rất mới nguyên lòng chưa trang điểm
Một lần nhìn nhau cũng đủ quen thân.

Nếu giả dụ rằng anh sinh ra đời
Khô đọng im lìm chỉ một mình thôi
Và em sẽ không bao giờ có mặt
Thì anh vẫn là đất sét hà hơi.

Nhưng anh có đây
và em có đó
Thượng đế phủi tay đứng dậy đi rồi
Mình ngẩn ngơ tìm như người hành khất
Tình thương như đồng bạc rơi.

Cho nên quê hương
hỡi lòng ngơ ngác
Anh đứng trên đời mà vẫn lang thang
Cho nên thiên đường
vô cùng cách biệt
Anh sống trong đời rất đỗi hoang mang

Bởi không thấy em
vội vàng kêu gọi
Anh chợt thấy mình trong nỗi bâng khuâng
Mê mải đi tìm
em quên đáp lại
Anh đợi bên ngoài mùa xuân. ∎

(trích Trong Cơn Thao Thức, nxb Da Vàng, ĐN, 1971)

THỤC HIỀN

Xuân Ca

Mây trôi qua đồi vắng
Thì thào lời cỏ cây
Chim vút qua khe núi
Thiên thu rợp cánh bay

Mùa đã vừa về tới
Đào hoa nở chập chùng
Em rạng ngời nhan sắc
Xuân về đến mông lung

Nắng vàng lên sân cỏ
Lũ chim hót huyên thuyên
Ngày xuân bừng cơn mộng
Gió đã về thảo nguyên

Chút tình xuân cho gió
Chút tơ trời cho mây
Phơ phất trong nắng cũ
Nguyệt bạch áo em bay

Trầm hương rơi man mác
Đăm đắm mộng từ bi
Trần gian sao còn lụy
Yêu một vết xuân thì ■

THỤY SƠN

ĐÁNH MẤT MÙA XUÂN

Tự bao giờ tôi đánh mất mùa xuân
Thời gian trôi tóc vương đầy bụi nắng
Môi nghe đắng gió gào trong đêm vắng
Giữa chợ đời người rao bán lương tâm

Tiết trời trong tôi thiếu hẳn mùa xuân
Dẫu đất nước bình yên không tiếng súng
Nhưng thị trường ngu dân ngày thao túng
Chuốc độc nhau giành manh áo chén cơm

Đêm không còn hoa sữa tỏa hương thơm
Khi mảnh đất lòng hạn khô nắng cháy
Nước lũ tràn xác trôi đầy nương rẫy
Bao linh hồn lạnh cóng dưới mộ sâu

Tìm quanh tôi chẳng thấy sắc xuân đâu
Xin đừng hỏi xuân đời em mấy tuổi
Tôi đi qua hơn nửa đường rong ruổi
Chợt ngước mắt tìm chẳng thấy mùa xuân...

Tình Thơ

Xuân đời ai dẫu xế trưa
Xuân lòng như nhánh lan vừa đôi mươi
Còn e ấp nắng mai cười
Thẹn thùng khi gió trao lời nỉ non

Bóng đời ai dẫu hoàng hôn
Bóng thơ như ngọn lúa đồng mướt xanh
Hồn thơ ai vẽ nên tranh
Dòng chân thiện mỹ chảy thanh tao hiền

Câu thơ bẻ gãy xích xiềng
Để nghe trăng thức đợi thuyền khơi xa
Ru người chiết tửu say ta
Ru đời chiết ngọn phong ba đẹp đời

Tình thơ ấm một chỗ ngồi
Xua tan băng giá góc trời riêng đong
Cùng soi chung nước một dòng
Hàn Giang đồng ấm đục trong ao nhà

"Nàng thơ không tuổi đâu già"
Cây cao bóng cả hồn tà huy xưa
Xuân đời em dẫu xế trưa
Xuân lòng em nhánh lan vừa trổ bông

Hàn Giang tây - Hàn Giang đông
Dòng thơ vẫn chảy xanh trong đôi bờ.

Xuân Muộn

Họ gặp nhau khi nắng chiều sắp tắt.
Con đò buồn xô đổ bóng hoàng hôn
Ngửa bàn tay đếm mấy giọt xuân còn
Họ kê vai gánh tình qua dốc tuổi

Con trăng trẻ lại cho lần yêu cuối
Tình xuân về đốn ngã tuổi heo may

Núi xôn xao thức đợi nắng chân ngày
Mùa lúa cuối thơm lừng hương chín tới

Chẳng hẹn trăm năm chẳng thề chăn gối
Hoàng hạc bên trời khâu tấm chân quê
Đêm lành lặn gối đời nhau chia sẻ
Xuân muộn màng cứ đốt cháy đam mê.

CÁNH XUÂN

Anh đã ra đi xuân vẫn trở về
Mai vẫn nở đóa hải đường khoe sắc
Thiếu nữ mười lăm hái mặt trời trên tóc
Tắm đỏ chiều trên sóng mắt liêu trai

Bước đời vội vàng xuân vẫn khoan thai
Đội nắng gánh mưa tưới mùa xanh biếc
Cho những lứa đôi tìm nhau tay siết
Giấu tương lai sau vạt áo giảng đường

Hạ úa đông tàn xuân vẫn sắc hương
Vẽ trên tóc anh tóc em trắng màu sợi bạc
Phủ bóng mẹ bóng cha chiều hoàng hạc
Gõ xuống đời hoang phế nốt trầm rơi

Ai khóc ai cười xuân vẫn về chơi
Cổng ngục khép bên song chiều nắng rọi
Ánh mắt lạc đường xuân bao dung gọi
Hãy một lần sám hối trước tiền nhân

Buổi đói lòng bẻ hoa trái mùa xuân
Quẩy quang gánh trên vai về muôn ngả
Sắc trời đất hương rợp mùa cỏ lá
Trên cánh xuân đời vẫn trổ đóa tình yêu... ∎

THY AN

Tháng Giêng Tháng Hai 2019

tháng giêng Bruxelles
giọng nói vỡ tung từ đất
gọi những tảng đá đen hồi sinh
cây thông nghiêng mình chào mặt trời
đánh thức những chậu sành trên kệ
tay chạm vào ly thủy tinh còn ấm
ngoài kia tuyết phủ đầy
thanh âm nghe thật lạ như trở về từ mông lung

tháng hai Úc Đại Lợi có con chim non bay về
hát tiếng vụn vặt giữa nắng cháy thịt da
trời xanh mây trắng, dân tình hiền hậu
nhắc ta nhớ lại mùi thơm của cánh đồng với gạo lúa năm xưa
hãy nuôi tâm thức với những ẩn dụ
vì mùa xuân là mùa không thể buồn

tháng giêng, tháng hai
sợi khói mây trời trôi trên hai thành phố Bỉ, Úc

dương lịch và âm lịch mừng năm mới hai lần
tại hai nơi khác nhau
người viễn khách lại có dịp đón xuân
bồng bềnh trong thơ và nhạc
những tay bắt mặt mừng
những nỗi buồn và niềm vui trộn lẫn
nhưng hình như
trong khói của hương trầm trên bàn thờ tiên tổ
ngoài niềm thương nhớ hằng năm
có thêm điều gì mờ mờ ẩn hiện
nỗi buồn và tiếng khóc của quê hương
văng vẳng đâu đây
đắng lòng, ướt mắt, mềm môi
làm sao gói cho hết trong phong bao màu đỏ

tháng giêng, tháng hai đây đó
rong chơi trên những thành phố an bình
gửi cho bạn bè lời chúc thật đẹp
chân tình như nhánh mai vàng trước gió
bay về đâu con chim nhỏ tâm linh...

Tết Kỷ Hợi 2019 - viết từ Úc

NGUYỆT THỰC THÁNG GIÊNG GẦN TẾT

kẹp nách quyển sách đời
chứa nợ ân tình và kỷ niệm dẹp lép
giống thuở xưa lá bồ đề ép trong sách học trò
bốn mùa xuân hạ thu đông
lá khô giòn rụng
kỷ niệm cũng vậy khô cằn mai một

khui chai rượu nghe mùi ủ mốc
rượu ngon lại bị hư
đành xin lỗi vợ hiền bạn quý

thôi thì uống rượu xoàng cũng thấy ngon
khề khà như cuốn lịch còn vài trang im lặng

nghe nói đêm nay bóng tối sẽ êm đềm
vì là nguyệt thực
nhìn trời chỉ thấy mây che
tự nhiên bỗng hiểu sự quấn quýt tỷ năm không phai nhạt
của mặt trời, trái đất, mặt trăng

sắp Tết, thao thức đêm không ngủ
thức giấc lúc 3 giờ, muốn chạy về quê
mua vé bình dân, cái đầu ký ức leo lên xe đò
con đường biến dạng, mò mẫm tìm không ra ngôi nhà cũ
nghe lòng rưng rưng, mưa và lệ ướt tay chân

gần Tết Canh Tý 2020

CÂU TÌNH TỰ MÙA XUÂN

tặng M.A.

mùa xuân
đong thêm vài phút cho ngày nắng ấm
con đường dài ra mấy đoạn
bước chân người xôn xao trên cỏ
thân thể trỗi dậy với những rung lòng mở ngõ
chưa về vội - thốt lên bài thơ ngắn -

áp tai vào tâm hồn
nghe âm vang cổ tích dễ thương
nhớ giấc mơ trên đồi chuông
đáp lời tình nhân say đắm
ngàn hoa tươi thắm giữa hư không
nói lên câu tình tự cùng thi sử
reo vui hạnh phúc ở những góc lòng

trao cho nhau bát nước đầy

thấm lòng viễn xứ Âu Tây
nhưng vẫn đậm mùi Đông Phương sâu thẳm
mùa bình yên tự nguyện
vẽ cho nhau bức tranh thơ mộng
niềm vui hiếm hoi hiện ra chân thành
ấm lòng cảm nhận qua nét cọ đan thanh

mời gọi năm ba cuộc đời nhỏ
ngồi bên nhau thật gần thật ấm
tình yêu san sẻ chút triết học tâm linh
đêm trăng rằm thao thức
suy nghĩ về những ô cửa sẽ mở ngày mai
xa xa đồi núi xanh mờ
thấy mình nhỏ lại theo vòng quay trời đất

nụ hồng khai mở mùa nắng đẹp
đầu tay không ai hái...

Gửi về phương Nam

con suối trong xanh
đưa ta về khu rừng lạc lối
một cõi uyên nguyên mờ mịt sương mây
tiếng hát chân như, triền núi ngất ngây
nghe sóng dậy thủy triều
biển Đông sớm tối

mưa rơi nhẹ trên đỉnh chiều gió nổi
gửi về phương Nam bài ca chung thủy ngàn năm
nghe chảy xuyên tim những dòng nước thăng trầm
rót nhẹ vào lòng quê hương đằm thắm...

đốm lửa đốt lên bằng những lời thật chậm
ngày và đêm sưởi ấm giọt từ tâm
con dốc mồ hôi nhỏ xuống thì thầm

hoàng hôn nức nở
giang sơn thấm vào từng trăn trở

một chút gió sương: chặng đường bỡ ngỡ
bao gót chân: bùn lấm, nợ trần gian
từ những thênh thang của buổi chiều vàng
có tiếng ca ái ngại vang lên từ khoảng tối
mùa xuân đến và đi, bao lần trôi nổi
nén hương lòng thắp lên
rọi sáng những góc tối ngàn năm...
còn nhớ chăng trái tim hiền trên những âm thầm
rụt rè nhỏ xuống bài thơ xao xác gió

gió đã lên từ những nỗi buồn mở ngỏ
ngước mặt nhìn trời
tìm trong mưa một khoảng trong xanh
gửi về phương Nam bài ca chung thủy an lành
tiếng 'Việt Nam' trọn vẹn
ôm vào lòng...
tha thiết ∎

TIỂU LỤC THẦN PHONG

LỖI HẸN MÙA XUÂN

Ta đã lỡ
Không còn có thể em ơi!
Mùa xuân chín trên cành hờ hững
Người ra đi từ độ dửng dưng
Nắng xuân vàng nơi phố thị
Lưa thưa bờ bãi bến sông xưa
Ta lỗi hẹn không về chăm hoa cúc
Cội mai vàng lạc lõng lá chưa thay
Em có còn lội nước chiều nay
Mùa xuân xưa mình vui trẩy hội
Mùa xuân nao ta sẽ quay về?
Em bây giờ qua xuân sắc
Nắng mưa phai nhạt mắt ngây thơ
Lỗi hẹn mùa xuân dù lòng không thôi thương nhớ
Em ơi một thuở xuân thì
Mùa xuân có em là mùa xuân đẹp nhất
Dù vẫn là trời đất thiên niên

Lỗi hẹn mùa xuân đã qua đi vĩnh viễn
Dám nói gì chuyện của xuân sau
Chiều nay mùa xuân lặng lẽ
Mình ngồi nghe khe khẽ gió xuân về

ĐẤT TRỜI VÀO MÙA XUÂN MỚI

Mùa xuân sang chưa?
Sao lòng rộn ràng đến thế
Ký ức tuổi thơ
Ký ức cung trời quê hương
Trẻ náo nức, già cười vui và bao cô em trẩy hội
Em là hoa hay hoa hóa thành người?
Dù gì cũng ba ngày tết
Sống sum vầy, chết hương khói vọng tiền nhân
Xuân khai hội thanh tân
Em tha thướt áo quần khoe sắc
Xác pháo hồng gieo rắc niềm vui
Mồng một tết mừng tuổi ông bà cha mẹ
Hô lô tô, bầu cua cá cọp... là niềm vui con trẻ
Ngày đầu Xuân lên chùa lễ Phật
Phước đức cho người và trời đất bình yên
Sống yêu thương hài hòa với vạn vật thiên nhiên
Xuân sang chưa mà sao luôn hiển hiện?
Trong lòng ta vốn vĩnh viễn em ơi!
Mùa xuân cao tiếng hát yêu đời
Dáng xuân bát ngát núi đồi
Hương xuân nồng nàn phố thị
Chốn làng quê thủ thỉ muôn đời
Trong vô ngôn có đến vạn lời
Khúc âm hưởng đất trời vào mùa xuân mới

MƠ TẾT

Tôi mơ có một ngày về ăn tết quê hương
Rong chơi khắp phố phường
Lang thang những nẻo đường
Như con trẻ lần đầu lên tỉnh
Lâu lắm rồi
Nhớ những ngày xưa
Giòn giã tiếng pháo đêm giao thừa
Sáng mồng một chưa lên chùa đã chơi bầu cua cá cọp
Mặc áo mới đi tung tăng khắp xóm
Thích lắm được lì xì
Những tờ tiền còn thơm mùi giấy
Những ngày tết ăn hàng thoải mái, chơi thả ga
Chẳng phải học bài, không bị rầy la
Rộn rã cả chợ tiếng hô lô tô có vần có điệu
Những sòng bài tài xỉu đỏ đen
Ngày tết quê vui vẻ thân quen
Nhà nhà chưng hoa
Người người hoan hỷ
Cửa chùa cũng vui những ngày xuân
Tảo mộ ông bà, thăm viếng thân nhân
Một nén nhang cho cả mộ phần xa lạ
Chẳng biết bao giờ về lại
Phố cũ quê xưa giờ đã khác đi nhiều
Ký ức gợi lên lòng nao nức liêu xiêu
Thương nhớ lắm khoảng trời thơ ấu
Tháng năm qua thời gian chồng chất
Cuộc mưu sinh ở tận chân trời
Người mỗi phận, muốn nhưng dễ gì đạt được
Có những ước mơ đơn sơ nhưng lại khó không ngờ
Tôi vẫn nhớ, vẫn hướng về cố quận
Nhiều nỗi niềm chất chứa trong tâm
Có những đêm tôi tưởng tượng
Bàn chân trần âm ấm
Đi trên đất mẹ quê hương
Mai tôi chết sẽ hóa thành cơn gió

Thổi khắp mười phương
Cũng có thể là làn mây trắng
Bay qua đỉnh trường sơn
Khi tôi chết sẽ thoát khỏi ngục tù thân xác
Đã từ lâu ngột ngạt
Tôi lại là tôi rong ruổi đi về
Mặc tình chơi khắp phố thị đồng quê
Ngày tết tha hồ trẩy hội
Hồn ngập tràn nắng gió
Hồn hả hê hoa cỏ
Bầu trời xanh hiển hóa quê hương

THÁNG CHẠP ĐÃ VÀO XUÂN

Tháng chạp đã vào xuân
Mai, đào đơm nụ
Muôn hoa quả tụ hương
Mùa xuân thấp thoáng vạn nẻo đường
Đất trời dường như hóa thanh tân
Tháng chạp thương người vất vả
Ngược xuôi nặng nợ cơm áo mưu sinh
Người phương xa nặng tình
Lòng hướng về nguồn cội quê hương
*
Tháng chạp thương người trong ngục tối
Những kẻ hiên ngang không chịu hèn quỳ gối
Dũng cảm nói lời thật trong đời
Những tù nhân lương tâm, dân oan, bất đồng chính kiến
Hình án tàn độc oan khiên
Mùa xuân đến với muôn loài nhưng không thể vào trong ngục
Những trái tim thép lạnh hơn song sắt nhà tù
Kẻ nắm quyền sinh sát trong tay
Tâm không hề mảy may rung động
Dế giun sao biết được đất rộng trời cao
*

Mùa xuân ơi tiếng hát bay xa
Niềm vui đến mọi nhà
Tháng chạp thương người không tổ ấm
Quanh năm lang thang mọi nẻo đường đời
Xuân không đến những vùng vừa xả lũ
Đất bùn tràn vùi cuộc sống âm u
Xuân ở núi rừng đẹp lắm
Nhưng con trẻ không cơm ăn áo mặc
Người lên nương dỡ đá trồng ngô
Những trường học tranh tre vách nứa
Gió mùa xuân rét cứa thịt da
*
Mùa xuân ở những phòng trà
Chai rượu tây bằng ba tấn thóc
Khách giàu sang uống ói còn mời mọc nâng ly
Những đêm say bí tỉ
Tiền như lá rụng giữa mùa thu
Tháng chạp xuân về trên xứ sở
Khách vô tình thương nhớ không nguôi
Thương lắm mùa xuân
Thương những con người

MÙA XUÂN EM ƠI

Hoa đào nở
Biếc hồng
Cỏ non hồi sinh
Xanh ngát
Ta lại già trong mỗi phút giây qua
Hơn một lần mơ lập tức hóa thân vào cây lá
Bồng bềnh mây trắng bay
Ngày lại ngày
Cái thân này mệt lắm
Tôi còn bao năm?
Và bạn?
Lận đận đường đời chẳng biết đường vô sinh

Bao người ước mơ
Tiếc thay lại vụng về sai lệch
Tưởng lên đường vô sanh lại hóa quẩn quanh
Cả bao người chấp chặt vào sở tri chướng
Mùa xuân ơi!
Muôn đời vĩnh viễn
Cánh hoa đào rơi trời đất vô biên
Nhọc nhằn quay cuồng trong bốn bức tường trắng
An nhiên thảnh thơi ngoài đồng hoa đào hồng
Vòng quay bất tận tử sanh
Mình mệt nhoài bỏ thân rồi thọ thân
Mùa xuân không có tuổi
Có em má phấn môi hồng
Cái đẹp của đời
Cái lý do để mình chịu sống
Mùa xuân sang
Mình giữa con đường

NHỚ XUÂN XƯA

Ở giữa mùa đông của xứ này
Đất trời lạnh lắm tuyết đầy vơi
Dường như ta thấy mùa xuân tới
Những nụ đào hoa phơi phới sao

Tháng chạp quê hương đã đến rồi
Bao nhiêu kỷ niệm sống trong tôi
Ngoại làm rim mứt mùi thơm quá
Sên đường hương tỏa cả làng xa

Trong vườn cây lá đã đơm hoa
Không khí hương xuân khắp mọi nhà
Chân đèn, khay, kỷ, lư đồng sáng
Bận bịu mà vui tháng chạp xuân

Hải ngoại lòng ai những bâng khuâng
Nhớ thương chi bấy chuyện phong trần
Tình ơi đâu dễ dừng lưu luyến
Một thoáng nhìn nhau quyện lấy hồn

Tiếng pháo ngày xuân rộn xóm thôn
Thướt tha tà áo má em hồng
Mùa xuân dân tộc vui truyền thống
Hội chợ làng quê động trống chầu ∎

Ất Lăng thành, 12/21

TRẦN CẨM HẰNG

Gió Tầm Xuân

Cơn gió lạnh đường xa thăm thẳm,
Hỏi cành khô: Xuân ẩn chốn nào?
Cây thẫn thờ: Đắm mê nắng ấm,
Xa nhau rồi, mới biết cần nhau,
Nắng đâu từ trời, chỉ do đất xoay mau...

Hỏi sông cạn: Bao giờ xuân tới?
Sông bâng khuâng: Khi dòng chảy về đầy,
Thuyền xuôi ngược, sóng vỗ về sớm tối,
Nước lớn, ròng đâu phải bởi mưa mây,
Chỉ bởi lòng sông bao dung, nông nổi...

Hỏi người lẻ loi: Đã bao lâu xuân vắng?
Người thâm trầm: Từ độ xa nhau,
Gió lạnh lùng, cạn sông, trời mây lặng,
Có phải đâu do mưa nắng cơ cầu,
Mất nhau rồi, mới hiểu nỗi cạn, sâu...

Người và ta, mỗi người - xuân một nửa,
Hương chưa say, nắng chưa ngọt bờ môi...
Đan tay nhau hứng mưa dầm, nắng lửa,

Cùng căng buồm, lướt sóng ra khơi,
Lòng chung vui, XUÂN... trọn vẹn đất trời...!

HƯƠNG TÀN LỬA TẬN

Người - ta. Chung ngày sâu, đêm cạn,
Cùng đau ngọn gió buốt xuân đào,
Reo mừng tia nắng hồi đông tận,
Cùng phai tóc rụng xót bạc đầu...

Hoang vu bọng mắt sâu đăm đắm,
Tựu mấy sông hồ dặm mỏi mê.
Hẹn nhau bến lắng, chiều thôi thắm,
Chung giấc chiêm bao tựa gối kề.

Anh qua - Em đến. Chung nhịp thở,
Môi thuyền hôn đẫm bãi bờ đôi.
Sóng dồn hương phấn phai bờ lở,
Bùn lắng gió mưa đượm bãi bồi.

Hôn nhau chìm dấu chân nhạn biển,
Lặng sóng trùng khơi động mắt sương.
Lưới gân tay ngược dòng thác nguyện,
Siết buộc ngày sau trọn bước chung.

Em trao da thịt mòn lầm lỗi,
Mơn trớn sẹo đời láng mến thương.
Anh trao chân khổ muôn dặm mỏi,
Run một lần yêu thấm gân xương.

Chim chiều hót tổ, reo rắt lá.
Vườn cũ, cành trơ rưng chồi non.
Hương tàn lửa tận nung vàng đá,
Đắm đuối canh thâu trọn tình ơn.

Ru ngất giấc huyền, chuyền lối mộng,
Hương mật cuối mùa chín lắt lay,
Bướm bay chung cuộc đường tơ mỏng,

Hóa kiếp thanh xuân trả trần ai...

Nước chảy, hoa trôi, xuân tàng ẩn,
Bến cạn, thuyền neo, ván rạn đời,
Ra khơi đong lại xuân tường tận,
Sóng ân tình sót ngọn tinh khôi!

Ngọc chìm, trăng khuyết... về hợp phố,
Trái cuối mùa chín bói rộn hương.
Tuổi hạc tình cao, thêm chắp nối,
Cát bụi hờn ghen: - Chuyện hoang đường!

Vô thường, ai biết còn được thấy,
Trăm năm chưa viết trọn tình ca.
Hương tàn, lửa tận còn được mấy,
Cháy một lần vui dối tuổi nhà!

CẢM NGỘ

Trong đêm đông,
Lang thang tìm dấu chân của gió,
Nghe đêm hoang,
Gió địa đàng thổi suốt tim mê.

Mưa qua mơ,
Hoa Ưu Đàm trên đồng chớm nở,
Mây reo vui,
Lá từ nhân ấm cội Bồ Đề.

Đêm Giáng Sinh,
Sao đức tin giáng trần cứu rỗi.
Đêm trăng xuân,
Trứng Phục Sinh chuộc lỗi đóng đinh.

Tạ ơn nhau,
Giữa vô thường thứ tha lầm lỗi.
Môi hân hoan,
Lời nguyện cầu chưa viết trong kinh...!

NHỮNG MÙA XUÂN BIẾT NÓI

Nắng hanh rải vàng,
Lúa đòng trổ ngọt,
Chim chuyền cành ớt,
Hót lời rảnh rang.

Trái ô môi toòng teng,
Nâu lòng, xanh ngoài vỏ.
Đợi rồng, lân đến ngõ.
Áo mới mừng tai khoen.

Vụng mối buộc, méo đòn bánh tét,
Con góp tròn bếp lửa ba mươi.
Đếm, vuốt hoài tiền lì xì Tết,
Mua giấc Xuân một cuộc đổi đời...

Xuân của mẹ nặng vai gồng gánh,
Cho con vui miếng bánh, tấm quà.
Mồ hôi thấm đồng tiền đỏng đảnh,
Quen sụt, trồi từng buổi chợ xa...

Xuân của bà đau đáu lối riêng,
Vớt gom rổ tép đồng mắc cạn.
Tép, lúa thơm cơm mắm ra Giêng.
Xuân đến muộn thấm đằm ngọt, mặn...

Xuân mới.
Về qua tàu cao tốc,
Còn ngại ngần đóng, mở rào gai.
Xuân hiu hắt xa tay... hái lộc!
Ai dư đâu cho mượn Xuân này,
Đành hong lại mùa vui Xuân trước.
Để dành vui hẹn lại Xuân... mai!

CHIA LỘC ĐẦU XUÂN

Chờ nhau xuân tận, chí đông,
Chia cành lộc mãn khai, hồng phúc âm.

Én tung cánh, mở lộc tâm,
Rêu phong, sen đá... ngàn năm đã cười!

Chung môi chia lộc ơn đời,
Nụ hôn chín muộn ngọt lời nguyện ca.

Tạ nhau bóng nguyệt, sắc hoa,
Dặm ngàn xa cách, trăng tà... có nhau.

Trăng vàng đổ bóng buồng cau,
Cau vừa chín tới, lụa đào trao tay.

Lộc xuân rạng rỡ đào, mai,
Chia nhau một vốc, dành say trọn đời...! ∎

TRẦN ĐỨC PHỔ

Theo Em Hái Lộc Đầu Xuân

Mùa xuân theo em hái lộc
Ngỡ mình tuổi hãy còn xanh
Trời xuân thơm thơm mùi tóc
Trái tim rạo rực mộng lành

Bầy chim se sẻ đầu đình
Cứ kêu ríu ra ríu rít
Quanh chậu mai đầy hoa xinh
Ong bướm chập chờn quấn quýt

Trên đường gái trai náo nức
Say sưa, tinh nghịch nói cười
Đó đây âm vang lời chúc
Đời vui môi, má hồng tươi

Em đi nhẹ nhàng từng bước
Ta theo ngắm mãi đường cong
Ban mai nắng nồng như rượu
Ta say say khướt cả lòng

Mùa xuân theo em hái lộc
Hồn nhiên như buổi ban đầu
Cho dù đã hai màu tóc
Lộc đời vẫn hái tặng nhau!

THÌ THẦM MÙA XUÂN

Ngọn gió thì thầm cùng lá biếc
Chúa Xuân ngự giá xuống trần gian
Chồi xanh thức dậy trong giá rét
Đón ánh bình minh rực sắc vàng

Lũ bướm thì thầm cùng cây cỏ
Vườn Xuân thơm ngát phấn muôn hoa
Trăm hồng ngàn tía khoe rực rỡ
Trái đất vừa đổi thịt thay da

Chim chóc thì thầm cùng trời rộng
Trái chín trên cành ngọt biết bao
Hạt mầm ai trẩy vừa nhú mộng
Đã nghe tiếng lá hát rì rào

Đôi trẻ thì thầm trong ánh mắt
Năm nay mình sẽ cưới nhau thôi
Tháng Giêng có lẽ là đẹp nhất
Xuân ở bên ta suốt cuộc đời!

EM ƠI, MÙA XUÂN ĐÃ VỀ

Trời thênh thang nắng đổ
gió mát luồn qua cây
bãi cỏ xanh bát ngát
thơ thẩn dáng nai gầy

Cây vừa nẩy chồi non
nụ đầu mùa mơn mởn
chú chim chuyền cành nhanh
hót vui trong nắng sớm

Bông hoa hồng hé nụ
trước hiên nhà thêm xinh
có ai cười ngoài ngõ
tiếng vang trong lòng mình

Mùa xuân về rồi đó
em có thấy rộn ràng
con tim thôi lạnh lẽo
sau những ngày tuyết tan?

XUÂN HẠNH PHÚC

Xuân nhẹ bước đi qua từng ngõ phố
Lá trên cành thay áo mới tình nhân
Hương muôn hoa lẫn trong từng nhịp thở
Hồn vô tư trong mắt sáng thiên thần

Xuân gõ cửa báo tin vui hạnh phúc
Trái đời thơm chín đỏ trước sân nhà
Điệu thanh bình êm êm vang nhạc khúc
Triệu tấm lòng cùng hòa nhịp âu ca

Mình tặng nhau nụ hôn nồng năm mới
Phút giao thừa trời đất cũng phu thê
Tình cháy bỏng như mặt trời chói lọi
Gom yêu thương từ muôn nẻo đem về

Ai góc bể, ai chân trời biệt xứ
Mùa xuân này hội ngộ với người thân
Tay nắm tay cùng mùa xuân tình tự
Như anh và em diễm phúc vạn lần!

BÀI THƠ MÙA XUÂN

Nghe chừng gió lạnh thôi reo
Bài thơ xuân mới về theo nắng hồng
Mai vàng khoe nụ, xòe bông
Cành đào tươi thắm mặn nồng tình xuân

Bầy ong, lũ bướm bần thần
Ngẩn ngơ mặc khách, tao nhân vương tình
Tháng Giêng ngọt lịm môi xinh
Nụ hôn cháy bỏng băng trinh tuyệt vời!

Mùa xuân mầu nhiệm đất trời
Cỏ cây hoa lá con người thanh tân
Thuyền đời ghé bến bình an
Trái tim đá sỏi cơ hàn tái sinh

Mùa xuân nở nụ hoa tình
Trăm năm một kiếp đôi mình có nhau
Không cần mộng ước dài lâu
Chỉ xin cho đến bạc đầu... vẫn xuân!

Xuân Tha Hương

Xuân về xứ lạ ôi chao lạnh!
Em ở quê nhà có ấm không?
Nắng có nồng nàn hôn mái tóc
Hoa xuân ghen với má em hồng?

Nơi đây Tết đến không hoa trái
Thiếu cả lộc non lẫn tiếng cười
Khúc nhạc xuân hồng vang vọng mãi
Cho lòng viễn khách nhớ khôn nguôi

Nâng chén tiễn đưa năm tháng cũ
Ngậm ngùi tiếc nuối mộng ngày qua
Nửa đêm trừng mắt... buồn, không ngủ
Nhớ đứa em thơ, nhớ mẹ già!

Chẳng biết khi nào anh trở lại?
Quê hương một thuở đẹp như mơ
Mùa xuân áo thắm em đi hội
Anh đứng bâng khuâng trước cổng chờ...

Giao thừa tuyết đổ thay hoa pháo
Thêm một mùa xuân chốn viễn phương
Ao ước ngày mai thôi gió bão
Anh về nối lại chuỗi yêu đương!

Xuân Mới

Này pháo, này hoa, này cánh én...
Mùa xuân rộn rã đến quanh ta
Đường quê áo mới thơm mùi nắng
Đầy tiếng cười vui khắp mọi nhà

Xuân mới cho em niềm khát vọng
Tuổi đời xanh biếc nụ tầm xuân
Ngày mai là cả phương trời rộng
Hứa hẹn đợi chờ đón bước chân

Xuân mới cho anh thầm đốn ngộ
Đất trời vốn dĩ mãi thanh tân
Dù khi mưa bão hay giông tố
Thời khắc dần xoay nắng lại vàng!

Xuân mới - mùa yêu, vừa kịp lúc
Muôn lòng khấp khởi phút giao thoa
Bên nhau nâng chén vang lời chúc:
Non nước ngàn thu mãi thái hòa!

THÁNG CHẠP

Mỗi lần xé nốt tờ lịch cuối
Lòng chợt bâng khuâng nhớ những ngày
Tháng Chạp hân hoan chờ xuân tới
Xóm giềng rộn rã khắp đông tây

Chim én từng đàn bay lũ lượt
Chao đôi cánh nhọn vút tầng không
Vạn thọ, mồng gà cùng thược dược
Thi nhau đọ sắc trước xuân hồng

Thôn xóm rộn ràng lo sắm tết
Đường quê quét dọn sạch tinh tươm
Cổng chào năm mới hoa giăng kết
Câu đối ba ngày mực vẫn thơm

Trẻ con nô nức may áo mới
Mong đến ngày xuân nhận lì xì

Bao nhiêu cô gái chờ đêm hội
Giao Thừa mơ ước chuyện chi chi

Mẹ già tất bật lo gói bánh
Từng tàu lá chuối vuốt phẳng phiu
Thịt mỡ, dưa hành mua để sẵn
Trước sân ai đã dựng cây nêu

Tháng Chạp có muôn vàn kỷ niệm
Làm sao mà kể hết cho vừa
Cho dẫu xuân đi xuân lại đến
Ai người không nhớ những xuân xưa?

THƯ QUÊ NHÀ CUỐI NĂM

Mẹ đã cúng tất niên rồi anh ạ!
Cây mai vàng nụ biếc sắp nở bông
Anh sao vẫn mịt mù nơi xứ lạ?
Chốn quê nghèo em mòn mỏi ngóng trông

Bên hàng xóm trẻ thơ cười lảnh lót
Mấy chàng trai đang cụng chén, hát hò
Chị chủ nhà miệng huyên thuyên không ngớt
Họ đoàn viên nên chẳng chút sầu lo

Em vừa mới trả lời con gái út
Ba hiện giờ đang công tác miền xa
Chắc Tết này ba sẽ không về được
Con hãy ngoan phụ giúp mẹ và bà

Thằng con lớn siêng năng lo quét dọn
Lau lư đèn sáng bóng tựa gương soi

Mâm ngũ quả nó đơm cao có ngọn
Hí hửng cười, "Chưa mua pháo, mẹ ơi!"

Bánh, kẹo, mứt... em đã làm đầy đủ
Mẹ vẫn hay nhắc nhở hỏi anh hoài
Chắc đêm nay đón Giao Thừa, không ngủ
Mẹ khấn cầu gia đạo vạn điều may. ∎

TRẦN DZẠ LỮ

Rimbaud người không thấy mùa xuân

Rimbaud
Người không thấy mùa xuân
Khi cuốc bộ từ Đức sang Ý
Chàng chỉ ăn không khí
Chứng nhân là bầy chim thấu tiếng người…
Rimbaud
Ngút ngời đông xám
Không có tháng giêng cỏ non
Để ăn mẩu hy vọng vào đời.
Rimbaud
Là thế thôi
Sống tận cùng và chết tận kiệt
Trong hố thẳm cô đơn…

Mùa Xuân Của Gã Si Tình

Suốt đời ta - vẫn là gã tình si
Đem trái tim tặng cho người nhan sắc
Đem mộng mị gửi em - người kỳ nữ
Riêng nỗi buồn sao lại giống Trương Chi?
My Nương ơi, sao ta mãi đi về
Bên sông nhớ mà thuyền tình bất cập
Có nỗi đau nào bằng lần thứ nhất
Yêu thương người mà chia biệt nghìn khuya...
Suốt đời - vẫn là kẻ u mê
Hăm hở đến - thiên đường đâu hé mở?
Em - chim én mang mùa xuân đi mất
Mà sao ta vẫn đợi thuở quay về?
Vẫn mong chờ hoa cúc nở cuối quê
Khi chiều tím bên lòng ai khách lữ
Vẫn đằm thắm với cuộc tình xưa cũ
Dẫu trăng phai màu ước hẹn bao giờ!
Rồi xuân này - Vẫn là gã tình si
Đem trái tim tặng cho người nhan sắc
Em - chim én mang mùa xuân đi mất
Mà sao ta vẫn đợi thuở quay về?

Lời Trần Tình Tháng Giêng

Anh đi miệt mài sương gió
Lâu rồi chẳng gặp mùa xuân
Cố hương chắc em và mẹ
Ra vào ngơ ngẩn quê mong?
Tháng giêng vàng hoa trước ngõ
Nhớ ai áo tím hoa cà
Vằng vặc màu trăng Vỹ Dạ
Có còn thoang thoảng hương xưa?
Anh đi miệt mài sương gió
Lâu rồi chẳng gặp màu rêu

Trong tranh một thời Tố Nữ
Tóc dài buộc chỉ tình yêu...
Tháng hai ai qua cầu Ngói
Thương đường gió lộng phương em
Lâm thâm những chiều mưa bụi
Người về hái mộng loanh quanh...
Anh đi miệt mài sương gió
Lâu rồi nung nấu nhớ thương
Đã chín trong tim tình Huế
Em còn ngoài nớ, biết không?

Sinh Nhật Tình Tháng Hai

Thắp lên em, ngọn đèn tình
Tròn năm, ta tấn phong mình lên ngôi...
Có ngày hơn hớn yên vui
Nụ hôn mướt rượt, một đôi ngờ ngờ!
Có đêm chat chít như mơ
Em trong thị hiện, anh ngờ Triệu Minh (*)
Vẽ chân dung bất thình lình
Chân mày vòng nguyệt, bình minh nụ cười
Tròn năm, anh tạ ơn đời
Ơn em, tặng trái tim người thiện tâm
Yêu thương Bậu gối trăm năm
Cho dù đêm tối, chẳng lầm lộn Qua...
Trái tim từ chối quan hà
Nên mắt môi ấy vẫn là của nhau
Thơ là kỷ niệm anh trao
Kết thành vương miện đội đầu nghe cưng!
Dắt nhau qua hết đường trần,
Kệ đi! Thiên hạ có trân trân nhìn...

(*) *Nhân vật nữ đáng yêu trong tiểu thuyết Cô Gái Đồ Long của Kim Dung*

MÙA XUÂN YÊU EM

Ngày ấy yêu em - một chiều mưa bay
Ngày ấy yêu em đang còn thơ ngây
Mắt nai ngơ ngác nơi phương trời này
Tôi về rưng rưng mắt đỏ đường dài
Ngày ấy yêu em mê mải từng ngày
Bao nhiêu thương nhớ mềm lòng không hay
Qua bao phố xá qua bao đường cây
Qua bao nhiêu ngả buồn đầy hai vai...
Ngày ấy yêu em tôi còn ngất ngây
Làm thơ từng đêm đợi ngày trao tay
Ai ngờ em xa biền biệt tình mây
Tôi đốt thơ tôi rồi uống rượu say...
Ngày ấy yêu em tôi còn gì đây
Còn nỗi đau dài theo chiếc khăn tay
Ai qua đời tôi mùa xuân xa bay
Chỉ còn mưa bay lạnh lùng đêm nay...

MÙA XUÂN KHÔNG EM

Về đây Xuyên Mộc không em
Ngày hiu hiu gió, buồn điên giang hồ
Ngó rừng, nhớ phố xa xưa
Đếm tay kỷ niệm, đã thừa nhớ nhung...
Em giờ là của người dưng
Còn chi hôn phối mà mong ngóng tình... ∎

TRẦN HẠ VI

Lục Bát Mừng Xuân

Mưa mài nhẵn cuội tròn vo
Lăn tròn nũng nịu cuội lo lỡ thời
Xuân mài nhẵn tuổi nửa vời
Nhành mai lắt lẻo báo người xuân qua

Gió nồm chênh chếch tháng ba
Rét hây hẩy rét xuân là đà xuân
Vắng đâu tiếng nhạn lưng chừng
Giật mình xuân trẩy tưng bừng lộc non

Còn son em hãy còn son
Chân chim đuôi mắt vẫn non với đời
Chơi xuân đứng, vịn xuân ngồi
Đường ngang đôi én vạch trời lướt qua...

01.02.2017

TẾT NHÀ

Con đón Tết giữa bốn bề tuyết giá
Trắng tái tê ôm buồn bã thân gầy
Nghe mẹ bảo năm này ăn Tết khá
Ngẫm một mình xa lạ mấy sum vầy

Ngày Tết đó chẳng đong đầy kỳ nghỉ
Gọi điện về chút không khí trộm nghe
Cây mai lớn bên hè có đơm nụ?
Chợ Tết quê có vàng ụ cúc xòe?

Mẹ già yếu ngồi canh nồi bánh tét
Niêu thịt kho nấu vét có hai người
Mơ màng ngó hai cặp đôi ảnh cưới
Hụt hẫng lòng cứ đắp đổi chơi vơi

Vẫn cứ nhớ bên đời con bé lắm
Tết năm nào cũng đầm ấm bốn người
Thêm chồng vợ thêm tiếng cười ấm cúng
Ríu rít mừng tiếng trẻ ngọng buông lơi...

Bao năm tháng chẳng về chơi mẹ nhỉ
Mẹ một mình thầm thĩ đếm màn đêm
Tự lo liệu không trách hờn oán thán
Đêm đổ dài xoắn vặn những nỗi niềm

Thêm nhang khói mẹ khẩn cầu bàn Phật
Năm mới rồi ít tất bật nhiều may
Điểm son nhỏ nhấp nháy hoài trong tối
Khói hương vòng len lỏi nối đường bay...

18.01.2017

THƠ CHÚC XUÂN MẬU TUẤT

Làn gió xuân phơi phới giữa đất trời
Xuân Mậu Tuất trong rạng ngời sắc nắng
Nhiều phước lộc chúc ông bà tươi tắn
Sống trường tồn, may mắn, mạnh khỏe luôn

Năm cũ qua cuốn đi hết nỗi buồn
Để xuân mới vẽ khuôn hòa nốt nhạc
Cùng hoa lá con cất cao tiếng hát
Mừng ông bà một cái Tết an khang

Mừng cả nhà đầm ấm trong huy hoàng
Năm mới đến vụ mùa luôn trĩu hạt
Đàn con cháu học hành đều thành đạt
Người đi làm mau lên chức thăng quan

Đường thênh thang đầy hoa gấm trải đàng
Xe ông đẩy miệng bà cười móm mém
Cùng hạnh phúc trong niềm vui trọn vẹn
Bên cháu con luôn mãi được sum vầy

Chúc cả nhà giọt yêu thương đủ đầy
Tình thân ái luôn quây quần sau trước
Ai cũng khỏe, đau bệnh gì đều lướt
Suốt năm ròng luôn nở nụ cười vui! ∎

TRẦN HOAN TRINH

Hương Xuân

Đầy cả hương và đầy cả thơ
Này em trời đất bỗng như tờ
Em nghe không khẽ trong lời gió
Tiếng nhạc nào xanh như ấu thơ

Hoa lá và anh bỗng cúi đầu
Mùa xuân có mưa nhỏ bay mau
Có em tóc kết mưa xuân ấy
Và có tình yêu mình nhiệm mầu

Em ngước nhìn xuân mắt nhánh đen
Muôn xuân cũng kém mắt em huyền
Em cười chao cả trời xuân nhớ
Xuân cũng thua em dáng dịu hiền

"Mai mốt rồi mình xây ước mơ
Xuân sau sẽ có đứa con thơ

Rồi em đan áo cho con mặc
Anh dạy cho con học i tờ"

Nắng lững lờ xuân bỗng xôn xao
Lời em bay vút chín tầng cao
Hoa im gió cũng ngừng lay động
Cho ước mơ em đến ngọt ngào!

Xuân Muộn

Trên cành biếc chuyền tình đôi chim nhỏ
Hương hoàng lan thơm ngát trời thanh thiên
Em âm thầm thoa chút phấn làm duyên
Tô nét bút cho xanh hàng mi nhạt

Bởi xuân đến lòng cũng nghe đổi khác
Chút bâng khuâng chút xao xuyến bâng quơ
Sáng hôm nay sao lòng nhớ vu vơ
Nhớ tha thiết những tháng ngày xưa đẹp

Bởi đón xuân cửa phòng em chẳng khép
Mặc gió lùa tóc rối áo phong phanh
Nghe hương xuân mơn man da thịt mình
Chợt rung động hai bờ môi giá lạnh

Bởi khờ dại nên quay đầu lẩn tránh
Bởi si mê nhưng giả bộ vô tình
Để xuân qua rồi hạ cũng làm thinh
Trên phố vắng đi nhặt hoài kỷ niệm

Lời muốn ngỏ nhưng chưa lần hò hẹn
Tình muốn dâng mà chẳng gặp trúc mai
Em nhìn xuân nén một tiếng thở dài
Tay tháp bút che hai hàng mi đẹp ■

TRẦN HOÀNG VY

CÂU LÝ NGỰA Ô Ở CỒN PHỤNG

Giọt đàn rơi xuống điệu xề
Sao câu lý còn ngân vậy?
Chiếc lục lạc rung rung nhẹ
Phương Nam. Người ở đừng về?

Tiếng hát nghe ở cồn Phụng
Có tiếng ngựa ô hí chiều
Dừa lả ngọn gió liêu xiêu
Vó câu nhịp hoài nước kiệu...

Sao không khớp bạc về dinh?
Áo bà ba ngày xuân muộn
Chẳng phải liền anh, liền chị
Sao vẫn giữ mối chung tình?

Câu lý ngựa ô thương nhớ
Tặng người hoa... bưởi mùa xuân
Đâu còn ngây ngô... mắc cỡ
Đò rời cồn Phụng bâng khuâng?

Chợt níu chiều xuân bịn rịn
Ngựa chồn chân mỏi loanh quanh
Dừa xanh, mắt xanh, sông xanh
Người qua sông... để tròng trành...

Tiếng Chim Vườn

Tiếng chim vườn ươm quả chín
Cây gói mùa xuân ưng ửng hồng
Em giấu dậy thì qua mái tóc
Qua vườn hái quả chớm đồi bông...

Ru Mùa

Nắng ru đồi cỏ xanh xuân biếc
Gió hát, mai vàng cánh mỏng mong
Nhớ thuở mẹ ru em thơ ngủ
Mùa như thơm, nhịp võng thong dong...

Mùa Xuân Hỏi Cỏ

Mùa xuân,
Hỏi cỏ biếc xanh
Hoa vô ưu nở
Trên nhành thảo hương

Mùa xuân,
Hỏi cỏ vô thường
Sương khuya
Ướt đẫm nụ hường nẩy bông.

Mùa xuân,
Hoa cũ còn không?
Hôm qua
Chim hót, cửa lồng mở toang!...

BÚP XUÂN NỤ MẨY

Búp xuân, nụ mẩy phơi cành nắng
Chờ gió xuân về he hé song
Hương tự đất trời, sương khẽ thức
Mắt em nhìn mê mải từng bông!...

HÁI LỘC

Tay thơm nhành lá
Xin nụ xuân tình
Đợi khuya hái lộc
Sương còn hương trinh!

Nàng xuân vừa đến
Gió gầy lao xao
Bàn tay thỉnh lộc
E ấp hôm nào?

Tự tình từ đất
Thỉnh cây viếng chùa
Quẻ thăm thầy đoán
Lấy chồng. Dạ thưa...

TRANH SEN

Mùa hạ treo vào tranh
Để xuân thơm đến ngắm
Vai gầy áo hong nắng
Đông tàn sen vẫn xanh?

Bức tranh sen vô ngã
Người mong xuân vô ưu
Mừng như cơn gió lạ
Thoáng một hồ sen tươi!...

MÙI XUÂN

Gom hết ngàn bông hoa
Nên mùi xuân rất lạ
Bao nhiêu người hối hả
Nâng niu từng nụ hoa?

Khói trầm thơm lối phố
Mang cả mùi vị quê
Bàn thờ nhang thắp đỏ
Gọi người xa xưa về?

Mùi bánh chưng, bánh tét
Có vị thơm của trời
Có ngọt bùi vị đất
Và bao nhiêu mồ hôi?

Mùi xuân xa sẽ nhớ
Đếm bao lần tha hương
Đêm mùi xuân nhắc nhở
Đất quê và yêu thương....

MÙA XUÂN NHỚ KHÓI

ở đây trời đất như... hong khói
màu khói ngày xuân mùa đốt đồng
bông tuyết vẫn còn đêm bịn rịn
mùa xuân mà cái lạnh đầu đông?

viễn xứ mùa xuân ngồi ngóng xuân
nhớ gì mà con mắt rưng rưng?
nhớ khói bánh chưng khuya chái bếp
tiếng cười dài, câu chuyện cổ trang!

ta đếm tha hương, sương nhỏ giọt
mấy mùa xa khuất bóng quê hương
cũng chọn đào mai làm tri kỷ
đốt khói trầm thơm nhớ tông đường?

ở đây xuân đến buồn quay quắt
bia rượu đầy bàn nhớ nếp than
bằng hữu toàn mắt xanh, da trắng
ngó lại mình ta... gã da vàng!

nhớ tết, khuya nay nằm nhớ... khói
giao thừa, khói bánh tét, bánh chưng
khói rước, tiễn đưa người khuất mặt
và ta thêm tuổi mới có mừng?

Springfield, MA, Xuân 2020

KHÚC GIAO THỪA MIỀN VIỄN TÂY

Nhạc ngựa hề,
giao thừa viễn tây
cái nóng phập phồng độ F...
tiếng súng giòn,

thay tiếng pháo tết ta!

Cành đêm giăng mắc đèn
pháo hoa
tiếng ai ca
"Con biết bây giờ mẹ chờ, em trông..."*
ẻo uột
rượu Champagne nổ
hoa...

Ly lưng lửng, sóng sánh
người xa quê lăng lắc
uống giao thừa
say...
chạm ngõ nhà xưa!?

(*) "Xuân này con không về" của Trịnh Lâm Ngân

Mùa xuân Texas

MƯA XUÂN ĐƯỜNG HÀNG ME

Ngày xưa đường me thật quen
Tan trường, cánh bướm, gót sen học trò

Theo sau bước nhẹ hẹn hò
Mùa xuân chầm chậm... tò mò, gửi thư

Một hôm, trời mưa, hình như...
Mưa xuân ai bắt đến từ... lá me

Cứ rơi nhè nhẹ, tay che
Tóc ai xanh biếc, hàng me mượt mà

Hàng me, mùa xuân mưa sa
Ồ không! Mưa ướt mắt và hạt sương!... ∎

TRẦN HUY SAO

Nhớ Thuở Giang Hồ

hồi đó ta đi giang hồ vặt
gió chớm ngày Xuân lại nhớ nhà
nghiệt lỡ tới đây trời xa lắc
ngoái về cũng đủ ớn da gà

chiều ra ngồi ghé mượn bên sông
ngó lục bình trôi buồn ná thở
con cá quẫy theo từng đợt sóng
ta ngồi thinh ngó vói ngẩn ngơ

cuộc rượu ngày Xuân nghe vị đắng
say xỉn rồi nỗi nhớ nhà ơi!
mấy thằng bạn ngồi quanh chê nhặng
giang hồ chi ba rọi vậy trời!

ta đâu phải giang hồ thứ thiệt
chỉ vui chân ghé lạc tới đây

chiều bến sông nhớ nhà giáp Tết
đừng bận lòng để nỗi buồn lây

rượu một ly quay vòng phương Nam
miếng đưa cay dậy hương đồng nội
bạn rót mời ta xin uống cạn
cuộc giang hồ bèo giạt huê trôi

tới đây rồi thì ở lại đây
nhớ làm chi cho thêm vạn dặm
nhà cũng vậy ở đây cũng vậy
hảo bằng hữu ngồi đâu chẳng ấm...

QUÊ XA NGOÀI TẾT

quê xa rét ngọt tháng Hai
quê nhà hé nụ Đào, Mai chuyển mùa
thoáng lùa theo gió làm mưa
hương-xưa-giáp-Tết đẩy đưa ghé về
mẻ mứt Gừng tới đường sên
miếng ba rọi ướp nêm thêm chút đường
gói chẳm lá chuối già hương
buộc căng mớ lạt lạc đường tới đây
tới đây cớ sự như vầy
ở xưa giáp Tết ở nay giáp mùa
xa lâu dấu lạt đã tưa
miếng quê đã bợt ngày xưa đã thầm
chỉ còn lại cuộc thăng trầm
rưng rưng nhớ khói hương trầm mang theo...

MÙA HƯƠNG TẾT

bông Vạn Thọ nhà anh nở rộ
nhà em hoa Cúc cũng vàng tươi

mùi hương mứt nồng nàn theo gió
đường Xóm quê rộn rã tiếng cười

em từ vùng Biển lên ăn Tết
anh vội ghé về biết vậy thôi
đường hành quân đang còn mải miệt
vội nắm tay nhau cũng tình rồi

Tết này đành bỏ em một mình
bỏ đường phố cho em một chắc
em có qua con phố rộng thinh
cũng giả quên có bàn tay nắm

giả quên thôi mà lòng đau nhói
lần lựa rồi ngày Tết cũng qua
bởi tình yêu nhín lời không nói
chỉ lặng thầm chia nỗi xót xa....

MÙA CỐ QUẬN

cố quận rồi nghen nồi bánh Tết
lửa đã tàn tro nguội một thời...
mùa xưa sương gió phôi phai hết
ta cũng chỉ là cố nhân thôi!...

LÃNG MẠN CUỐI NĂM

tháng đang vẫy nuối năm tàn
ngày thoi thóp thở mùa ly tan mùa
đêm qua ngồi quá tận khuya
một con mắt nhắm con kia vẫn còn

vầng Trăng khi khuyết khi tròn
khúc đau cố quận khúc mòn ly hương

thức đêm mới ngấm đoạn trường
bước đi mỗi bước nhập đường phù vân

nói xa chi cứ nói gần
văn hoa bóng gió cũng ngần ấy thôi
sinh ra đời sống với đời
cứ nhập gian cứ tùy thời thế gian

lúc tháng tận khi năm tàn
là dương gian biết quy hàng thời gian
vòng xoay rồi cứ vòng quay
ráo mưa rồi nắng rốt ngày rồi đêm

lâu từng hóa lậm mà quen
tóc xanh xưa chạnh bỏ quê thuở giờ
bấy năm phong thổ dật dờ
cày sâu cuốc bẫm tới giờ đã nưa

giờ thì ngồi với sớm trưa
không lo nắng sớm chiều mưa nữa rồi
đói no thì dựa lẽ đời
no rồi lại đói đói rồi lại no

lâu lâu bỏ mấy câu Thơ
nhúm lên chút lửa mà hơ nguội tình
trải qua dâu bể làm thinh
bây giờ rảnh rỗi thì tình tự thôi

mấy khi còn ở với đời
túi thơ bầu rượu đầy vơi thỏa lòng
tứ thời xuân-hạ-thu-đông
rong chơi đây đó ngồi không làm gì

giờ là tháng-chạp còn chi
năm tàn tháng tận tính đi đâu giờ
thôi thì ngồi với nàng-thơ
dăm ba câu sẵn dịp chờ nàng-xuân...

Giữ Hương Hoa Mùa Tết

mứt bánh gì chưa em sao mà vắng lặng
cây Đào vườn sau chớm nhú nụ hồng
con Én bay qua bay lại mấy vòng
ngày Đông dạo này dịu cơn gió chướng

mình thuở giờ sống cảnh đời vay mượn
tưởng đã quen rồi mà đâu có quen
vẫn còn nặng lòng nỗi nhớ nỗi quên
tháng-giêng quê xa quê nhà tháng-chạp

cuối tháng-chạp là nỗi niềm tràn ngập
bởi thời điểm này là tống-cựu-nghinh-tân
tiễn năm cũ đi đón năm mới tới gần
đưa rồi đón nên rộn ràng chút đỉnh

tục lệ xưa nay dẫu đời suy thịnh
vẫn cứ câu giấy-rách-giữ-lấy-lề
dẫu xa quê vẫn giữ nặng tình quê
đừng quên cuối năm có ba ngày Tết

chỉ ba ngày thôi để trả đời mỏi mệt
cho suốt một năm lạ ngược dòng trôi
bánh mứt rượu trà trầm hương nhang khói
đón Ông Bà nhập cảnh kịp vui Xuân

cứ vậy thôi đừng chạnh lòng bâng khuâng
nếu bận đi cày thì chiều về vui Tết
đừng để quê người xúi dại mình quên hết
đừng để con cháu mình hỏi Tết là chi...

Thương Lại Một Mùa

Thơ dưa món hành chua củ kiệu

Thơ bánh Chưng bánh Tét rượu nồng
hai-mươi-năm cuộc sống lòng vòng
mỗi mùa Tết cứ bày ra đúng điệu

Tết không Tết thấy chừng như thiếu
cứ như ngày nào phải không em
ở lâu rồi đời cũng làm quen
duy có một điều không quen lại nhớ

cứ mỗi cuối năm là mắc nợ
nợ tình nhau một thuở quê nhà
dẫu biết rằng ngày đó đã xa
hai-mươi-năm thời gian bụi bám

vẫn nhớ nụ hôn một thời cơ hạn
đêm giao thừa đói khổ ôm nhau
năm cũ qua năm mới gì đâu
rồi như mọi ngày đói cơm lạt muối

giờ ngoái lại chặng đường rong ruổi
thương nụ tình cơ khổ xanh xao
thương ngày xưa bụng cứ cồn cào
không đủ miếng ăn mà vui Tết

Thơ không đủ lời để nói hết
những xót xa mùa Tết quê nhà...

NGÀY XUÂN BẰNG HỮU

gởi bạn phương Đông

tụi bây chừ đi tới mô hết trọi
bỏ mình tao ngồi ngó vói hết trơn
chuyện hồi xưa nỡ lòng chi chơi giỡn
mén rượu ngày Xuân bỏ rớt mô rồi

đường quan san tao đạp choài mới tới
còn tụi bây chới với ngó phương Đoài
ở lại phương Đông thân phận lạc loài
râu tóc theo phe bạc dòng cơm áo

xưa còn cơm chừ e chừng húp cháo
đắp đổi qua ngày đợi ghé vói phù vân
râu tóc Kiều Phong đã chia phần lỡ vận
bạc trắng in như tiền bối Hồng Thất Công

còn dám hũ chìm hũ nổi nữa không
hay đã bế quan rửa chén quy hồi
tới chốn một ly cũng đi không nổi
phù vân, hề, mờ mịt Nhạn Môn Quan

tao nửa đời quá giang trời lạng quạng
buổi phong vân níu chao đảo phong trần
miếng bằng hữu e chiều hôm lạc tận
mùa xuân xưa buồn quá đỗi bây ơi!

mén rượu chừ nhấp nhấp chút vui thôi
đâu có ngày xưa hũ chìm hũ nổi
đâu còn tụi bây để hò reo tới tới
chừ tao ngồi thui thủi mấy ngày xuân

bằng hữu giờ đang chở đời khánh tận
tao cũng y chang chờ phủi bụi thời gian
chuyện hồi xưa dột mưa xong dang nắng
rốt cuộc rồi không còn chi hết trơn

chỉ sót chút đâu đây một thời ba trợn
mén rượu chia nhau ly cối ly tràn
thấy mụ nội đầu hôm tới hồi chạng vạng
uống trẻ không tha già không thả rứa bây

ba ngày xuân mềm môi không thèm dậy
mà dậy chi hè cho ép uống nữa rồi nằm

tao gốc Huế nhắc hồi nào hồi nẳm
có ghém lời quê o Huế đọc cười chơi

nhớ tụi bây tao viết nhín rứa thôi
viết nữa làm chi cho đời đau quặn
có rót trăm ly cũng xót lòng cố quận
bởi tụi mình chừ xa ngái Đông Đoài...

TỰ TÌNH MÙNG HAI TẾT

mồng Hai đưa em đi ăn tỉm-sấm
em muốn đi Chùa ta thoái thác không đi
bởi biết thân ta vốn là ngạ quỷ
lên Chùa làm chi cho Phật phiền lòng

tự thuở nào cứ là thằng lêu lổng
ham ăn ham chơi ham mọi thứ trên đời
hướng thiện cữ kiêng khó lòng với tới
cứ bình thường sống trọn kiếp con người

đầu đội trời chân đạp đất vậy thôi
có làm ác chi để giựt mình ngó lại
tâm vốn thiện thì suốt đời thanh thản
cứ để ta ngồi uống beer làm Thơ

em tự lái xe đi đừng quay ngó
ngó quày lui là vọng động đời thường
Phật có dạy rồi mọi việc đều buông
buông lòng thôi nhớ đừng buông tay lái!

ta ngồi làm Thơ ngày Tết mồng Hai
cũng là buông là thả chuyện đời thường
đời cõi tạm xác thân là vay mượn
thì tội chi không tứ khoái trên đời...■

TRẦN THỊ CỔ TÍCH

Rằm Giêng

Trăng rủ gió về đêm trỗi nhạc
Rót xuống nhân gian chén rượu tình
Thi nhân muôn thuở đầu không bạc
Ngửa mặt ngâm tràn khúc thánh thi

Tháng Giêng Mơ

Tháng giêng người về trời chưa quên rét
Ngày đón nhau mai rực nở hoa vàng
Tình chênh chao theo canh đời nghiệt ngã
Môi vỗ về tìm lại những đêm xa...

Tháng giêng mang về vòng tay thương nhớ
Choàng quanh em sưởi ấm những mong chờ
Đêm cuồn cuộn đêm trào dâng đêm bùng vỡ
Ngày xôn xao ngày cuống quýt ân cần...

Về bên nhau thời gian hóa sóng
Lòng biển xanh quên giận dỗi nghi ngờ
Về bên nhau hồn nguyên tiêu xao động
Thả nhánh thơ vàng mát ngọt màu trăng...

Mùa xuân trong ngần trên từng nhánh lá
Mắt ai cười ấm cả nắng giêng mơ
Bên thềm xưa khúc tình ca hóa đá
Gọi trăm năm rạo rực tiếng yêu người

Giao Mùa

bắt tay bàn giao ngày tháng
đông cười náu mình ẩn dật
nghiêng vai đẩy lùi đông giá
xuân tươi tái xuất giang hồ.

Tháng Giêng

tháng giêng xòe tay hứng nắng
môi cười đủng đỉnh bước xuân
ẩn sau non tơ lá biếc
lén thả thơ tình vào mắt bâng khuâng

tháng giêng nhoẻn cười an lạc
nhìn thấu ta bà trong hạt bụi cay
nắm tay tháng ngày vang tiếng hát
tô lại môi hồng quên chuyện dở hay

tháng giêng bạn bè thương mến
bên nhau rộn tiếng cười giòn
rượu nồng hạt dưa bánh mứt
kỷ niệm hồng tay ấm trong tay
tháng giêng ấm áp tình thân
nụ cười chị em tươi thắm

mắt mẹ sáng ngời lời con ríu rít
tạ ơn đời còn có tháng giêng

tháng giêng gởi người nụ cười thương nhớ
trăng nguyên tiêu không đủ sáng hai nơi
lắng lòng nghe trái tim người còn đập
nhịp yêu thương cho ngọt buổi tương phùng

và cứ thế
tháng giêng cười khúc khích
ung dung
những bước khởi đầu

Qua Tháng Giêng

tháng giêng tha thẩn dạo chơi
bỏ quên mấy mảnh tình rơi bên lề
nghe lời hoa cỏ rủ rê
lên non tìm lá bùa mê tặng người.

Trong Lòng Tháng Giêng

tháng chạp dành cho tôi
một chỗ ngồi nơi quán nhỏ
tách cà phê đêm hứng từng nốt nhạc trầm
tháng chạp níu ngày qua
với ngày chưa tới
lửng lơ nước mắt nụ cười
nhuộm bóng thời gian
tháng chạp lim dim nhớ màu mây cũ
chập chùng góc mù sương
khẽ nghiêng đầu
ghé lên vai mùa mới
đợi niềm vui

RÓT

rót tràn ta ánh nắng xuân
hồ lô bật nắp thơm lừng rượu cay
rót tràn ta những ly đầy
ngày xuân hỏi có còn ai say cùng

MƠ GIỌT NƯỚC HỒI SINH

mùa xuân bắt đầu bằng tiếng kêu hoảng hốt
móng vuốt vô hình cào cấu những hồn oan
trời đang xanh bỗng dưng mù mịt khói
thân-xác-bụi-tro lả tả bóng điêu tàn

đến từ đâu virus Corona quái dị
bí ẩn bóng ma biến ảo khôn lường
nhân loại kinh hoàng ngút trời tử khí
lệ khô mòn từng hốc mắt thê lương

là vũ khí của lòng tham bá chủ
hay đòn thù từ sinh cảnh tan hoang
thôi. dừng lại. những linh hồn quỷ ám
xin nương tay. thiên nhiên hỡi, nương tay

dẫu tàn khốc, người ơi thêm rắn rỏi
sau đau thương, thức tỉnh, bước quay về...
"chuông nguyện hồn ai"* đau trần thế
tay chắp giữa trời mơ giọt nước hồi sinh

*"Chuông Nguyện Hồn Ai" -
tiểu thuyết nổi tiếng của nhà văn Mỹ Ernest Hemingway.

LỜI NGUYỆN

thả sợi tóc mềm vào chữ Merry
em gửi anh nụ hôn Christmas
nụ hôn hóa thân những vì sao sáng nhất
chiếu rọi an bình vào thập giá đời anh

choàng cánh tay vững chãi vào chữ Happy
anh sưởi ấm em bằng nụ cười New Year rạng rỡ
chúng mình bên nhau quỳ hôn chân Chúa
hôn cả những người đang nhớ thương nhau

hạnh phúc chia đều cho từng đôi lứa
lời tình ta giữ riêng ta

TẢN MẠN THÁNG GIÊNG

tháng giêng xòe tay hứng nắng
nhếch môi cười đủng đỉnh bước xuân
ẩn mình sau non tơ lá biếc
lén thả thơ tình vào mắt bâng khuâng

tháng giêng nhoẻn cười an lạc
nhìn thấu ta bà trong hạt bụi cay
nắm tay tháng ngày cất vang tiếng hát
tô lại môi hồng quên bẵng chuyện dở hay

tháng giêng bạn bè thương mến
quấn quýt bên nhau rộn tiếng cười giòn
rượu nồng hạt dưa cà phê bánh mứt
kỷ niệm tươi hồng tay ấm trong tay

tháng giêng cuộn tròn ấm áp tình thân
nụ cười chị nụ cười em tươi thắm

mắt mẹ sáng ngời bên lời con ríu rít
tạ ơn đời ta còn có tháng giêng

tháng giêng gởi người nụ cười thương nhớ
trăng nguyên tiêu không đủ sáng hai nơi
lắng lòng nghe trái tim người còn đập
nhịp yêu thương cho ngọt buổi tương phùng

và cứ thế
tháng giêng cười khúc khích
ung dung
những bước khởi đầu

Trăng Mật Xuân

này xống áo, này dép giày, này mũ nón
hãy tung vào một xó
ta và xuân nguyên thủy rạng ngời
đêm huyền dịu, đêm chơi vơi, đêm ngọt ngào
hương xuân ngây ngất
ta ngả vào xuân, quyện vào xuân bay lên
bay lên đỉnh trời bát ngát
nước bềnh bồng, mây bềnh bồng, gió mơn man
lời hoa dìu dặt
ngực biển phập phồng phả làn hơi ấm
ngàn cây run run bật nảy chồi xuân
xuân hỡi xuân! xuân tràn trề mật ngọt
em, em ơi! uống cạn môi mềm
xuân của đất của trời là mãi mãi
còn xuân đời có trở lại đâu em! ∎

TRẦN THỊ NGUYỆT MAI

Mùa Xuân

Mỗi ngày tập lắng nghe
Trái tim ta đang đập
Điệu luân vũ mùa xuân
Trên cành non, lộc biếc

Bướm ngũ sắc vờn hoa
Chim ríu rít hót ca
Trời trong, mây đẹp quá!
Ước Xuân đừng mau qua...

Tết

Mới đó đã hai năm
Đại dịch làm cách ngăn

Con vẫn chưa về được
Dù sắp tới mùa Xuân

Tuyết trắng lạnh buốt hồn
Sương long lanh mi buồn
Tết mà không thấy Tết
Khi xa Mẹ yêu thương...

TẾT LY HƯƠNG

♦ **Cành Mai Ngày Tết**
Gửi chị Thái Kim Lan

Ngoài vườn sân tuyết ngập
Giá băng lạnh buốt hồn
Trong nhà mai rực rỡ
Ấm áp tết ly hương

♦ **Hoa Đào Từ Santa Ana**
Gửi chị Khánh Minh

Từ Tiểu Sài Gòn* nắng ấm
Hoa đào nhà ai nở rồi
Màu hồng tươi môi thiếu nữ
Mang Xuân đến cho mọi người...

(*) Little Saigon, California, USA

♦ **Nồi Bánh Chưng**
Gửi anh chị Phạm Cao Hoàng

Xa quê nhưng vẫn nhớ
Nồi bánh chưng giao thừa
Màu xanh xanh của lá
Dẻo bùi của nếp thơm

Mà mẹ đã chọn kỹ
Những nguyên liệu thật ngon
Thêm tình yêu trong đó
Gói thành bánh cho con.

CUỐI NĂM

Ta đón Xuân sang từ viễn xứ
Nơi đây tuyết trắng lạnh kinh hồn
Gió thổi càng làm thêm buốt giá
Lòng người xa xứ nỗi hoài hương...

Quê hương hai tiếng xa vời vợi
Của những ngày xưa yêu dấu thơ
Của những ngày Xuân trời ấm áp
Nắng lụa mềm trải nhẹ như tơ

Em năm mới rộn ràng hơn pháo Tết
Áo đỏ xanh khoe với xóm giềng gần
Phong bì đỏ tươi bên cành lộc biếc
Cùng mai vàng rạng rỡ trời Xuân

Nhớ lắm nồi bánh chưng thịt mỡ
Ngoại chuẩn bị làm từ 25
Củ kiệu, dưa hành không thể thiếu
Thịt đông, bánh tráng, cá thu kho...

Rồi đến 30 – đêm trừ tịch
(Đêm yên lành trong tất cả đêm)
Ngoại bày bánh mứt, hương, hoa quả...
Dâng cúng Đất Trời, tạ Tổ Tiên

Những ngày Tết ấy giờ xa lắm
Người của ngày xưa cũng không còn
Quanh đây chỉ có màu tuyết trắng
Phủ ngập một trời nỗi nhớ thương...

NGÀY XUÂN

Như trong truyện cổ tích
Một bà tiên hiện ra
Cầm đũa thần gõ nhẹ
Úm ba la... ba la...

Bỗng thấy mình nhỏ lại
Thuở còn thơ bé thơ
Xúng xính quần áo mới
Tóc ngang vai, cột nơ

Cây mai nở vàng rực
Trước sân nhà khoe bông
Cùng cúc vàng, thược dược,
Thắm tươi với hoa hồng

Tủ thờ lư sáng loáng
Mâm ngũ quả đong đầy
Bánh chưng xanh, dưa hấu
Mừng năm mới sum vầy

Vòng tay con chúc Tết
Ông bà cùng mẹ cha
Đồng tiền thơm mừng tuổi
Con sung sướng hít hà

Xa xa vang tiếng pháo
Giòn giã nơi nhà ai
Ngày xuân tươi vui quá
Mong xuân cứ đến hoài

Chợt giật mình thức giấc
Ô! Giấc mơ mà thôi
Soi gương đầu đã bạc
Cô bé xưa xa rồi...

TRẦN THIỆN HIỆP

Chào Xuân

Chào xuân
Cành trổ lộc non
Hoa vui nắng sớm nhụy còn hạt sương

Chào xuân
Cỏ mướt bên đường
Em về cổ tích trầm hương phiêu bồng

Chào xuân
Con suối xuôi dòng
Nước reo giã biệt thu-đông bên ngàn

Chào xuân
Én lạc về ngang
Rừng xanh vẳng khúc suối ngàn xa xưa

Chào xuân
Lục bát hiên trưa
Ru người yêu dấu mưa thưa giấc nồng

XỚI ĐẤT TRỒNG HOA

mùa xuân về thăm nơi chôn nhau
buổi sáng sương đầy trên lá cỏ
xới đất trồng một luống hoa
trong tĩnh lặng nghe như lời đất hỏi:
đã bao lâu biền biệt quê nhà
lòng có đầy nỗi nhớ
sao về đây trồng mấy cụm hoa (?)
sương mai lạnh thơm mùi hoa bưởi
dòng sông quen yên ả hai bờ
thấy da mình vàng trong nắng sớm
nghe trong hồn vang khúc ca dao
tiếng vọng vô âm từ lòng đất mẹ
sao thiết tha mật ngọt vô chừng
đường luân lạc phần tư thế kỷ
tóc đổi màu từng sợi nhớ thương
đồng lúa lũy tre
khói chiều mái rạ
thị trấn người yêu đường chiều lá đổ
và mùa thu trữ tình như mỗi chữ bài thơ
quê thật nghèo nhưng lòng không dứt
thù hận rồi trang trải lời kinh
yêu mùa xuân trên cây trên lá
yêu mùi hương luống đất ẩm sương
hoa ta trồng mốt mai sẽ nở
cho tình thương hạnh phúc năm châu
ta dâng lời thơ thiết tha cầu vọng
cho tự do phẩm giá con người
cho ngày tháng bình minh thế kỷ
có mùa xuân. thơ. và hoa

NHẨM TÍNH CUỐI NĂM

Cuối năm nhẩm tính, mất khá nhiều
Bạn bè thiếu vắng, ngày buồn hiu
Thơ phú gân gà nhai mỏi miệng
Ý vần, trên dưới loạn đường chiêu

Suốt năm bạn già lười liên lạc
Đến khi đọc báo thấy chia buồn
Một lô tên tuổi trong, ngoài nước
Chúc bạn sớm về miền vô ưu

Về đâu chẳng biết về đâu nhỉ
Thiên đàng, địa ngục có hay chăng
Không biết mà mơ rồi chúc đại
Kiểu như chú cuội mơ cung hằng

Vừa hết năm gà qua Mậu Tuất
Nước ta lắm chó, nay thêm chó
Giềng mối, lễ nghi dần suy sụp
Sống nhìn vận nước mà thêm lo

Tàu cộng bắc phương mong thôn tính
Nhà nước xứ mình cứ lặng thinh
Non sông, biển đảo làm sao giữ
Cho tròn hiếu đạo với tiền nhân!

Năm mới ngày trời còn tươi đẹp
Mặc chó, chúc bạn cố sống vui
Gồng mình chịu đựng đừng vội tịch
Cứ xem thế sự bi hài kịch!!

(Cuối năm 2017)

CHÚC TẾT

Sắp hết năm Gà sang Mậu Tuất
Thân tình chúc bạn ăn Tết vui
Hạnh phúc, an khang cùng phát đạt
Phủi tay vui sống, bớt ngược xuôi

Bốn mươi hai năm xa tổ quốc
Tưởng chừng giấc mộng một nồi kê
Bao nhiêu biến chuyển dìm đất nước
Tả tơi, rách nát, dân lết lê

Xin hãy khấn hồn thiêng sông núi
Cùng tiền nhân phù hộ độ trì
Việt Nam sớm diệt trừ Cộng Sản
Tự do, hạnh phúc mạnh bước đi

Năm mới cùng một lòng tin tưởng
Nước nhà sẽ sớm vang hoan ca
Tiên Rồng hào kiệt ngẩng cao mặt
Năm châu bốn biển kính nể ta ∎

TRẦN THOẠI NGUYÊN

Xuân Vạn Thuở Trong Lòng

Hương vỡ mảnh đông giá
Cánh đào bung nở xuân!
Giữa đêm đen trường dạ
Xuân cựa mình chuông ngân.

Nào ai đâu hay biết
Gió đưa thầm đào hương!
Năm cũ sắp giã biệt
Năm mới chừng tin sương!

Một cành đào nở sớm
Biết mai còn xuân không?
Thương đời người lệ chớm
Thuở dương gian bạc lòng!

Tóc xanh rồi tóc trắng
Mây nghìn năm mãi bay

Mật ngọt cùng trái đắng
Vườn trời vẫn cỏ cây.

Mỗi năm đào lại nở
Thời gian vút qua song
Cuộc đời muôn đau khổ
Xuân vạn thuở trong lòng!

Xuân Tượng Kinh

Buổi sáng trời đầy nắng
Vườn xanh tiếng chim ca
Mắt ai cười trong lá
Long lanh chùm sương hoa.

Bên song nụ nhiệm mầu
Đóa hồn hoa trắng au.
Bướm non chập chờn cánh
Nghe núi đồi xôn xao.

Xuân mặc áo thiên thanh
Thơ lừng sáng cây cành
Tôi quỳ hôn tóc nắng
Đất trời mở trang kinh.

Thư Cho Mẹ Cuối Năm

Tháng Chạp mùa đông quê nhà lạnh
Mẹ ơi! Tuổi hạc ngóng con về!
Ở đây nắng hạ Úc trời nóng
Thương nhớ mẹ già! Thương nhớ quê!

Con gọi phôn về, mẹ vẫn khỏe
Nụ cười hiền độ lượng lời yêu

Mẹ ơi! Thương cháu con mẹ nhé
Chắt ngoại chào mừng cố ngoại yêu!

Sắp trăm tuổi thượng thọ mẹ ơi!
Thời đại... cháu con bốn phương trời
Đất nước, gia đình bao nghịch cảnh
Cây cao bóng cả... mẹ cười thôi!

Ơn Trời Phật độ! Mẹ minh mẫn!
Còn đọc thơ con, cháu chắt nghe
Mẹ ơi! Hoa cải về trời! Tiếc!
Còn lại răm buồn! Mẹ sắt se!

Bởi con lang bạt đời thi sĩ
Trời bắt đi hoang thuở thiếu thời!
Dẫu học hành, hai ba đại học
Đời con trớt quớt! Chỉ thơ thôi!

Mẹ yêu con, trách con khờ dại
"Chẳng lẽ tau đây phải chỉ đường!
Đời xảo trá! Tội con oan trái!
Ăn đi con! Chỉ có cơm thương!"

Rồi mẹ bảo: "Ở hiền gặp lành"
Mẹ cười cảm động cả trời xanh!
Mẹ ơi! Ôm mẹ mà con khóc
Chữ Hiếu đời con mộng chẳng thành!

Đêm qua nhớ mẹ ngắm trăng suông
Mường tượng trời quê mẹ lặng buồn!
Mẹ sống gửi nhờ... Ơn quê ngoại !
Mái nhà xưa... vàng lạnh khói hương!

Mẹ ơi! Mấy bữa nữa đông qua
Mừng tuổi mẹ vui cùng Tết Ta!
Xuân mới mai vàng reo hạc trắng
Con về sớm tối... mẹ con ta!

Lời Thược Dược
(Lời Gái Thiên Nhiên)

tặng hai con gái yêu quý Trần Hồng Thoại Dung & Trần Hồng Thoại Nga

Hé cửa mùa xuân sừng sững đến,
Trái tim em xao xuyến bồi hồi.
Người yêu hỡi! Xin đừng lỗi hẹn
Sáng mai này đi hái xuân tươi.

Nắng lướt thướt trên đồi xanh cỏ hát,
Lá duyên reo theo gót chân hồng.
Xuân Tinh Thể thơm lừng trời đất
Môi má kề da thịt lên hương.

Lụa chuối nõn gói lòng trinh trắng
Thầm lặng dâng anh chờ đợi thiết tha!
Hỡi thi sĩ của lòng em say đắm
Nụ hôn tình mở cửa trái tim ta!

Mâm lộc biếc chùm xuân chín mọng,
Trái tình yêu rượm đỏ môi tươi.
Hạnh phúc như cây bừng nhựa sống
Em bên anh mắt nói thay lời.

Em bên anh mỉm nụ nhiệm mầu,
Thánh ý ra lời, nhạc ngân câu.
Vườn Cam Lộ rót Lời Thược Dược
Chim báu hót mừng ta có nhau!

Em chỉ có một mùa xuân xanh
Tuổi vàng son giọt nắng tan nhanh!
Hoa chỉ nở một lần duy nhất,
Nụ tầm xuân chớm hé trên cành…

Người yêu hỡi! Xuân đương sang nghẽn lối
Xuân lòng em bối rối lá tơ duyên.
Trái tim em trong lòng tay vạn vật,
Anh nghe chăng tiếng nhịp đập diệu huyền?

Ly rượu đời hương ngát môi thơm,
Rượu nàng xuân rót mộng tối tân hôn.
Đêm nay khai mạc thần tiên hội,
Anh nói em nghe xác lẫn hồn.

ANH YÊU EM MÙA XUÂN

Anh yêu em mùa xuân
Hoa nắng hồng tình nhân
Áo xuân choàng hương sắc
Trải nhạc lừng bước chân.

Tay trong tay tình mơn
Gió dịu dàng môi thơm
Hoa bướm vờn giậu biếc
Yêu tha thiết trong hồn!

Mùa xuân cỏ non xanh
Lăn tròn em với anh
Cây hồng hào da thịt
Chim hót reo trên cành

Này cành mai vàng thắm
Và này cành đào yêu
Muôn hoa xuân sắc thắm
Anh yêu em! Anh yêu...!

Mùa xuân! Anh yêu em
Đất trời lạ mà quen
Tình phút giây vĩnh cửu
Trong lòng Mẹ Thiên Nhiên!

Anh yêu em mùa xuân
Máu rạo rực trong thân
Dù đêm xuân trăng khuyết
Vẫn tình nồng ái ân...

Xuân Lõa Thể

Ô kìa bóng nguyệt trần truồng tắm,
Lộ cái khuôn vàng dưới đáy khe.
           Hàn Mặc Tử

Mùa xuân đến chẳng mặc quần
Ồ. Tôi đứng ngó tần ngần chẳng đi!
Muôn hoa cởi áo xuân thì
Đồi xanh vú mộng... tôi quỳ tạ ơn.
Mùa xuân lõa thể trắng hồn
Dòng nguyên hương rót càn khôn một lần!
Xuân về khoảnh khắc đầu sân
Ồ. Xuân vĩnh thể vô ngần! Em đi!
Chim quyên hót giọng Từ Bi!
Nắng theo gió biếc thầm thì lá cây...
Còn tôi với mảnh hồn say
Khóc điên đảo mộng bên ngày phù du!

Hương Tết Quê Nhà

tặng Lê Hữu Minh Toán

Bao năm trời viễn xứ
Tìm về thăm quê xưa
Lọ mọ tìm lối cũ
Chân bước tựa trong mơ!

Thuở xưa độ tóc xanh
Đời tuổi trẻ chiến tranh

Tăng vào Dinh Độc Lập
Cổng sập! Mộng tan tành!

Vì tương lai con cháu
Vượt biên! Biệt quê cha!
Tình thơ và cơm áo
Có đêm bỗng lệ nhòa!

Nhìn trời mây xứ lạ
Nhớ bóng trăng cố hương
Mượn chén rượu khuây khỏa
Mình ta say đêm trường!

Cứ hẹn Tết ta về
Ai mà không nhớ quê!?
Soi gương chừ đầu bạc
Sông xưa rụng tóc thề!

Ôi! Sài Gòn phố xưa
Ta đã về hay chưa?
Hồn mình như kẻ lạ
Mà thân thiết bao vừa...!

Trời cuối năm quê nhà
Hương Tết bay gần xa
Còn duyên, bạn đưa đón
Hồn say một đêm mơ!

Đêm Trừ Tịch

tặng Zulu DC

Năm tàn nguyệt tận đêm trừ tịch,
Xa xứ lòng ai chẳng ngậm ngùi.
Huống nỗi quê xưa bao thảm kịch
Đau thương đất Mẹ, lệ than ôi!

Buồn xuyên thế kỷ ta lữ thứ
Sóng vỗ ầm vang dội biển đông.
Hỡi kẻ rước voi giày mả tổ
Hoàng Sa vết chém... máu Tiên Rồng...!

Chợt nhớ mùa xưa mai vàng điểm
Chiều ba mươi Tết mẹ têm trầu
Bàn thờ nghi ngút trầm hương quyện
Rước tổ tiên về nhắc nhớ nhau...

Lò than lửa réo, nước sùng sục
Nồi bánh chưng đây: Hồn cố hương!
Dân tộc! Ta mơ hoài chẳng được
Đêm trừ tịch buốt giá trong lòng!

HỒN XUÂN SAY

Sau những giờ chúc tụng
Sống ồ ạt triều dâng
Tôi lặng hồn hiu hắt
Nghe ơ hờ mùa xuân!

Ngồi một mình với bóng
Nhìn khói thuốc trắng bay
Nhớ trời mây lồng lộng
Thèm cỏ hoa núi đồi.

Tôi ra ngồi bờ sông
Nhìn sóng nước mênh mông
Xõa tóc bay cùng gió
Nghe thanh thản trải lòng.

Ngày Xuân hoa cánh bay
Hương tình xanh cỏ cây
Tôi hôn giọt nắng mới
Bất chợt hồn Xuân say. ■

TRẦN TRUNG SÁNG

Một Ngày Không Giống Ngày Khác

Một ngày không giống như bao ngày khác
Tôi chạy ra đường hét lên thật to
Tôi chống hai tay đi trên mặt đất
Hết khóc lại cười, hết tỉnh lại mơ

Một ngày không giống như bao ngày khác
Chẳng cuộc hẹn hò, chẳng nỗi nhớ nhung
Chẳng nợ chẳng nần, âu lo toan tính
Chẳng sợ mai kia địa ngục, thiên đường!

Một ngày hôm nay một ngày duy nhất
Tôi chạy ra đường đả đảo, hoan hô
Chỉ một ngày thôi, bạn ơi có biết
Cho tôi một lần làm người tự do...

BÀI THƠ NHÂN DÂN

Nhân dân không phải là ngôi nhà bỏ hoang
Để ai kia cứ đến hét hò rồi tự nghe tiếng mình vọng lại
Không phải những bờ tường vô tri ngu dại
Để ghi bừa lên đó những câu bẩn thỉu, đổi trắng thay đen
Nhân dân không phải là trái bóng lăn
Trên sân cỏ, hai phe chia phần thắng bại
Lúc thét gào tôn vinh người nọ
Lúc nhỏ lệ tiếc nuối kẻ kia
Còn ai nhớ trái bóng xì hơi nằm im xếp xó?
Nhân dân không phải gã bù nhìn đứng ì một chỗ
Chẳng có mắt nhìn cường quyền cướp đất cướp đai
Chẳng tai nghe, miệng nói...
Trước sân khấu bi hài
Dàn hợp xướng
Đồng ca
Giao hưởng...
Nhân dân không là hai từ in đậm
Của bọn bồi bút rêu rao, lải nhải mỗi ngày
Không phải là kẻ ăn mày
Đưa tay van xin bọn cầu vinh, bán nước
Nhân dân không phải là cái hố rác
Để sẵn sàng chất chứa
Bọn côn đồ loại bỏ, khử trừ nhau

Nhân dân tự bao nghìn năm trước
Và mãi mãi tận về sau
Không đành lòng cam chịu
Mặc xác ai cỡi cổ đè đầu
Và ngày mai gió nổi bão lên
Tiếng hò reo xé toạc đêm đen
Đoàn người bước đi trùng trùng điệp điệp
Bạo chúa bàng hoàng

Từ trong ống cống
Tận đáy lòng thảng thốt:
Ôi! Nhân dân!

ĐÀ NẴNG VÀ HỒNG KÔNG

Thuở còn thơ đi học
Nghe nhiều người hằng mong
Ngày hòa bình thống nhất
Đà Nẵng là Hồng Kông
Qua bao nhiêu năm tháng
Chiến tranh chừ đã xa
Đà Nẵng vẫn mưa nắng
Vang khúc anh hùng ca
Rồi mười… mấy mươi năm
Cầu cống với cao tầng
Đò ngang thôi cách trở
Hết một thời gian nan
Còn Hồng Kông nơi đấy
Đã trả lại quê nhà
Khát khao càng chợt thấy
Hồng Kông gần với ta
Bỗng hôm nay rất lạ
Cả thế giới giật mình
Hồng Kông đang nổi giận
Trùng điệp người biểu tình
Không đòi cơm, đòi áo
Không đòi xin, đòi cho
Đòi một điều duy nhất
Quyền làm người tự do!
Sáng hôm nay thức dậy
Đà Nẵng vẫn yên lành
Cụ già cười mãn nguyện:
Nơi đẹp nhất hành tinh

Đà Nẵng miền quá khứ
Hồng Kông miền tương lai
Hai bến bờ ngày cũ
Càng cách xa thật dài
Và điều tôi hiểu rõ:
Nếu cứ mãi viển vông
Sẽ không bao giờ có
Đà Nẵng là Hồng Kông.

ĐÃ HẾT MÙA HÈ

Đã hết mùa hè sao còn phượng đỏ?
Đã hết hẹn hò sao còn đợi mong?
Phố cũ hè xưa vẫn bầy chim nhỏ
Ríu rít trên cành nhìn gã lang thang.

Những tháng, những ngày trôi qua, trôi mãi...
Mà nỗi nhớ người sao vẫn còn nguyên
Xuân, hạ, thu, đông mà sao chỉ thấy
Mỗi một mùa hè phượng đỏ mái hiên.

Khúc hát thân quen tự thời trai trẻ
Sao vẫn mênh mang trong trái tim mình
Và hẳn mai kia cuối trời lặng lẽ
Rồi sẽ chôn theo chỉ một mối tình.

Đã hết mùa hè - mùa hè phượng đỏ
Đến mốt mai này thu lại sang đông
Con chim dấu yêu đã rời chốn cũ
Liệu một ngày về còn có tôi không?

GIẤC MƠ XANH

Như là giấc mơ xanh

Ta gặp lại em ngày 17 tuổi
Vành môi hồng
Đôi mắt long lanh
Vương sợi tóc thoáng hương thơm vườn ổi
Phía trước
Vẫn dòng sông năm cũ
Mây vẫn trắng
Trời vẫn xanh
Mà bao phận đời giờ trôi xa tắp
Trên ghế đá buồn vui
Em cùng ta câu chuyện kể
Những giận hờn, hò hẹn tựa hôm qua
Đã mấy chục năm
Rồi nhiều năm sau nữa…
Tình hai ta
Mãi mãi…
Gặp nhau
Trong buổi chiều tà
Vòng tay ôm chặt
giấc mơ xanh
Chẳng muốn rời xa.

THƠ TẶNG MÁY BAY

Máy bay chừ đã bay rồi
Để mình tôi lại một trời bơ vơ
Máy bay là chiếc phi cơ
Sao tôi cứ mãi ngẩn ngơ đêm ngày!
Máy bay chừ khuất trong mây
Mang theo tất cả tháng ngày an vui
Mang theo tất cả nụ cười
Và mang theo trái tim tôi lên trời
Lạy trời máy bay đừng rơi
Dẫu là đáp chốn xa xôi nghìn trùng
Để mai nhìn giữa không trung
Tôi còn chút nỗi ngóng trông mơ màng… ∎

TRẦN VẠN GIÃ

VỀ QUÊ ĂN TẾT

Tết này con sẽ trở về
Con không quên mẹ và quê hương mình
Dù nghèo nhưng ấm nghĩa tình
Cây cau, bến nước, sân đình... mẹ ơi

Xa quê gần hết một đời
Làm sao quên được một thời tuổi thơ
Bây giờ đầu bạc phơ phơ
Mẹ còn thuộc những câu thơ truyện Kiều

Đời con gian khổ đã nhiều
Miếng cơm manh áo phải liều xa quê
Tết nay con sẽ trở về
Gió heo may lạnh đong kề mùa xuân. ■

TRẦN VẤN LỆ

TẾT NI EM MẶC ÁO VÀNG

Tết ni em mặc áo vàng,
ôi em đẹp nhất trong hàng giai nhân.
Dù bây giờ vẫn chưa Xuân
mà em ơi Tết đã nằm trong tim...
là anh luôn nghĩ về em,
và anh nhất định chỉ nhìn em thôi!

Em duy nhất ở trong đời,
xưa, Lý Bạch nói với người – bóng trăng!
Trọn đời Lý Bạch: mùa Xuân.
Người Lý Bạch nhớ rất gần mà xa...
giống như em của anh mà...
vàng hoa trước ngõ lụa là gió bay...

Anh chờ, chờ lắm Tết nay
khi em áo đỏ em thay áo vàng.
Trong lòng anh vẫn miên man
áo em màu tím D'ran hôm nào...

Yêu, người ta sống chiêm bao,
lung linh như những ánh sao trên trời...

Tại em, ai biểu ra đời
để anh yêu quá một người trong mơ.
Một ngàn một vạn bài thơ,
chữ Thương chữ Nhớ chực chờ để trao...
Từ bây giờ đến muôn sau,
tính từ thiên cổ ai nào hơn em?

Người tôi yêu đứng bên hiên,
áo xanh choàng tấm áo laine, ngó trời.
Trời xanh, mây trắng đang trôi.
Người tôi yêu dấu, một-người-trong-tranh!
Người trong tranh là người xinh
ví như non nước cái hình Núi Sông!

Tôi không đi thẳng mà vòng
giang sơn cẩm tú muốn bồng em hôn.
Nhà thơ Lý Bạch không còn
thì tôi nối tiếp con đường Mã Châu.
Ai ra Phố Hội đi đâu,
Mã Châu xứ lụa muôn màu nhớ thương...

SÁNG MÙNG MỘT TẾT CON GÀ

Sáng Mồng Một Tết Con Gà,
em xinh với áo bà ba, tuyệt vời.
Em xinh nết, em xinh người!
Cảm ơn em cả nụ cười thiệt xinh!

Mình dung dăng nhé, qua Đình,
đếm đi em, ngói, đừng nhìn ngẩn ngơ!
Bao nhiêu ngói nhỉ, bao... giờ,
bài ca dao đẹp để chờ đợi em!

Mình đi tới nữa, hồ sen.
Này em ngó xuống thấy em trên trời,
thấy anh bồng áng mây trôi,
bồng em như thể đâu hồi hôm qua...

Em xinh, tấm áo bà ba,
bà tư, bà sáu... chỉ là mình em
để cho nhành trúc đứng lên,
để anh quỳ xuống khắc tên người tình!

Em cười đi, mắt long lanh!
Em cười đi, cái miệng hình trái tim!
Em nhìn kìa có đôi chim
đậu trên nhành trúc đang nhìn đôi ta!

Sáng Mồng Một Tết Con Gà,
Quê Hương mình thật thái hòa rồi chưa?
Bên sông ai đó đang hò?
Bên sông ai đó neo đò đợi ai?

Anh từ muôn dặm về đây,
biển sâu sông rộng chưa đầy mắt em.
Đẹp ôi chao đập Đa Nhim!
Nhớ sao thuở nửa trái sim tìm nàng...

Cỏ Tháng Giêng

Mấy trộ mưa tháng Chạp
hồi sinh cỏ tháng Giêng.
Anh chỉ, này, em xem:
cỏ chào em buổi sáng!

Mình sống thời "Cách Mạng",
anh dùng chữ ngày xưa,

chẳng hạn nói "trộ" mưa,
nghe nhà quê quá nhỉ?

Hồi nhỏ, anh nghe thế
mỗi lần trời âm u...
rồi mưa như lá Thu
cây trong vườn gió thổi...

Ra hiên, nghe tiếng Ngoại:
"Trộ mưa này chắc to,
vườn đói nước sẽ no,
đồng khô rồi xanh lại".

Nhớ thương sao là Ngoại,
đã mấy mươi năm qua,
thêm mấy mươi năm xa,
cháu của Bà nhỏ mãi...

Chừ, đứng bên o gái,
thấy mình cũng chưa già,
thấy người ta như hoa,
đẹp ơi đôi môi thắm...

Tháng Giêng, trời đang nắng,
nắng ấm rọi vào thơ,
anh biết em mong chờ...
thơ anh làm như vậy!

Cả đám cỏ động đậy,
một ngày mới trở mình,
bắt đầu từ bình minh:
nụ hoa quỳ hé nở!

Anh hái cho em, đó,
người yêu của anh ơi.
Hôn nhé cái miệng cười!
Cảm ơn Trời ơn Phật...

Non nước mình chưa mất,
có phải thế không em?
Em nghe đi, tháng Giêng
tiếng chim mừng buổi sáng...

THƠ THỜI SỰ

Năm nay Tết tới sớm,
thủy tiên nở hết rồi.
Tuần trước, bạn tôi ngồi
tỉa thủy tiên, thương quá.

Khi người ta già cả
lòng tự nhiên trẻ ra,
chơi với những bông hoa,
quên tháng cùng năm tận!

Có thủy tiên màu trắng,
có thủy tiên màu vàng,
 màu nào thấy cũng sang
(chỉ có hai màu đó?).

Không thấy thủy tiên đỏ
(ờ nhỉ, đỏ làm chi,
bao lì xì đã đỏ,
lá cờ bay trong gió...
cũng đỏ một góc trời!).

Thơ tôi thế, bạn cười.
Coi như thời sự vậy!

Thời gian: dòng nước chảy.
Nước chảy, chảy về đâu?
Chỉ thấy qua dạ cầu.
Chỉ thấy gờn gợn sóng.

Chỉ thấy niềm hy vọng
ai đó sẽ hồi hương...

Rồi nước hóa mù sương.
Rồi hy vọng tan hết.
Rồi thủy tiên cũng chết.
Rồi Tiên Nữ về trời?

Rồi, chuyện gì cũng thôi,
tháng cùng và năm tận!

*

Sáng nay tôi nghe nặng
– nằng nặng chi trong đầu –
nhìn ra trời, một màu,
ủ ê và xám xịt.

Nhìn ra vườn, nhúc nhích
những chùm hoa gió rung.
Hình như gió bên sông
thổi về bờ sông cũ?
Hình như cành liễu rũ,
buồn ơi, ai dáng xưa...

Em ơi anh đang mơ thấy em bên hàng liễu,
bên hàng lau rất yếu,
em đang mặc áo nhung.
Gió bên kia bờ sông bay tóc em mười bảy...
Em ơi, anh đang thấy em đang về trong mơ... ∎

TRẦN YÊN HÒA

Nguyên Đán, Em Và Tôi

Tình tôi em chắc mới vừa nguyên đán
Em thắm tươi má đỏ với môi hường
Em thắm tươi nào quần là áo lượt
Ta nắm tay từ nguyên thủy thơm hương

Nắm tay giữ đời nhau cho chắc nhé
Mối sầu xưa tịch mịch lún sâu thêm
Trong giấc ngủ hồng hoang vừa đổ xuống
Cuối lưng đèo còn vọng tiếng kêu thương

Ơi ta gặp nhau giữa cơn lốc dữ
Anh chìm mình trong đổ nát bơ vơ
Em đứng bên kia bến bờ vọng tưởng
Những nhiêu khê hệ lụy đến bây giờ

Giờ khắc ấy đã trở thành huyền thoại
Em xắn tay vẫy gọi những rao mời
Đến, hãy đến bên em chàng lãng tử
Quay đầu về nơi cố cựu nghỉ ngơi

Ta một thuở hồng hoang: hoa, tuyết, nguyệt
Bỗng trở thành con ngựa nản chân bon
Ta quỵ xuống bên em bờ bến lạ
Có còn không giấc mộng thuở thơm nồng

Ta đã có bài thơ chưa ráo mực
Viết về ta và em nhỏ mộng mơ
Ta đặt cho em tên là nguyên đán
Là trắng ngần, thơm phức, một trời thơ

Hãy giữ tình yêu bên đời em nhé
Ngày nguyên tiêu đem ra quán phơi bày
Khách du xuân sẽ cười, nhưng rất khẽ
Ta bước ra từ nguyên thủy loài người

Em hãy hượm tỏ bày cơn mộng tưởng
Ở góc riêng của ngày Tết nồng hương
Ở góc riêng, một góc trời tưởng vọng
Tôi và Em, nguyên đán của đời thường

MÙA XUÂN XANH

Ta già đầu mà cứ nghĩ mãi xuân xanh
Nhuộm tóc đen nên không nhìn thấy bạc
Thôi, đời có bao nhiêu xin không tuổi tác
Để cùng em hào phóng chút thanh xuân

Tuổi xuân xanh ta cùng em mộng tưởng
Mái nhà xinh ong bướm rập rờn bay
Bầy con thơ vui nhảy suốt canh ngày
Và ta dựa vào em nhìn trời đất rộng

Ta già đầu rồi mà cạo râu nhẵn bóng
Sợ râu ria làm thành gã nhăn nheo

Sợ tay chân quờ quạng mắt quầng theo
Nên ta cứ để yên không đeo kính lão

Mùa xuân xanh ta xa vòng cơm áo
Tiền đủ xài cho ngày tháng ngao du
Ta xắn tay cho trẻ chút, cho dù
Bên trong đã cơ chừng như rã mục

Hỡi xuân xanh sao ta ham trần tục
Xấp xỉ ngày tận thế phải không em?
Xấp xỉ qua những ngày tháng êm đềm
Nên vội vã níu thời gian trở lại

Nên vội vã yêu em và yêu mãi
Những cung đàn huyền dịu của thời gian.

Tháng Chạp Nhớ

Tháng chạp trườn về trên cao
khung trời quê hương rất lạ
ở đâu đó tiếng lao xao
chiều xanh non màu lá mạ

Quê hương quê hương tuổi thơ
những ngày cuối năm rưng nắng
bên kia bờ hiên vắng lặng
có bông hoa cúc đang chờ

Em đi áo tím áo xanh
nhìn nhau sao mà ái ngại
trong tôi một giấc mơ lành
đẹp như tình yêu trai gái

Em bay trong chiều tháng chạp
quê người tôi mỏi mắt trông

em làm mây sà xuống thấp
bồng bềnh trong tháng giêng ngon

Em qua sông, bờ bến cũ
tôi đứng ngơ người tháng hai
còn đâu ngày xưa dấu tích
em mang đi mùi hương phai ■

TRIỀU HOA ĐẠI

Cuối Ngày New York Chậm

cuối ngày. New York chậm
chân đã buồn lẻ loi
lá vàng rơi ngõ trước
cửa đóng. mở chờ ai?

bước đi tình ở lại
những đường tàu xa xăm
phố xưa. ngày vẫn vậy
khuất bóng đời ai ngăn

nhớ không? Chân nhớ không
đường. toa tàu xuôi ngược
chạm mãi những vô cùng
chạy hoài mà xa ngắt
ngồi nhớ tình khôn ngăn

một mai kia về lại
mùa xuân thầm cách ngăn

những bầy chim ríu rít
những mái nhà rêu phong

New York. ngày New York
bạn lẻ. bạn quên chờ
góc khuất còn tay giá
đã gần đời ai kia

New York chào ngày lẻ
phai một màu vàng phai
tàu vẫn xuôi. Ga chậm
vẫy gọi tình khôn nguôi

giá như người về lại
gửi mùa xuân mấy lời
cùng chia nhau giọt lệ
cho tình còn ngăn hai

Giọt Nắng Mùa Xuân

buổi sáng tôi đi trong mưa
cuối năm lên cơn rét muộn
đàn ai. nghe trong gió thoảng
sầu lơi từ thuở xa người
về đây chân hoang. Bước vội

có không một ngày nữa tới
ngày lại qua đi. đêm vẫn chưa về
lửa thắp lên, bập bùng. tro củi
chút hư không gửi lại sầu kia

xao xác ngày vơi, sót lại
vội bước trong mưa lòng ơi tê tái
nhớ ai ngồi hát khúc ca xưa
mà nghe hồn chiều. Rụng, khuất
chìm dần những nhánh sông chia

nắng lên đi, nắng rơi trên tóc
xuân về chín đỏ chờ mong
nhớ không mùa này sen nở
chiều qua như những cốm vòng
nhớ không mùa này lộc biếc
khăn buồn giấu lệ quanh năm

còn chăng mùa này tháng nhớ
chim bay trải áo lụa hồng
tìm nhau cuối đông thu. biếc
cho vàng bông cúc ngoài sân
bướm bay cánh vờn hoa cải
đêm theo trăng ngủ. cánh đồng

em theo ta về ngày lấp
trải lòng lệ xót trong khăn
đưa em tàn ngày. nắng rực
có trăng soi tỏ tấm lòng

VỀ LẠI PHỐ XƯA

về lại thành phố ngày xưa
nơi có con đường cong phía trước
phố vào xuân hãy còn bỏ ngỏ
mà ai đi. quên để lại dấu giày

ngày lùi dần. chiều chậm quanh đây
những chiếc lá níu theo bàn chân nhỏ
bàn chân nhỏ. quyện theo mây rất lạ
như lúc hôn em. như thuở cầm tay

nhớ ngày xưa anh đã qua đây
sông quanh co. nhủ anh ở lại
những thuyền trôi và những lòng tê tái
muốn nói đôi điều, anh biết nói cùng ai?

rất chậm thôi những xưa cũ xa rồi
anh vẫn đợi. mong em về gọi cửa
bếp lửa đỏ hồng lên nỗi nhớ
về nữa không? Ai đó ở phương nào?

rực rỡ lên đi những giấc chiêm bao
giấc chiêm bao, mơ thấy người cùng khổ
ngồi lại đây mà vuốt ve nỗi nhớ
nơi có giòng sông và có cả thuyền trôi

mùa xuân. ngồi hong nắng trên đồi
reo lên những buồn vui của gió
về nơi quen mà không người chờ cửa
nhặt thông khô chụm lửa bàn tay

phố xưa. ta về buổi chiều nay
chờ trăng lên. mong ấm tình đầy
bốn mùa trôi theo dấu chân cát mỏng
tháng nào, tháng của em tôi

phố chiều nay. thiếu vắng bóng người
anh ngồi lại khơi than hồng bếp lửa
những thân quen. những ân cần một thuở
quên về. quên cả lược gương

mùa nào. sen quên tháng hạ
nhớ nhau. đông biếc. thu sang
tần ngần với tay nụ thắm
tình ai bước bước ngại ngần

THƠ VIẾT DỞ DANG

buổi sáng. buổi sáng nay
nhớ em ngày giáp tết
môi chúm chím hoa đào
em của anh yêu quý

anh viết vội bài thơ
nên chi còn dang dở
mà thôi ngày đã cũ
chim đã về rừng xa

bài thơ còn ở đó
mang ra đọc một mình
mang ra treo đầu ngõ
để gió bay toòng teng

sáng nào anh cũng vậy
dã quỳ. Em thuở xưa
đã quên không về nữa
những bước đời đã qua

sáng nào như sáng nay
hương dã quỳ thuở nọ
chung trà vẫn còn đó
gợi nhớ mùi hương xưa

anh nhớ hoài thuở nọ
em áo đỏ. hoa vàng
cái ngày xa lơ ấy
mà lòng buồn mênh mang

sáng nay ngày giáp tết
hình như gió hoa. tàn
hình như ngoài đầu ngõ
bài thơ còn dở dang!

Những Buổi Chiều Xưa Cũ

những buổi chiều không về
như dáng ngồi vừa đủ
ngày vẫn xanh như cũ

nhủ mối tình sau. xưa

rồi xuân lại theo mùa
vốc tay vơi nhã nhạc
thềm nhà em đã khác
vọng tiếng thời gian qua

chắc mới gì hôm qua
mà chân quen đường cũ
mây về thêm. vừa đủ
những tình rời đã xưa

nhớ một thời mới qua
nỗi đời đi biền biệt
phút giây nào quên hết
ai biết tình khát khao?

em về buổi chiều nao
nắng mùa xuân trước ngõ
hoa đã vàng mấy độ
tình nhau qua bao lần

có không những chiều buồn
anh muôn trùng xa cách
xưa ngày xanh vắng mặt
mấy độ hoa cúc vàng

mấy độ mây bay ngang
biết đau tình khôn lớn
em qua rồi chuyến hẹn
mùa theo mùa mây đi

ngồi nhớ lại chiều xưa
ơi một thời đã cũ
ai nhắc chi tình đã
mấy trời sầu sau. xưa? ∎

TRÚC LAN

TẾT VỀ GIỮA MÙA ĐÔNG

Tết về giữa mùa Đông
Tuyết rơi rơi chập chồng
Trên cành phong trụi lá
Trút giọt sầu mênh mông!
Tết về giữa mùa Đông
Mưa bay bay phập phồng
Hoa cỏ buồn rơi lệ
Mỏi mòn đợi gió đông
Tết về giữa mùa Đông
Gió lay lay cành thông
Rưng rưng sầu viễn xứ
Réo rắt tiếng tơ lòng!
Tết về giữa mùa Đông
Hoa tuyết trắng như bông
Màu tang buồn muốn khóc
Tưởng đời không sắc không
Tết về giữa mùa Đông
Phong hóa có còn không?

Nhân tâm nay ly tán
Non sông bặt tiếng hồng
Tết về giữa mùa Đông
Mẹ mỏi mắt chờ trông
Bao năm trời biền biệt
Mẹ có buồn con không?
Tết về giữa mùa Đông
Ta nhắp chén rượu nồng
Say men đời lữ thứ
Phá thành sầu ly hương!

Montréal, Tết Ất Hợi 1995

LẠI TẾT VỀ GIỮA MÙA ĐÔNG

Tết giữa mùa Đông – suối lệ tràn
Ngàn năm ô nhục: Ải Nam Quan!
Tây nguyên hùng vĩ, người khai thác
Biển đảo đẹp giàu, chúng chiếm ngang
Hội nghị Diên Hồng: bừng chánh khí
Bài thơ Nam Quốc: nức tâm can
Non sông gấm vóc, thề son sắt
Tủi gió sầu mưa – hận ngút ngàn!

Montréal (Canada), Xuân Quý Tỵ 2013.

THƠ XUÂN GỞI BẠN

XUÂN có quay về hướng ấy không
Mà nghe réo rắt tiếng tơ lòng
Mà nghe rưng rức niềm tâm sự
Non nước vơi đầy – anh biết không
XUÂN có trở về nơi ấy không
Cho tôi nhắn gởi ý xuân hồng

Cho tôi nhắn gởi câu ly hận
Và mảnh tình riêng với núi sông!

Tân Xuân Tự Thán

Tuổi cổ lai hy nếm đủ mùi
Được - thua, vinh - nhục, lẫn buồn vui
Chạy ăn tất bật, người mòn héo
Nhớ nước khôn nguôi, lệ sụt sùi!
Chẳng quản thị phi, tai giả điếc
Thờ ơ thế sự, mắt thà đui
Vẳng nghe tiếng gọi: hồn sông núi
Lực bất tòng tâm, những ngậm ngùi!

Montréal, Xuân Đinh Dậu 2017

Cảm Tác Ngày Xuân

Ẩn hiện lung linh những đốm sao
Quê người đất khách kém tươi màu
Giáng sinh họp mặt còn trông ngóng
Tết nhứt sum vầy mãi ước ao
Bằng hữu họa thơ thay lửa ấm
Nhi đồng đọc truyện thế phong bao
Chừng nào níu lại hồn Xuân trước
Vỗ nhịp hoan ca giọng vút cao.

Montréal, Xuân Canh Tý 2020

Chúc Tết Tân Sửu 2021

Năm tháng trôi qua – năm tháng hết
Người thân đi hết có còn ai

Cô Vi cướp đi bao sự sống
Xin chúc Bình An trọn kiếp này!
Thời gian như bóng câu - cửa sổ
Cái già sồng sộc có chừa ai
Mọi chuyện muộn phiền thôi gác lại
Tết đến chúc nhau Hạnh Phúc đầy!

Montréal, một năm sau đại dịch

CÀNH MAI TẾT

Nhìn cánh Mai vàng, lại nhớ Tết
Xuân ở quê nhà có đến không?
Sao ta bỗng thấy buồn rưng rức
Hoa Xuân chưa dễ nở trong lòng.
Từ ấy tới giờ, thân viễn xứ
Chỉ đón Tết về giữa độ Đông
Muôn hoa tuyết trắng hờn trong gió
Ảo ảnh tuồng đời - không sắc không!

Montréal (Canada), Tết Nhâm Dần 2022

CẢM TÁC TẾT NHÂM DẦN 2022

Đã mấy năm rồi trong bão dịch
Khắp muôn nơi phủ một màu tang
Xuân về bỗng thấy sầu đong. ngất
Tết đến mà sao lệ uất. tràn
Có phải con người gieo thảm họa
Hay là tạo hóa khéo đa đoan?
Nguyện cầu phép lạ mau ban xuống
Diệt sạch cúm Tàu mới định an. ■

TRÚC THANH TÂM

VỀ PHÍA MÙA XUÂN

Ta về quê chuyến đò trưa
Nghe sông hát những lời chưa muộn phiền
Tóc dài nón lá che nghiêng
Yêu người từ độ hẹn nguyền tóc tơ

Ta về viết tiếp bài thơ
Áo thơm hơi ấm mắt ngơ ngẩn tình
Ráng chiều đỏ phía bình minh
Ước mơ nỗi khổ cứ rình rập nhau

Ta về đêm chạm chiêm bao
Nên cho và nhận xé rào nhân duyên
Trần gian từ lúc đảo điên
Trăng treo đầu núi một tiền kiếp mưa

Ta về tìm lại ngày xưa
Bốn phương lạ lẫm gió vừa thổi lên
Lục bình tím khúc sông quen
Mùa xuân năm cũ nhớ quên bây giờ!

HOA BƯỚM MÙA XUÂN

Em phơi tóc cho mùa đông bối rối
Lối tình xuân lấp lánh hạt nắng hoa
Mùi nhan sắc khó lòng mà quên được
Trong mắt em ta thấy cả đậm đà

Từ góc khuất không gian ngào ngạt gió
Thương cuộc đời qua ngả rẽ hồn nhiên
Trăng huyền ảo nhấp nhô bờ cổ tích
Em có nghe tiếng sóng vỗ mạn thuyền

Cánh thư tình của một thời vụng dại
Theo thời gian đã hé những chồi thơm
Ta hóa thân con bướm vàng ve vãn
Hương trinh nguyên, hoa và lộc trong hồn.

MỜI NHAU CẠN CHÉN XUÂN ĐỜI

Con én ngậm cành hương sắc
Thả mùa yêu xuống trần gian
Gió hôn lên bờ môi mọng
Ta say sưa phố hoa vàng

Tóc em xanh trời mơ ước
Tình ơi đời đẹp vô cùng
Nắng non tơ thời con gái
Đầy vườn lá lật nhớ mong

Chạnh lòng khi nghe điệu lý
Thương người bỏ xứ xa quê
Nhớ mẹ canh nồi bánh tét
Đãi con cháu tết tụ về

Giao thừa pháo hoa rực sáng
Cùng em hái lộc đầu năm
Thời gian quay vòng nỗi nhớ
Cho đời còn những tri âm

Tình xa hương thầm ngày cũ
Yêu người đâu dễ gì quên
Em qua đời ta một thuở
Vậy mà còn dấu trong tim

Thấm thoắt tóc ta đã bạc
Mùa xuân bốn chục năm trôi
Tiếng cười đầy trong ly rượu
Mời nhau cạn hết xuân đời!

ĐI GIỮA MÙA XUÂN

Người đi hồi tháng chạp, mưa
Tôi về bến cũ, sông xưa lở bồi
Mà như trời đất và tôi
Vẫn còn trăm mối nợ đời trả vay

Người đi gió bấc lạnh vai
Tôi về theo cánh én bay xuân chờ
Sáu mươi năm, một hồn thơ
Tôi cho và nhận, tôi chờ và mong

Tôi còn riêng một dòng sông
Tôi còn riêng một bao dung bên đời
Luân hồi thơ vẫn bên tôi
Tình yêu, người nợ với người, tình yêu! ∎

TRƯƠNG THỊ THANH TÂM

SẮC XUÂN

Nắng đã lên rồi, xuân đến đây
Gió đông đùa với đóa hoàng mai
Nhà phía bên kia vừa hé cửa
Thấp thoáng bóng ai, tóc xõa dài

Ngoài trời khóm trúc lá lao xao
Mơn mởn chồi non, ngọn trúc đào
Gió xuân áo mới hồng đôi má
Đường hoa thoang thoảng chút hương cau

Trong làn gió mới đào khoe nụ
Đỏ thắm chậu hồng mới nở hoa
Có đôi bướm trắng còn quanh quẩn
Đàn sẻ trên cành ríu rít ca

Đông còn tiếc nuối xuân tìm đến
Thời gian có dừng lại chờ ai

Buồn thương con nhện giăng tơ mỏng
Soi gương bờ tóc... sắc màu phai

Xuân nay vẫn mặc màu áo tím
Để nhớ ngày xưa ta có đôi
Pháo hoa chẳng có, trời thương nhớ
Phố cũ giờ đây thiếu một người!

Xuân Này Anh Có Về Không

Anh có về không? Xuân tràn nắng ấm
Cội mai vàng khoe sắc thắm xuân sang
Anh có về không! Lòng thấy bâng khuâng
Bao mùa trôi, chưa lần quay trở lại

Thời niên thiếu anh thong dong rẽ bước
Chốn quê nhà anh quên mất tình em
Đời xuôi ngược đôi ta xa ngàn dặm
Chút thân tình anh lạc lối cùng ai!

Em tháng năm chờ đợi đã bao ngày
Anh hờ hững cùng ai kia kết nghĩa
Đường phu thê thôi đành... ta dang dở
Nỗi mong chờ, nhật ký viết đầy trang

Xuân năm nay anh có nhớ về không?
Hoàng hôn xuống tóc điểm màu sương trắng
Con đường dài không nắng cũng là mưa
Đêm Tân Phước anh còn có chạnh lòng

Gởi nhớ thương xuôi về đêm lẻ bóng
Đời hiu quạnh bên căn nhà trống vắng
Anh đâu rồi? Xuân đến chỉ mình em!
Trong nỗi nhớ giấu lòng... chờ ân sủng ∎

TRƯƠNG XUÂN MẪN

ĂN TẾT XỨ NGƯỜI

Mẹ ơi, con ăn tết, xứ người, trong hãng
Hạt mứt con ăn cay nỗi buồn vô hạn
Bánh pháo là tiếng nổ cồn cào nỗi nhớ
Giấc ngủ giao thừa cắt vụn khúc tĩnh, mơ. ■

TƯƠNG GIANG

HE HÉ XUÂN

Xuân đang rất vội vàng
Mầm hoa
Như chật chội!
Phơn phớt hồng đào
Đều tăm tắp
Nét môi xinh!
Ồn ào phố xá
Khuấy động gì
Gót giày khua!
Nơi bình minh hát
ôi se sẻ
Cúi tìm mồi!
Thêm một ngày mới
Nắng cứ hiền
Mùa luân phiên!

Giọt nước mẹ tưới
Đang cựa mình
He hé: Xuân!

THÁNG GIÊNG, XUÂN RẤT RIÊNG

Tháng giêng khúc khích, thì thào:
Thúc giục mầm mới, xôn xao nụ tình
Sau lưng gió mát thình lình (*)
"Người ơi, người ở... (*), thắp bình minh lên

Có gì như thể thiêng liêng
Gập ghềnh đã bước, tháng giêng đã từng:
Nếm biệt ly, uống trùng phùng
Sao lạ lẫm quá, lập xuân mùa này

Lật trang sách nhớ nồng say
Hương hồng nở muộn thoảng bay cuối dòng
Đêm vô tâm, ngày ruổi rong
Ai níu vạt áo (*), ai hong tơ trời...

Cái lạnh đi về trùng khơi
Ấm áp lan tỏa trong mười ngón tay
Đan vào xuân, tháng giêng này
Hoàng mai rực rỡ trên vai hiền hòa.

(*) Mượn ý ca dao:
- *Gió sao gió mát sau lưng*
Bụng sao bụng nhớ người dưng thế này
- *Người ơi người ở đừng về*
Thiếp nắm vạt áo, thiếp đề bài thơ

TÀN ĐÔNG LẬP XUÂN

Mỗi năm mỗi bán buồn vui
Cám ơn anh, cám ơn đời... hữu duyên!
Sinh nhật Em, giáp Noël
Đá mềm chân cứng bao phen khóc cười!

Nhiều đêm tự thắp đèn trời
Lời cầu nguyện gởi xa xôi âm thầm
Biết lòng tri kỷ bâng khuâng
Soi ngân hà, dõi sao băng: nhớ người...

Thêm mùa đông, thêm tuổi đời
Nhủ thầm sá kể nghịch lời, vong ân
Miễn sao vẫn hái ân cần
Để ươm thơm thảo tình nhân mượt mà

Cám ơn anh, đông sẽ qua
Ru thềm xuân trải hương hoa thanh bình! ∎

TUYỀN LINH

NẮNG XUÂN

Nắng xuân tỏa chiếu trên cao
Có chiếu vào được hốc nào lòng tôi?
Xuân về sân trước reo vui
Hè sau lén giấu ngậm ngùi trăm năm

Tại sao tôi phải khóc thầm?
Hồn tôi tan chảy theo dòng biển sâu
Thơ tôi nói được lời nào
Quẩn quanh... quanh quẩn... chiêm bao xé lòng

Ngày lên ngơ ngẩn – đêm mong...
Chắt chiu từng chút giấc nồng đợi nhau
Trăm năm nào có là bao
Tâm tang vây kín nẻo vào bến mơ

Xin trời chia nắng đôi bờ
Cho con gởi xuống dòng thơ thầm thì?

Mấy mươi năm, lòng khắc ghi
Biển sâu định mệnh, nắng thì trên cao
2018

BÂNG KHUÂNG MÙA TẾT

Một tôi trốn chạy đã lâu
Nay mai lại nở đượm màu xuân băng
Mơ màng nhìn cảnh sông trăng
Rọi về ký ức rõ hẳn vết dao

Cứa hồn tôi đến lao đao
Nên chi tôi đã biệt chào mùa xuân
Cớ sao xuân lại đến gần
Trăm hoa đua nở tần ngần hồn tôi

Niềm đau nỗi nhớ chưa nguôi
Tết đi, tết đến, người vui kẻ buồn
Lệ tôi gần đã cạn nguồn
Thân tôi như thể treo chuông chỉ mành

Hứng triệu bão tố tinh thần
Nén nghìn va đập xác thân đời thường
Xuân nào hé nụ lòng tôi
Tết nào pháo nổ cho nguôi nỗi niềm?

Bâng khuâng ôm một nỗi riêng
Tết đi, tết đến triền miên... sự tình ∎

2018

UYÊN NGUYÊN

MÊ KHÚC ANH, LÀ TỪ KHI EM ĐẾN...

1.
Mê khúc em, từng đoạn sông đã trôi xa, lơ lửng trên mây bóng sông lồng lộng mênh mông xuôi về biển cả.

Mê khúc em, từng đoạn buồn tẩm son môi xin cho tươi rói lại, oằn mình nỗi đau với nhạc, cung điệu u trầm thăm thẳm ngân nga.

Mê khúc em, mơn man dòng nhịp điệu em hát là nhịp tim em đang thở, khắc khoải theo đời, lên xuống thân phận em chợt buồn chợt vui.

Mê khúc đêm nay, lời ca em dặt dìu dưới ánh đèn nhảy điệu hợp tấu. Vàng, đỏ, tím, xanh…, như xanh xao cuộc tình em vừa khuất dấu hôm nào.

Mê khúc anh là từ khi em đến, hát, cười và có lúc nào em sẽ bật khóc, như thể chào đời nghe tiếng Mẹ ầu ơ câu ca dao buồn rũ rượi.

Mê khúc anh, là từ khi em đến!

2.
Em đứng lên hồng tươi màu áo mới, mới như thuở nào hồn em nhạt vừa chạm nắng Xuân, cho Xuân Em về ửng sắc hồng nhan lại, Em mở lồng nhạc thả những tấu điệu nhảy hót vui ca.

Nhan Xuân Em là con chim én về chao lượn báo tin mùa Tình yêu đang trổ trái. Lời ca em, ca ngợi tình yêu vô biên tựa hương Xuân chưa bao giờ phai lạt.

Anh mừng đón tin vui từ những hoang tàn đổ nát. Như thế nhân loại lúc nào cũng khao khát niềm vui từ những lần đau. Hạnh phúc anh là nỗi đau anh đang nhận biết. Lẽ nào Em không hiểu, mùa Xuân ở đây bao giờ cũng bắt đầu sau những ngày ủ mưa.

Hồng Nhan Xuân Em là một đêm em mở ngực thả nhạc bay lên, nhịp thở mang theo từng tiết điệu như cánh diều tuổi thơ anh chạy rông trên cánh đồng lộng gió thoang thoảng hương cỏ nội.
Hồng Nhan Xuân Em là khi em cúi chào bình minh nụ hồng vừa hé nụ, theo em mùa Xuân lên ngôi lộng lẫy để hồn anh chợt cúi chào run rẩy bật thành thơ ∎

VÕ CÔNG LIÊM

BUỒN ƠI CHÀO MI

tặng anh: Luân Hoán

xuân đến
xuân đi
xuân lại
đến

xuân. nhuốm màu trong mắt em
bay theo nắng trắng theo mây
từng sợi vàng đưa
gởi vào vùng trăng

đêm. nhuốm màu thời gian
lên da thịt em
bạc màu sương gió
thổi xuân đi bằng cánh tay của biển

xuân vàng hoe trước ngõ

hoa ôm lấy bóng
và. khe khẽ động
đến chẳng ai hay

lã chã
rơi
giữa mùa xuân trỗi. bất ngờ
với trời tháng chạp trong tôi
ôi. buồn ơi chào mi.

MỪNG TUỔI BẢY BA

sao trăng không về hôm nay
cho ta lạc bước giang hồ
đêm thủy tạ
giữa lòng sen
mừng tuổi bảy mươi ngoài
xanh ngát trời xanh lận
quay bánh xe nguyền
bỗng nhiên biến mất
ta. về đâu?
hư vô! hư vô!
không = không
đồi thông xưa
mênh mông trời bát ngát
ánh hoàng hôn mùa xuân
cỏ vươn lên khỏi tuyết.

ĐÓN XUÂN

sáng nay thức dậy sớm
đón xuân gióng tiếng giữa thinh không
tôi. đánh rắm mùa đông ./.
Dựa ý thơ của Mãn Giác thiền sư (1052-1096).

UỐNG RƯỢU CHIỀU BA MƯƠI

gởi: caohuykhanh, dươngđìnhhùng, phanminhhuệ.

chiều
ba
mươi
tết
đầu đội trời
chân đạp đất
đi long rong
giữa phố chợ
như con chó tháng rưỡi
ve vẩy cái đuôi cùn
thèm cụm rượu mùa đông
núc cạn chén hồ trường
chẳng
một
ai
về
uống rượu chiều ba mươi.

THƯƠNG XUÂN

rưng rưng lệ ướt mi. ấm tay mềm hôm nọ
'mai chẳng bẻ thương cành ngọc'* người xưa nói
bỗng thấy quạnh hiu gào: nếu một mai như lời trăng trối
et si tu n'existais pas** không có em. một trời lãng mạn xưa
trong đau đớn nghe tiếng khẽ tâm hồn. thổi nhẹ mái tóc bồng
mưa chiều tháng chạp gió bẻ đóa tường vi
nghe dư âm tiền kiếp còn nao nao hương thơm
chìm chìm tiếng bạc hồn nhung nhớ
cho ước mơ nào mộng vỡ toang
những cánh cửa mở

căn nhà sốt rét
là đêm hiện nguyên hình thế kỷ đau
nắng khô trút xuống trên đôi mắt bão hừng nỗi nhớ
tôi. thấy người con gái khỏa thân trong ly rượu
đòi trút những cụm dư vào chiều hoen sâu buốt mắt em
thương xuân. đứng nhìn hoa lá bay chiều rụng cánh
những bầy thú sanh nhật trong vườn cỏ để đêm lên tới ngọn
nghe âm vang tiếng cựa mình. tỉnh ngộ một lần vào môi em
biển gọi. khúc tỳ bà hành gõ tiếng tơ đồng cho lệ ướt vai gầy
nhớ xưa. ngày nắng cực như thiêu thân đêm lồng lộn mình ên
vào ngõ cụt. hứng những đợt mưa mềm cho thấm nhuần đất
thở

em. đâm chồi mùa xuân thuở nhỏ

tôi. hốt hoảng giữa mùa đông dậy thì. ∎

(ca ab yyc. cuối 12/2018)

* Thơ: Nguyễn Trãi
** Thơ Louis Aragon: 'Và; nếu một mai không có em trên đời'

VÕ PHÚ

NĂM SANG ANH ĐÓN EM VỀ

XUÂN trổ quanh làng khắp chốn quê
SANG năm để được sánh vai kề
HẠNH nhân béo ngọt nàng làm biếu
PHÚC hậu ngoan hiền mẹ khó chê
BÌNH tĩnh nghe từng lời dạy bảo
AN nhiên đón lấy những so bề
TỚI lui khoảng cách không còn nữa
TẾT ĐẾN VINH HOA HỶ SỰ VỀ

Bích Môn Thành 012322

Xuân

Xuân tới trần gian thật tuyệt vời
Xuân này ấm áp khắp muôn nơi
Xuân tìm hạnh phúc trao nhân loại
Xuân chọn bình an gửi mọi người
Xuân tỏa hương thơm chừng chẳng cạn
Xuân tràn mật ngọt mãi không vơi
Xuân mang khát vọng luôn nồng cháy
Xuân nhuộm tình yêu đến hết đời.

Hoa Ngày Tết

HUỆ trắng tinh khôi đón Tết về
MAI vàng nở rộ một vùng quê
ĐỒNG TIỀN thịnh vượng bao người thích
THƯỢC DƯỢC yêu kiều lắm kẻ mê
BÁCH HỢP kiêu sa dâng Quán Thế
LAY ƠN nhã nhặn cúng Bồ Đề
ANH ĐÀO rực rỡ tràn hy vọng
Quý phái PHONG LAN tỏa bốn bề.
Bích Môn Thành 012222

Mừng Xuân Nhâm Dần

Đông tàn lạnh lẽo sắp DẦN qua
CỌP đã trườn chân sải tới nhà
chị chủ hồng tươi quàng những GẤM
chàng trai khẳng KHÁI tặng bao quà
con CHẰN lên chạy vì câu hát
lão KẸ rời đi bởi tiếng gà
chó chửa ăn rồi no KÊNH bụng
mèo MUN uống rượu ngã la đà
Bích Môn Thành 011822

NGÀY XUÂN HOA LÁ

Tết lại về bên những cỏ cây
Trong nhà rực rỡ Cúc vàng lay
Trầm Hương gỗ đỏ cành chưa rụng
Thạch Thảo hoa mềm cánh đã bay
Trộm nhớ Anh Đào sao tỏ rõ
Thầm thương Cẩm Chướng ngại phơi bày
Tình sâu nghĩa nặng luôn bền bỉ
Thắt chặt nhau vào mãi chẳng thay.
Bích Môn Thành -012122

SẮC XUÂN SAY ĐẮM NHAU RỒI

Tuyết TRẮNG ngoài sân đã phủ đầy
trong nhà một chậu cúc VÀNG lay
trầm hương HẠT DẺ thơm phưng phức
bánh kẹo CAM xoài ngọt ngất ngây
nhấm nháp ly trà XANH nóng hổi
nhâm nhi chén rượu ĐỎ nồng cay
vui ngày Tết đến HỒNG đôi má
MẮT BIẾC nhìn nhau bỗng thấy say

XUÂN CƯỜI VỚI TA?

Xuân nay đỏ thắm cành đào
hương đưa trong gió đón chào
Tết sang
năm nay có cả mai vàng
tỏa ra thơm ngát mênh mang đất trời

Xuân nay rộn rã gọi mời
nhân gian say đắm chơi vơi cõi lòng

cây chồi
đơm lá
trổ bông
sắc màu tươi thắm hương nồng nhẹ bay

Xuân mang hạnh phúc trao tay
vui nghe khúc nhạc ngất ngây lòng người
ngày Xuân phơi phới xinh tươi
chào Xuân mới đến em cười với ta...

THÁNG GIÊNG NÀY

Tháng Giêng này
hoa tuyết nở trên cây
đất co ro giấu mình trong chiếc chậu
ở quê xa mọi người đang tất bật
bánh mứt dưa hành không chút ngừng tay
Tháng Giêng này
tuyết đổ kín nơi đây
đường sá đóng băng khóc ròng xa lộ
trẻ con nghỉ học,
ôm máy cả ngày
bệnh dịch hoành hành
người mất từng giây
Tháng Giêng này
sẽ mau chóng trôi qua
thế giới tương lai không còn dịch bệnh
đất nước quê xa
mọi người rộn rã
cùng hân hoan đón năm mới hòa ca...
012022

HOA MAI NHÀ EM NỞ

Hôm nay tuyết lạnh tái tê
ngoài đường quạnh vắng lối về nhà ai
cây trơ trụi lá mệt nhoài
nằm im ôm nỗi sầu ai một mình
Bốn bề tuyết phủ trắng tinh
ngó ra chờ đợi bóng hình Xuân sang
lòng ta có chút rộn ràng
khi hoa mai nở ghé ngang bên nhà
Hoa mai năm cánh điệu đà
tiễn mùa đông lạnh mau qua chốn này
hoa cười ấm cả trời mây
Xuân về hoa lá cỏ cây vui mừng... ∎

Bích Môn Thành - Chủ Nhật, ngày tuyết rơi 011622

VÕ THỊ NHƯ MAI

ĐI ĐỂ TRỞ VỀ

Làm sao biết giờ khắc hạnh phúc
Khi không có những buổi chiều bỏ quên
Mùa xuân nán lại đuôi mắt
Anh thơm lên mái tóc huyền

Trở về sau biền biệt hai mươi năm
Bắt đầu lại từ đầu em nhé
Quê hương trong anh là em nhỏ nhé
Là trái tim yêu buông bỏ hận thù

Anh đi xa để nhớ để quên
Đất nước không phải là nơi trên bản đồ
Mà ở trong tâm tưởng
Để mơ về để hát lên

Để yêu thương nụ cười em bao dung thánh thiện
Đôi mắt mẹ rất hiền tiếng trẻ bi bô
Chuyện làng trên xóm dưới
Chuyện sách chuyện phim

Em đón anh trở về mùa xuân muộn
Anh thơm lên mái tóc điểm sương
Không có những buổi chiều bỏ quên
Làm sao biết giờ khắc hạnh phúc

SỢI NHỚ

Em cầm sợi nhớ mỏng mảnh trên tay
Cánh diều thong dong thảnh thơi theo gió
Chạm vào ráng chiều hoàng hôn rực đỏ
Làn khói như tơ từ mái ngói quê nhà

Sợi nhớ em ánh trăng trong veo ngọc ngà
Làm dịu đi trái đất căng ngày dài mệt mỏi
Mái tóc bạc sương gió của bà một đời đá sỏi
Đất nước chúng mình ôi lắm trở trăn

Em hát ru anh lung linh ngọn hải đăng
Định hướng con tàu vượt qua dông bão
Anh băng qua triệu chặng đường xông xáo
Cần gió dịu dàng ru giấc ngủ bình yên

Ánh nắng bình minh điệu đàng ghé mái hiên
Mùa xuân tung tăng khoác lên mình áo mới
Cuối con đường nhành mai chúm chím đợi
Khe khẽ nụ vàng nhung nhớ chực bung ∎

VŨ HỮU ĐỊNH

Ngày Xuân Ở Quán

con gái mùa xuân như mới tắm
buổi mai sương ướt cỏ hoa ngời
lòng đá chợt mềm chao rất nhẹ
nhớ mình vừa vượt tuổi ba mươi

năm nay ăn tết cùng ông quán
mồng một đời cay miếng mứt gừng
chén rượu ngày xuân sao đắng miệng
giang hồ nghe cũng đã đau lưng

vẫn đi như một anh hành khất
đuối sức nhưng quê đâu mà về
ta sống một đời mây nhuốm bệnh
bồng bềnh sầu đụn màu nhiêu khê

sáng nay nghe pháo ran ngoài phố
ngòi pháo đời ta cũng cháy ngầm

thấy gái xuân tươi lòng cũng thẹn
chuồn chuồn xếp cánh đậu bâng khuâng

TẾT NHỚ THẰNG BẠN XA QUÊ

gởi Trần Dzạ Lữ

"gió đưa cây cải về trời
rau răm ở lại chịu lời đắng cay" (cadao)

tết đến ai xui tau lại nhớ mầy
thằng chơn chất suốt đời luân lạc

ngày Huế giải phóng
mầy lang thang trong Nam
thiên hạ "chim mô về tổ nấy"
tau chờ mầy về như "khi người trở về với con sông Hương"
xa nhau càng nghĩ càng thương
thằng bạn thơ cuộc đời bầm dập
trốn lính, đi lính, rồi thì học tập
thương ơi câu nói "ở răng cho vừa đời"

nghe nói mầy về quê đi bán bánh mì
vợ giặt mướn cho nhà thương đẻ
rồi nghe mầy đi Nam trở lại
quê không dung nổi đôi vợ chồng thơ
năm năm rồi mầy sống xa quê
ôi cái làng quê Nam Phổ Hạ
thời chiến tranh mầy quay quắt mong về

tôi có nhiều người bạn Huế
thường nói với nhau về Huế của mình
xa thì thương ở gần dễ giận
đi xa Huế dẫu đời lận đận

nhưng còn Thành Nội trong tim
nhưng còn hình ảnh núi Ngự sông Hương
cái huyền thoại nghe buồn dễ sợ

Duận ơi! cuộc sống có bao giờ dễ nhớ
ai có bạc chi mình cứ níu xóm làng
tau vẫn nhớ hoài năm tháng lang thang
mầy cứ nhắc làng quê Nam Phổ Hạ

năm năm rồi tau giậm chân tại chỗ
cũng thèm đi nhưng đi để mà về
ta đã từng lang bạt
nên hiểu hồn quê
ôi cái hồn quê ngày tết
nó cứ dật dờ hành mình dở chết
ăn không ngon mà ngủ cũng không ngon
trong thơ mầy khao khát quê hương
hòa bình lại xa mất Huế

thôi thì ở đâu cũng vậy
con chim còn biết tập quen với lồng
con cá còn tập quen với chậu
con người cũng phải tập long đong

BỮA RƯỢU CUỐI NĂM

Gần Tết, bỗng dưng sầu níu rượu
Anh em không hẹn, gặp nhau hoài
Xa lắc thời em khoe áo mới
- Tết này e chú đã hai mươi

Em ta: mới đó hai mươi tuổi
Đời mọc râu mọc tóc ngang tàng
Ta ba mươi một đầu tóc bạc
Vẫn một đời cõng mộng lang thang

- Chú vô một cốc, anh một cốc
Đời chỉ còn anh với chú thôi
Chớ nhắc quê xa thêm ái ngại
Mềm lòng khi rượu chưa mềm môi

- Long lanh mắt chú sao đầy rượu
Mắt có quê xa với bóng thầy
Chú ạ! Vô tình anh mới khóc
Vô tình vuốt mắt để nghe cay

NĂM XƯA

sông ôm bóng núi
chiều đẫm sông mê
mùa mưa phảng phất
nhạn rủ nhau về

có phải mùa xưa?
mùa xuân miên viễn
ta đưa em đi
cười reo thị hiện

có phải mùa xưa?
có mẹ có cha
hương bay trầm u
những lòng thiết tha

có phải mùa xưa?
đồi non cỏ mộng
đưa em ra chùa
lúa níu chân thơ
đưa em thăm mùa
lòng rối vu vơ

có phải mùa xưa?
nắng hong áo bướm
sương ủ hoa thơm
theo em theo em
hái lộc cúng dường

có phải mùa xưa?
cha thương mẹ nhớ
đầu đêm trừ tịch
dâng lễ rước vong
giữa đêm giao thừa
nhà vui pháo đỏ
hồn người năm xưa
về trong tiếc nhớ

năm xưa mùa xưa
bao giờ lại về
sông ôm bóng nhớ
ủ hồn nhiêu khê

năm xưa còn đâu
quê nhà cũng mất
con đường liên thôn
chiếc cầu đã sập

sông ôm bóng nhớ
ta ôm hồn mùa ∎

VŨ KHẮC TĨNH

Xuân Đầy

Đoái lòng theo cánh chim bay
Bao năm lưu lạc xuân nay trở về
Vườn tôi nở trắng hoa lê
Nghe như giục giã bốn bề đầy xuân

Xuân Tha Hương

Mộng đi cuối đất cùng trời
Bọc thây da ngựa vắng lời mẹ cha
Mười năm trong cõi ta bà
Áo cơm lang bạt xót xa phận mình

Xuân Khai Hoa Nở Nhụy

Hàng rào giậu trúc bụi tre

Nửa khuya thức giấc, thoảng nghe hương đồng
Cỏ cây còn ngủ cuối đông
Đợi hoa mai nở vàng bông ta về

CÕI TA PHIÊU BỒNG

Em sông ta núi tần ngần
Núi sông nhiều lúc tưởng gần mà xa
Sông em xuôi biển khơi xa
Phù du mộng ảo cõi ta phiêu bồng

TỰ KHÚC

Ta trở lại bên thềm nhà cũ
Chiều cuối năm ngơ ngác tiếng chim gù
Nửa đời xa thời gian pha sắc tóc
Gió bông đùa trong vườn nắng vi vu
Chợt nhận ra mùa Xuân trước mặt
Vạt cỏ mềm nghe ấm áp chỗ ngồi
Ta sẽ có một tháng giêng mật ngọt
Như làn môi bé bỏng của em tôi
Vườn hoa trái ngày vui chuyển động
Lá non tơ chuyền nhựa sống cây cành
Ta có chút niềm riêng xa lắc
Thuở em còn giấu trong mắt long lanh
Chiều cuối năm bên thềm nhà cũ
Gặp lại bà con của xóm làng
Bên hông nhà chậu cúc, mai hé nụ
Sẽ rực vàng trong nắng ấm xuân sang
Tưởng như quên sao lòng lại nhớ
Tam Dân xưa biền biệt mấy mươi năm
Khói bếp chiều nhà ai còn vương víu
Đông sắp tàn mà giá rét lạnh căm
Ta trở lại bên thềm nhà cũ

Nghe biết bao lời xúc động yêu thương
Trong giấc mơ cứ hằng mong ấp ủ
Đếm đời buồn lang bạt tết tha hương

VÔ NGẦN TẦM XUÂN

Nằm chơi trên vạt cỏ xanh
Hít thở không khí trong lành quê ta
Dư hương vị Tết đậm đà
Bạn bè hội ngộ rất là tình quê

Vượt ngàn cây số đường về
Là thỏa chí mộng hả hê với đời
Cội nguồn sương khói là nơi
Thênh thang một cõi đất trời vi vu

Bước ra từ miền trung du
Làm thơ buôn bán đánh đu với đời
Lên chùa tượng gỗ ngồi chơi
Và những tượng đá ngồi nơi giáo đường

Cái gì rồi cũng vô thường
Chồi non lộc biếc ngậm sương đất trời
Về quê dăm bữa về chơi
Có lần đứng lại chào nơi Tam Kỳ

Còn gì ta còn lại gì?
Sự tuần hoàn đến rồi đi vô thường
Mai kia đứng lại bên đường
Đâu còn thấy bóng cô nương năm nào

Một thời làm ta xôn xao
Đất trời một cõi cúi chào phù vân
Sáng nay ta bước ra sân
Chào nụ hoa đẹp vô ngần tầm xuân ■

VŨ TRẦM TƯ

ĐÓN XUÂN TRÊN ĐẢO

Nếu không có chuyến tàu vừa ra đảo
Anh chẳng hề biết Tết đến gần đây
Ngày tháng qua trong nắng gió trời mây
Anh đã quen với mùi hương biển mặn

Bên Song Tử Tây nhìn phía xa biển lặng
Trường Sa ơi! Những giọt máu quê hương!
Gắn đời trai trên vùng đất lạ thường
Bạn với hải âu lượn lờ trên sóng

Có ai hiểu trong tâm tư người lính
Nhớ đất liền cùng núm ruột anh em
Chờ những chuyến tàu vượt sóng ngày đêm
Mang thư đến và chút quà nho nhỏ

Mùa Xuân đầu tiên vui ngoài đảo gió
Xa gia đình ăn Tết giữa trùng khơi

Một ít rượu cay, cùng đồng đội rót mời
Hương vị quê hương ấm tình lính đảo

Hẹn với em ngày về vui chân sáo
Tay trong tay ta dạo phố Sài Gòn
Nụ cười tươi nở trên cánh môi son
Trái tình yêu ngọt ngào hương sắc lạ!

ANH VỀ THEO CÁNH ÉN BAY

Nắng chưa lên, hơi sương còn lành lạnh
Sớm mùa đông chim sẻ chẳng gọi nhau
Gió nhẹ lay cành lá mới xôn xao
Sóng Cửu Long hiền hòa con nước lớn

Thành phố ngủ, giấc mơ còn lởn vởn
Đêm mê say, nhà cửa đóng im hơi
Lối đường quen thưa vắng bước chân người
Những gốc bằng lăng màu xanh mượt lá

Về lại Mỹ Tho lòng nghe hối hả
Bến bắc ngày nào ai nhớ, ai quên?
Mấy năm rồi chẳng nghe gọi đến tên
Phà Rạch Miễu đâu còn con sóng vỗ

Căn nhà nhỏ vẫn thường ngày khép cửa
Với nỗi buồn chờ đợi cánh chim xa
Giếng nước ngày nào xanh đỏ đèn hoa
Quán cà phê, nhớ hoài đêm hò hẹn

Mùa Xuân này theo đường bay chim én
Anh về nghe hơi thở ấm tình say
Khúc yêu xưa trong chiếc lá thuộc bài
Đêm xao động mùi hương quen ngày cũ

Con tàu mùa Xuân có ghé lại đây không?
Mang hạnh phúc, yên bình, niềm vui ngày Tết
Con đường gian nan đi hoài chưa hết
Biết bao người chờ đợi bóng Xuân qua

Ở Nơi Này Còn Thiếu Nụ Cười Xuân

Con tàu mùa Xuân có ghé lại miền Trung?
Bãi cát dài phủ lên màu xám ngắt
Sóng vẫn xô giạt bờ đầy cá chết
Những ánh mắt buồn lạc lõng ngóng khơi xa

Lớp lớp thuyền nằm phơi mình trên cát
Biển và thuyền duyên nợ chẳng còn đâu
Ngoài phía xa con sóng vẫn thét gào
Có ai biết thuyền mơ ngày vượt sóng

Ánh mắt cha đăm đăm chiều gió lộng
Chờ đợi lần trở lại biển xa khơi
Nụ cười tươi, bao thương nhớ chưa vơi
Bóng người về trên con thuyền đầy cá

Trả lại trẻ thơ niềm vui cùng sóng cả
Dấu chân trần đùa cát ấm chiều buông
Chiếc vỏ ốc nhặt lên, nụ cười giòn giã
Tuổi thơ lớn dần cùng nắng gió đại dương

Xin trả lại mùa Xuân cùng hương biển
Ánh mắt yêu thương với cả tình người
Thương giọt lệ rơi những ngày biển chết
Ở nơi này còn thiếu nụ cười tươi ∎

VŨ TRỌNG TÂM

EM VỚI MÙA XUÂN
THOẢNG MÙI HƯƠNG RẤT LẠ

Bỗng chợt thấy bóng nàng Xuân qua cửa
Gió hắt hiu lay động cánh mai vàng
Đôi bướm trắng lượn lờ trên khóm lá
Nắng ấm rơi đầy, hơi thở nhẹ mơn man

Mở rộng cửa đón nàng Xuân rực rỡ
Sắc áo hồng tô điểm cánh môi cong
Nụ cười duyên như e ngại gió đông
Cúc trước sân nụ hoa còn khép nép

Em đã đến bên tôi trời nắng đẹp
Một chút hương thanh khiết tỏa đâu đây
Em là Xuân để lòng tôi rạo rực
Hay mùa Xuân khơi dậy khúc tình say?

EM VÀ THÁNG GIÊNG, HAI

Giêng, Hai ngày chậm thế sao?
Nàng Xuân cởi áo bái chào nhân gian

Da em trắng muốt, mịn màng
Thơm như hoa bưởi, hoa bòng vườn anh

Giêng, Hai em vẫn xuân xanh
Em treo áo mới trên cành sầu đông

Đợi Xuân Phân tỏa hương nồng
Làng trên, xóm dưới đằm đằm mùi thơm

Đêm xuân lạnh rướm bông hường
Sáng ra, thức dậy còn vương vất tình

Bàn tay năm ngón em xinh
Ngón nào hứng nắng - ngón tình anh đâu?

(Rằm Nguyên Tiêu, Bính Thân)

CÁNH ĐỒNG MÙA XUÂN

Trên đồng cỏ mùa Xuân
Một mặt trời lực lưỡng
Quét từng tảng bóng đêm
Bằng những nhát cả quyết

Chim chích chòe hót vang
Như hồi còi báo hiệu
Một ngày mới bắt đầu
Làm nụ hoa choàng tỉnh

Từ phía mặt trời hồng
Đàn chim sâu tua túa
Sà xuống đám mạ non
Nhặt loài sâu ký ức

Trên luống cày mới vỡ
Ngai ngái mùi xa xăm
Chiền chiện vụt bay cao
Càng cao, càng lảnh lót

Trên cánh đồng tân tạo
Còn in dấu chân trâu
Sức cần lao đổ xuống
Làm phép lạ nhiệm mầu

Trong thôn xóm vang vang
Tiếng chàng lẫn tiếng đục
Tiếng bay, tiếng nện đinh
Trùng tu căn nhà mới

Trong nắng mới ngùi ngùi
Em đem hong chiếc áo
Trên bờ giậu xanh non:
- Những ẩm mốc ngày cũ

Vào một ngày tái tạo
Anh đem treo lá cờ
Trừ khử loài ma vương
Niềm vui bay trước ngõ

Vào ngày hội non sông
Anh đem phơi trái tim
Đập quá đỗi rộn ràng
Cho tự do vỗ cánh

Trên đồng cỏ mùa Xuân
Buồng phổi anh hít thở

Trong nhịp điệu bình thường
Như Tự Do có thật
Ôi! Tự Do có thật

KHÚC XUÂN CA CỦA NGƯỜI THIẾU PHỤ

Há em, không nhớ sao?
Người thiếu phụ của Vương Xương Linh
Chỉ một sáng
chợt ngoảnh nhìn
Cây dương liễu màu sắc xanh um
Đứng mọc ở nách tường
Mà thấy lòng xôn xao và tiếc nuối
Những ngày xanh sống cô đơn, buồn tủi
sau bốn bức tường câm
Em há, không biết sao?
Tuổi Xuân đã qua đi
không bao giờ trở lại
Chỉ để lại trên vầng trán em,
trên khuôn mặt em
Những nếp nhăn xấu xí
Vì ai cũng có một thời nhan sắc
Mà nhan sắc thì không bao giờ
chịu dừng lâu ở một người...
Vậy hãy cứ vui chơi
Như trẻ 13, 15
Vui chơi và và sống vô tư
- đói ăn, khát uống -
Như ngày em mới lớn ...
Đừng để phòng đơn, gối chiếc!
Đừng để đêm dài trằn trọc!
Hãy thêm tiếng cười
Hãy thêm niềm đầm ấm
Cho buồng Xuân bớt lạnh
Cho tình Xuân dâng phơi phới

Mỗi lần Xuân lại đến
Rồi một thì Xuân qua...
04-01-2017

Chiều Lập Xuân Qua Cầu Cẩm Lệ

Qua cầu, hối hả qua cầu
Thấy sông khói sóng một màu viễn ly
Bạn tri âm, biết nghĩ gì?
Hay còn xa khuất bên ni sông dài
Bên hiên chiều nắng vàng phai
Có còn nhớ đến một, hai bóng hình?
Người đi, xa khuất trường đình
Vẫn còn lưu lạc, linh đinh phương trời
Xuân về, khắp chốn nơi nơi
Người người đón Tết, riêng tôi lặng lờ
Vẫn còn nhớ Tết ngày thơ
Em đạp xe, gió níu áo tơ, vai cầu
Biết người xưa ấy nơi đâu?
Hay còn lạc bến giang đầu, mù khơi
Sáng nay, có kẻ lìa đời (*)
Mang theo tiếng hát, thêm khơi nỗi sầu ... ■

*Trần văn Tùng mất ngày 21 tháng Chạp năm Đinh Dậu

Em đã đến mang niềm vui bất tận
Tết năm nay thật quá đỗi diệu kỳ
Hạnh phúc mới ấm bờ môi mộng mị
Hương yêu còn ngây ngất nét mê si

Hơi thở tình ngập tràn theo ngọn sóng
Tôi bơi hoài trong ánh mắt thơ ngây
Có một mùa Xuân chín tựa bờ vai
Em với Xuân thoảng mùi hương rất lạ!

ĐỢI CHỜ XUÂN

Chờ xuân em mặc áo hoa
Nhởn nhơ cánh bướm lượn tà áo bay
Bước xuân hương sắc nồng say
Long lanh mắt biếc nụ cười cho nhau

Chào xuân mặc áo hoa đào
Có cơn mưa nhẹ lạnh vào đêm sương
Vòng tay buộc sợi nhớ thương
Chút hồng trên má dư hương ngọt ngào

Đường xuân rợp nắng lao xao
Áo vàng hoa cúc đón chào bình minh
Mai cười với gió lung linh
Để cho con bướm lượn quanh ngập ngừng

Áo xanh em mặc ngày xuân
Mây cao vời vợi nắng hanh ngả chiều
Bến sông con nước dặt dìu
Thuyền ai neo bến gió reo bóng chiều

Mừng xuân con phố quen xưa
Đường bằng lăng tím mới vừa trổ bông ■

XUÂN THAO

BA ĐOẢN KHÚC MÙA XUÂN

1- Xuân trên ngàn

Mùa Xuân về đốt củi ngàn
Cho con suối chở lá vàng lìa non

2 - Mưa Xuân

Đêm Xuân mưa - dạ bồn chồn
Sáng ra tỉnh dậy: - hoa còn thiếu, đa?

3 - Lạc lối mùa xuân

Có người phiêu bạc phương xa
Ngày Xuân nhớ mẹ, thương cha, bồi hồi
Tấm thân lữ thứ bên trời
Hồn nương khe, suối lần hồi về quê

XUYÊN TRÀ

Mùa Xuân

gởi Luân Hoán - Hồ Minh Dũng

Mùa xuân xuống phố mua hoa
Lên non đốn cội mai già về chưng
Hai hàng nước mắt rưng rưng
Đố em lệ chảy nửa chừng... thì sao?

Thưa rằng đã giấc chiêm bao
Vẫn xưa: Lan, Huệ, Mận, Đào còn tươi
Đợi giao thừa, tối ba mươi
Gởi thơm tình bậu nụ cười hợp tan...

Ngẫu Hứng Đêm Xuân

Dừng xe, vào đậu, bên đường
Câu thơ ngẫu hứng dị thường tạt ngang

Nghe mùa Xuân, đã rộn ràng
Ô kìa em, bóng trăng ngàn lộng hoa
Đường về, xa lộ, mình ta
Đóa nguyên xuân, chợt nở òa giữa đêm...

TÂM SỰ ĐẦU NĂM

Em thơm thảo như rượu tình mới rót
Phiến trời xanh, nghe chim hót gọi mời
Câu thơ viết chưa kịp mùa hoa nở
Tiết Lập xuân, én đã liệng bên trời

Sao vẫn cứ theo mây về cố quận
Hạt mưa chiều, chiếc lá cũng buồn rơi
Lý lịch cha ông lẽ nào khánh tận
Nghiệp dĩ văn chương uổng phí một đời

Bỏ trống bao năm lối về hoa mộng
Đứng quay nhìn quê cũ bóng tà dương
Lòng se thắt thác ghềnh kia vẫn chảy
Dành dụm một đời bỗng chốc tha phương

Kẻ hậu sinh ôm giấc mơ đi biệt
Cả cuộc đời chưa thấy cánh cò bay
Trên quê cha nhọc nhằn bom đạn
Mẹ nuôi con thuở khoai sắn từng ngày

Từ cổ chí kim thói đời đen bạc
Đem hận thù treo trước cửa mùa xuân
Nghe câu tự do, đêm nằm ác mộng
Le lói canh thâu bếp lửa nhân quần

Đành mai một, tháng ngày luân lạc
Có hề chi mộng lớn những ngày xanh
Trở chứng dở hơi theo mùa nắng gió
Đêm nghe ai còn hát khúc quân hành

Đã hẹn lần đi... không trở lại
Ngoái nhìn quê cũ nữa mà chi
Cây bứng gốc đem đi trồng chỗ khác
Đổi thịt thay da, hoa trái diệu kỳ

Rừng thiên cổ, hỗn mang nguồn ấm lạnh
Đã nghe chừng động tĩnh gió phương Đông
Ghi nợ trời Tây đợi ngày hết kiếp
Một nấm mồ chôn cũng mặn nồng

Ngày bỗng ấm giữa quê người chút nắng
Tháng tận năm cùng như ngọn sao băng
Em không thể, nhưng cuối cùng cũng đã
Nước mắt trào như thuở mới tròn trăng

Hoa đã Tết, hương bay mùi quá khứ
Đứng nhìn trời giọt lệ cứ rưng rưng
Tống cựu nghinh tân, xanh màu quan tái
Trầm tích đau thương chân bước ngập ngừng

Thơm trời đất, lượng xuân vừa hé nụ
Đã áo em ngời thêm vạn cánh hoa
Cám ơn nước mắt ai vừa chảy
Đã cuốn trôi đi... một bóng nhòa

Mưa hiến tặng, lá xanh nguồn hy vọng
Kìa chân mây đã ngũ sắc cầu vồng
Sương biến thể, thảo nguyên vừa thức dậy
Cũng giật mình như đã mất non sông

Em hãy cứ, hồn nhiên cười trước đã
Sẽ theo sau mùa hoa nở trên ngàn
Chén rượu cuối năm tưởng chừng say khướt
Dỗ dành đời ngọt lịm giấc hương quan

Tiếng chim hót câu gì trên mái ấm
Hình như ai vừa thả mộng bên trời

Chân đã mỏi, chốn sơn cùng thủy tận
Nhận quê người hôm sớm chút tình ơi...

HỒI XUÂN

Cũng may - đời vẫn còn em
Sợi thương bạc tóc - lại thèm nụ hôn
Trẻ tràng chưa biết dại khôn
Đã nghe tình thắm điếng hồn câu thơ
Hình như cánh bướm đang chờ
Hoa khai đầu ngõ đợi giờ hồi xuân...

TRƯỚC CỬA MÙA XUÂN

Trước cửa mùa xuân
Những khổ đau - tai ương - ly biệt
Đã tự mua vé lên tàu
Đi về một chân trời khác
Để lại nhân sinh nụ cười
Và những cánh hoa biết nói

Trước cửa mùa xuân
Hãy cứ hồn nhiên như ngày còn thơ ấu
Đưa hai tay đón nhận món quà từ đầu năm mới
Niềm ước mơ xoải cánh bay như những cánh diều
Kìa gió - không quen biết ai
Cũng về thăm - đùa vui qua từng góc phố
Ra giêng đầy lộc ở phía chân trời

Trước cửa mùa xuân
Có thể nghĩ - về những điều ta có thể
Biết đâu không nhớ sẽ không về
Cứ đặt tên cho mỗi nguồn hy vọng
Giấc mơ hiền như mẹ thuở làm dâu

Trước cửa mùa xuân
Anh thầm mơ được trở về từ một chốn xa
Thấy em ngồi làm dáng bên giỏ hoa
Với nụ cười Di Lặc
Vẫy tay chào giọt nắng hồng Nguyên Đán

Trước cửa mùa xuân
Dòng người xuôi ngược
Áo mới em bay - nghe vui từng bước
Ngọn gió đầu năm đưa ta về phía trước
Vũ trụ lên đèn nhân loại đã hồi sinh
Đỉnh trời mây tan - ai cười xé nắng
Đường xôn xao hoa lá cũng cựa mình...

HƯƠNG PHẤN TỤ VỀ

Anh viết những vần thơ cho em
Giữa năm cùng tháng tận
Tiết đông chí khởi lòng lân mẫn
Mưa lập xuân hương phấn tụ về

Gió hà phương thổi tạt ở bờ đê
Câu thương hải trôi dòng sinh mệnh
Anh phút chốc để lòng lơ đễnh
Lạc câu thơ trên mắt môi người

Cũng hoang đường trở lại tuổi đôi mươi
Mây ngũ sắc thơm thời niên thiếu
Cánh chim bay qua núi đồi Trà Kiệu (...)
Rải hạt mầm trên đất mẹ bao dung

Bước tha hương - đi mấy cho cùng
Trôi chảy mãi - chỉ tình em còn lại
Anh hạnh phúc giữa địa đàng hoa trái
Đón lộc xuân - từ khóe mắt em cười... ∎
(...) Núi Trà Kiệu thuộc huyện Duy Xuyên, Quảng Nam

www.ingramcontent.com/pod-product-compliance
Lightning Source LLC
Chambersburg PA
CBHW020415010526
44118CB00010B/257